తొణికిన స్వప్నం

మాదిరెడ్డి సులోచన

క్వాలిటీ పబ్లిషర్స్
రామమందిరం వీధి, విజయవాడ - 520 002
ఫోన్ : (0866) 2433261

TONIKINA SWAPNAM
Madireddy Sulochana

©M. Ramakrishna Reddy

Published by
Quality Publishers
Ramamandiram Street
Vijayawada - 520 002
Phone : (0866) 2433261

ISBN No. 978-81-939948-1-8

January 2019

Price
Rs. ▮▮▮00

Title Design
Giridhar

DTP
Sai Graphics
Vijayawada

Printed at
Ravella Offset
Vijayawada.

ఈ పుస్తకం పై వచ్చే పారితోషికం
కరుణశ్రీ సేవాసమితి
(హైదరాబాద్‌) వారికి చేరుతుంది.

ఇంకొక్క నిముషం అయితే విసురుగా వచ్చే లారీ క్రింద పడేవాడే. అతన్ని ప్రక్కకు లాగారెవరో!

"ఏమిటీ ఆవేశం బావా! ఇంకా నయం నేను వెళ్ళి పోయి ఉంటే లారీ క్రింద పడేవారే" అన్నది కోమలి.

"పడితే ఏమయింది కోమలా!" అనబోయి మాట మింగేశాడు.

"పద బావా! ప్రొద్దున్నే లేచి ఏర్‌పోర్ట్‌కు తయారుకావాలి" అన్నది. అతను కదలలేదు.

చెయ్యిపట్టి ముందుకు నడిపించింది. దారి తెలియని పాంధుడిలా గుడ్డిగా ఆమె వెంట నడిచాడు.

కిటికీలో నిలబడి జయప్రదాదేవి తమను చూస్తుందని ఇద్దరికీ తెలియదు.

శ్రీమతి మాదిరెడ్డి సులోచన నవలలు

1. జీవనయాత్ర
2. తరంగాలు
3. కలహంస
4. అందగాడు
5. అపురూప
6. నాగమల్లికలు
7. సంధ్య
8. శిక్ష
9. పూలమనసులు
10. Mr. సంపత్ M.A.
11. లాహిరి
12. సజీవ స్మృతులు
13. స్నేహప్రియ
14. రాలినరేకులు
15. నవతరం
16. ఎంత ఘాటు ప్రేమయో
17. పంతులమ్మ
18. వారసులు
19. కలకాదు సుమా
20. వంశాంకురం
21. అందని పిలుపు
22. నెలవంక
23. బిందుపథం
24. సుప్రియ
25. గడ్డితినే మనుషులు
26. మరో ప్రేమకథ
27. గాజు బొమ్మలు
28. ప్రేమ పంజరం
29. అపరంజి
30. సంసార నౌక
31. పుణ్య పురుషులు
32. ఋతుచక్రం
33. చిగురాకులలో చిలకమ్మ
34. మీరైతే ఏంచేస్తారు
35. ఆశయాల ఆఖరిమెట్టు
36. అధికారులు - ఆశ్రిత జనులు
37. సంధ్యారాగం
38. గెలుపు నాదే
39. అభినేత్రి
40. యిల్లుకట్టి చూడు పెళ్ళి చేసిచూడు
41. అద్దాల మేడ
42. మామూలు మనుష్యులు
43. శృతి తప్పిన యుగళగీతి
44. శ్రీనిలయం
45. ప్రేమలు పెళ్ళిళ్ళూ
46. ఎదగని మనసులు
47. నిరీక్షణ
48. వీడని నీడ
49. శ్రీమంతులు
50. అగ్ని పరీక్ష
51. యక్షగానం
52. తొణికిన స్వప్నం
53. పద్మవ్యూహం
54. నాతోపాటు నలుగురు
55. అమృత కలశం
56. రాగమయి

ముందుమాట

తిరిగి యిన్నేళ్ళకు మాదిరెడ్డి సులోచన నవలలు మీ ముందుకు వచ్చాయి. దాదాపు ఏభై యేళ్ళ క్రితం, అచ్చమైన తెలంగాణా వాతావరణం, పొందికైన మానవ సంబంధాలూ కలగలిపి చక్కని యితివృత్తాలు ఆమె సాహిత్యంలో కనిపిస్తాయి. డెబ్భై పైగా నవలలు ఆమె రచించారు. వాసిలోనూ, రాశిలోనూ కూడా సులోచన రచనలు ఎన్నతగినవే. ఆమె ప్రమాదవశాత్తూ అకాలమరణం పాలు కాకుండావుంటే, మరెన్ని మంచి నవలలు రాసి వుండేవారోననేది ఊహకు మాత్రమే మిగిల్చి వెళ్ళిపోయారు.

ఇప్పుడు అంటే నూతన సహస్రాబ్ది తొలిదశకంలో యీ నవలల్ని చదువుతున్నపుడు కొన్ని కొన్ని సందర్భాలలో పాఠకులకు అసహజంగా వున్న భావన కలిగే అవకాశం వుంది. ఎందుకంటే గడచిన ఏభై సంవత్సరాలలో ఆర్థిక, సాంఘిక, సాంస్కృతిక రంగాలలో గణనీయమైన మార్పులు వచ్చాయి. ఆనాటి రూపాయికి, నేటి రూపాయికి పొంతన లేదు. కొన్ని వూళ్ళపేర్లు, కొన్ని మాటల అర్థాలు సైతం మారిపోయాయి. వేషధారణ మారింది. దూరాలు తగ్గిపోయాయి. భూగోళం గుప్పెట్లో వొదిగిపోయింది. ఆనాడు వంద రూపాయలంటే చాలా పెద్ద మొత్తం. నేడు అది చిల్లర డబ్బు. కనుక ఇలాంటివి మాదిరెడ్డి నవలలలో తారసపడినప్పుడు విజ్ఞులైన మా పాఠకులు కాలంతో అన్వయించుకుని అర్థం చేసుకోగలరని ఆశిస్తున్నాము. ఆచార వ్యవహారాలలో, మాటతీరులో వున్నట్టుండి ఎన్నో మార్పులు వచ్చాయి. గత యిరవై సంవత్సరాలలో యీ మార్పు అత్యంత వేగంగా జరిగింది.

ఎన్ని మార్పులు వచ్చినా మానవనైజాలు, ప్రవృత్తులు ఎన్నటికీ మారవు. ప్రేమ, ద్వేషం, స్వార్థం లాంటి ముడి దినుసుకు యెన్ని తరాలు గడిచినా చలనం వుండదు. అందుకే మాదిరెడ్డి సులోచన కాల్పనికసాహిత్యంలో మౌలిక అంశాలు నేటికీ నూతనంగానే వుంటాయి.

మాదిరెడ్డి సులోచన సమగ్ర సాహిత్యం ఈ తరం పాఠకులకు అందచెయ్యాలనీ, ఈ నవలల్ని పాఠకులు ఆదరిస్తారనీ మా ఆలోచనలకు మిత్రులనుండి, పాఠకులనుండి సోదర ప్రచురణ కర్తల నుండి ఎంతో ప్రోత్సాహం వచ్చింది. వారికి మా ధన్యవాదాలు.

మా ఈ ప్రతిపాదనకు అంగీకారం తెలిపిన సులోచనగారి కుమారుడు రామకృష్ణారెడ్డి గారికి మా కృతజ్ఞతలు

నవోదయ రామమోహనరావు
విజయవాడ
1-5-2016

తొణికిన స్వప్నం

గోపీచంద్ భయంగా, అనుమానంగా, తన ముందున్న భవనాన్ని చూచాడు. స్నోసెమ్‌తో శ్వేత సుందరిలా నిలబడింది. ఆ భవనములోకి వెళ్ళే అర్హత తనకున్నదా! తన అరిగిపోయిన చెప్పుల వంక, చిరిగిపోయిన చొక్కా వంక చూచుకున్నాడు. అయినా తప్పదు. వెళ్ళాలి.

చేత్తో తలను వెనక్కు దువ్వుకున్నాడు.

"గోపీచంద్‌గారూ! ఒక్కసారి ఈ అడ్రసుకు వస్తారా!" ఆమె కార్డ్ అందించింది.

ఆరోజు 'స్వరవిరించి' వారి మ్యూజికల్ నైట్‌లో పాల్గొన్నాడు తను. పాట అయిపోయిన తరువాత, ఆర్గనైజర్ వచ్చి పిలిచాడు. "జయప్రదాదేవిగారూ... వీరే గోపీచంద్ మేడమ్..."

ఆమె ఒక్కసారి చిన్నగా నవ్వింది. ఆమె వయసు అంచనా వెయ్యటము కష్టము. ఆమె చెవులకున్న వజ్రాల దిద్దులు, చేతికి వున్న వజ్రాల వుంగరం తళుక్కుమంటుంటే అతను నోట మాట రానట్టు వుండిపోయాడు.

"ఇదిగో, రేపొకసారి ఈ అడ్రసుకు వస్తారా?" అని ఆమె అడ్రసు వున్న కార్డ్ ఇచ్చింది.

తలాడించాడు. ఇవతలికి వచ్చేశాడు.

"ఏమిటయ్యా! నిన్ను నువ్వు గొప్ప గాయక శిఖామణి అనుకుంటున్నావా? అంత పెద్దావిడ పిలిస్తే నమస్కారం అన్నావా?"

"సంస్కారం లేక కాదండీ. ఆమెను చూడగానే నాకేమో భయం వేసింది" అన్నాడు.

"ఏం, రాక్షసిలా కనిపించిందా!"

"అది కాదండీ..." యెలా చెబుతాడు. ఒక వ్యక్తిని చూడగానే ఒక్కొక్క భావన కల్గుతుంది. ఆ భావన పైకి చెబితే యెంత ప్రమాదం!

ఆలోచిస్తూ బయటికి వచ్చాడు. అతని కళ్ళముందు పెద్ద పెద్ద కళ్ళతో జయప్రదాదేవి ప్రత్యక్షమయింది.

ఆ కళ్ళల్లో యెంత ఆకర్షణ! ఆ మాటలలో యెంత మృదుత్వము. ఆ మృదుత్వమే తనను మూగవాడిని చేసింది. మామూలు ధనవంతురాలు అనుకున్నాడు. కాని ఆమెకు ఇంత పెద్ద బంగళా వుందనుకోలేదు.

అతని కాళ్ళు వణికాయి. చేతులలో చిరు చెమట్లు పట్టాయి.

"యెవరు బాబూ! యెవరు కావాలి?" ఒక ముసలతను వచ్చి పలకరించాడు.

"అదే... అమ్మగారు..." చప్పున జేబులోనుండి విజిటింగ్ కార్డ్ తీసి ఇచ్చాడు.

"జయమ్మ రమ్మన్నారా?" అన్నాడు వెను తిరిగి. అతన్ని అనుసరించాలో ఆగిపోవాలో తెలియక అక్కడే ఆగిపోయాడు.

"రావయ్యా రా..." అన్నాడు. అతడిని అనుసరించి ఇంట్లోకి వెళ్ళాడు. గోపీచంద్‌ను డ్రాయింగ్ రూమ్‌లో కూర్చోబెట్టి, పైకి వెళ్ళాడు. అది డ్రాయింగ్ కమ్ డైనింగ్ రూమ్‌లా వుంది. డైనింగ్ టేబుల్ దగ్గర చిన్న, పెద్ద, మగ, ఆడ కలిసి ఓ పదిమంది వరకు వున్నారు.

"అసలీ వంటావిడకు బుద్ధిలేదు. ఇడ్లీ వద్దని లక్షసార్లు చెప్పాను" ఓ యువకుడు అరిచాడు.

"అవును, నాకు పెసరట్టు కావాలని నేను చెప్పాను" అన్నదో యువతి.

"బహుశా వంటావిడకు చెముడేమో" అన్నాడు పురుషుడు.

"కాదు పొగరు, వెళ్ళి ఆ జయమ్మనే అడుగుతాను. అత్తగారి బంధువులు ఏదడిగినా వద్దని చెప్పిందేమో..." ఓ స్త్రీ వీరనారీమణిలా విడిపోయిన జుట్టు ముడి వేసుకుని మెట్లవైపు నడిచింది.

"మధ్యలో అదేం చేసింది. మనమే పందికొక్కుల్లా మెక్కుతున్నాము. ఒక్కగ్లాసు పండ్లరసం, ఒక గుడ్డు తింటుంది నా తల్లి" అన్నదో విధవరాలు.

"యెవర్నమ్మో! పందికొక్కులు అంటున్నావ్?" వీరనారీమణి వెనక్కు తిరిగి వచ్చింది.

వాళ్ళ వాగ్యుద్ధం చూస్తుంటే గోపీచంద్‌కు పారిపోదాం అనిపించింది. తను రాగూడని సమయములో వచ్చానేమో అనిపించింది. లేచి వెళ్ళిపోదామని నిర్ణయించుకున్నాడు.

"రా బాబూ..." ఇందాకటి వృద్ధుడు ఆహ్వానించాడు. హాల్లో రణరంగం యేమాత్రం తగ్గకపోగా ఇంకా యెక్కువయింది. ఆగి వాళ్ళ పోట్లాట విన్నాడు. ఇంత సంస్కారవంతంగా వేషాలు వేసుకున్న వీళ్ళు యెంత సంస్కారహీనంగా మాట్లాడగలరో అర్థం అయింది.

"రా బాబూ! అది రోజూ ఈ ఇంట్లో ఉదయం పూజా కార్యక్రమము అనుకో" అన్నాడు.

ఇద్దరూ పైకి వెళ్ళారు. కారిడార్ దాటి ఆఖరుగదిలో అడుగుపెట్టి, ఒక్కసారి కాళ్ళకు బ్రేకు పడినట్టు ఆగిపోయాడు.

ఆ గదిలో యెటు చూచినా సరస్వతీదేవి అందంగా, హుందాగా ప్రత్యక్షమయినట్టుంది. రూఫ్ లెవల్‌కు నాల్గు ఫీట్ల క్రిందకు మూడు వరుసల, ఒక్క అడుగు ఎత్తుగల అలమర గది చుట్టూ అమర్చి వుంది. దానిలో వివిధ భాషల మత సంబంధమైన గ్రంథాలు, వేదాంత గ్రంథాలున్నాయి.

దాని క్రింద మూడు రెండు బై మూడు సైజులలో గోడ అలమరలున్నాయి. వాటిలో ప్రముఖ రచయితలవి, రచయిత్రులవి నవలలున్నాయి. మరో దాంట్లో ఇంగ్లీష్ ఫిక్షన్ వుంది. మూడో దాంట్లో అన్నీ సంగీతానికి సంబంధించిన గ్రంథాలె కనిపించాయి.

గోడ దగ్గర ఒకవైపు రేడియోగ్రామ్ వుంది. మరోవైపు టేప్ రికార్డర్ వుంది. టేప్ రికార్డర్‌లోనే కాబోలు 'జ్యోతికారాయ్' 'ఆజ్ మేరే ఘర్ ప్రీతమ్ ఆయా!' అన్న పాట వీనుల విందుగా పసందుగా వినిపిస్తుంది.

"అబ్బాయ్..." ఆ వృద్ధుడు భుజం తడితే ఉలికిపడి, కలలో నుండి ఇలలోకి వచ్చాడు.

ఇదేమిటి రెండుసార్లు ఆమెను చూచాడు. నమస్కరించటం కూడా మరిచిపోయాడు తను.

"రా. గోపీచంద్..." ఆమె కూర్చున్న సోఫా ప్రక్కన స్థలం చూపింది.

ఒక్కసారి చెప్పగానే తన పేరెలా గుర్తుందో!

"బుచ్చిరాజుగారూ! రెండు గ్లాసుల జ్యూస్ పంపండి... ఓ.. పాడతారు కదూ! వద్దు. నాకు జ్యూస్ - వారికి పాలు పంపించండి" అన్నదామె.

అతను వెళ్ళిపోయాడు. గోపీచంద్ మెల్లగా వచ్చి ఆమె చూపిన కుర్చీలో కూర్చున్నాడు.

ఆమె లేచి వెళ్ళి, టేప్‌రికార్డర్ ఆన్ చేసింది. అప్పుడు చూచాడు. తలంటుకున్నదేమో, వీపంతా పరుచుకుందామె జుట్టు. మెడ, చెవులు, చేతులు బోసిగా వున్నాయి. ఏమీ లేకపోయినా అందంగానే ఉందామె.

మసక, మసకగా వున్న గదిలో ఒక్కసారి వెలుతురు ప్రసరించింది. అతను ఆశ్చర్యంగా చూచాడు. ఆమె లేచి వెళ్ళి పరదాలు తొలగించింది.

"మీరు చదువుకుంటున్నారా! ఉద్యోగం చేస్తున్నారా?"

"బి.ఏ. పాసయ్యాను... ఇంకా ఏం చేయటం లేదు." మాట పెగల్చుకుని జవాబు చెప్పాడు.

"నిరుద్యోగ పర్వమన్నమాట." అన్నది నవ్వుతూ. ఆ నవ్వు విరజిమ్మే వెలుగు భరించలేనట్టు తలదించుకున్నాడు.

"సంగీతం నేర్చుకున్నారా?"

"ఒక్క సంవత్సరం మ్యూజిక్ కాలేజీలో చేరాను. ఆ తరువాత ఆర్థిక పరిస్థితులు, ఇంట్లో ఇష్టపడలేదు." అన్నాడు పాఠము అప్పజెప్పినట్టు.

"అదేం, ఇంత చక్కగా పాడుతారు."

"మాది మధ్య తరగతి కుటుంబం. అక్కడ కళలకు, లలితకళలకు ప్రాముఖ్యత ఇవ్వరు. రెండుపూటలు తిండి తినటమే గగనము. ఆ పోరాటంలోనే

వారి జీవితం గడిచిపోతుంది" అని చెప్పాలనుకున్నాడు, కాని నోట మాట రాలేదు. అతని దృష్టి ఆమె పాదాలపై నిలిచింది. గంధం చెక్కలు చెక్కినట్టున్నాయి.

"కుటుంబ సభ్యులు అంగీకరించలేదా?" అన్నది మళ్ళీ ఆవిడే.

"కాదు... అదే... ఉద్యోగం..."

"అర్థం అయింది." తల పంకించింది. అప్పుడే ఓ పదేళ్ళ అమ్మాయి జ్యూస్, పాలు తీసుకుని వచ్చింది.

జ్యూస్ తను తీసుకుంది. మిగిలింది అతిథికే అన్నట్టు తీసుకుని వచ్చి ఇచ్చింది.

"థ్యా...థ్యాంక్స్..." అన్నాడు తడబడుతూ.

"గోపీచంద్! నేను రాక్షసిలా కనిపిస్తున్నానా?" అని అడిగింది చిరునవ్వుతో.

"అబ్బే లేదండీ" అన్నాడు కంగారుగా.

"పాలు తీసుకోండి" అని తన జ్యూస్ నిదానంగా, ఒక్కొక్క గుటక వేస్తూ త్రాగింది.

గబ, గబ త్రాగేశాడు, అరవవాళ్ళు కాఫీ త్రాగినట్టు. కొందరు ఏదయినా తింటుంటే, త్రాగుతుంటే గమనిస్తే మన ఆకలి పెరుగుతుంది. మరి కొందరిని చూస్తే ఆహారం మీద విరక్తి కలుగుతుంది. గోపీచంద్ అలాగే త్రాగాడు.

"గోపీ! పాలు చేదుగా వున్నాయా!" ఆమె ప్రశ్నకు అతనొక్కసారి ఉలిక్కిపడ్డాడు. అణువణువు పులకించినట్టు అయింది. అంత ప్రేమగా, అంత ఆప్యాయంగా తనను పిలిచిన వారే లేరు.

"ఒరేయ్, ఏబ్రాసి వెధవా!" తండ్రి ప్రేమగా పిలిచే పేరది.

"ఒరేయ్, చిన్నాడా!" తల్లి తన్మయత్వంతో పిలిచే పిలుపు.

"మన సన్యాసి రాముడు ఏడి?" ఇద్దరన్నలు పెట్టుకున్న ముద్దుపేరు.

"మీ దద్దోజనం వస్తున్నాడోయ్" అనే బావ గుర్తుకు వచ్చాడు. తన పేరు ఇంత అందంగా ఉంటుందా!

ఇంతకీ ఈవిడ ఎవరు? తనను ఎందుకు రమ్మన్నట్టు !

"మీరు పాడటమే కాక, కవిత్వం కూడా వ్రాస్తారా?"

"అబ్బే... లేదండీ..." అన్నాడు, అనవసరంగా నుదురు తుడుచుకుంటూ. అతనికి అక్కడి నుండి పారిపోదాం అన్న భావన వస్తుంది. వెను వెంటనే అక్కడి నుండి లేవద్దనిపిస్తుంది.

"చూడు గోపీచంద్! నిన్న మీరు వేదికమీద పాడుతుంటే మీ వివరాలు అడిగాను. మీరు సంగీతం మానేసారని తెలిసింది. మావారి పేరున పాతికమంది విద్యార్థులకు స్కాలర్‌షిప్ ఇస్తున్నాను. మీరు స్కాలర్‌షిప్ తీసుకుని సంగీత సాధన చేయండి" అన్నది.

తలాడించాడు గోపీచంద్.

"నేను బుచ్చిరాజుగారితో చెబుతాను. నిన్న మీరు పాడిన 'రాధామాధవ ప్రణయం' అన్న గీతం ఒక్కసారి పాడండి" అన్నది.

"అదా.... అది..." దిక్కులు చూచాడు.

"అదేమిటండీ! ఇంత పిరికివారు నిన్న వేదికపై ఎలా పాడారు?" అన్నది.

అతను గొంతు సవరించుకున్నాడు. ఆమె లేచి, కిటికీ దగ్గర కర్టెన్ సవరించి వచ్చింది.

"రాధామాధవ ప్రణయం! కాంచువారి కన్నులకు కమనీయం! రమణీయం..." అంటూ పాట అందుకున్నాడు. మొదటి రెండు చరణాలు కాస్త వణికాడు, తడబడ్డాడు. ఆ తరువాత ఆమెను, ఆమె ఉనికిని మరిచిపోయి తన్మయత్వంలోకి జారిపోయాడు. అతను పాట ఆగిపోయినా, ఇంకా తాళం వేస్తున్నాడు.

ఆ తాళానికి లయబద్ధంగా, జయప్రదాదేవి చప్పట్లు వినిపించాయి. అతను సిగ్గుపడి ముడుచుకుపోయాడు.

"ఈ పాట రచయిత ఎవరు! కృష్ణశాస్త్రిగారి గీతాలన్నీ నా దగ్గర ఉన్నాయి" అన్నదామె.

"అవీ... అవి... నేనే... వ్రాసుకున్నాను" అన్నాడు ఇబ్బందిగా చూస్తూ. ఆమె ముఖం ప్రసన్నంగా మారిపోయింది.

"నా ఊహ తప్పుకాదు. తమరు రైటరేనన్నమాట." అన్నది.

అతను మరీ ఇబ్బంది పడిపోయాడు.

"కంగ్రాచ్యులేషన్స్ గోపీ! చాలా బావుంది పాట." అన్నదామె. అతనికా మాటలు మధుర మంజుల గానంలా వినిపించాయి. అబ్బ ఒక వ్యక్తి వలన అభినందన అందుకుంటే ఇంత స్ఫూర్తి దొరుకుతుందా అని ఆశ్చర్యపోయాడు.

"నీ పిచ్చి గీతలు చూచి పాటనుకుని మురిసిపోవటానికి మూర్ఖులెవరు లేరు' అనే తండ్రి.

"అబ్బో! మీ దద్దోజనం అపర ఘంటసాలనని మురిసిపోతున్నాడోయ్" అనే బావ గుర్తుకు వచ్చారు.

వెళ్ళి ఆమె పాదాలు కన్నీటితో అభిషేకించాలనిపించింది.

అతని ఊహను చెదరగొడుతూ ఇద్దరు స్త్రీలు పైకి వచ్చారు.

"చూడవే జయా! నేను ఉత్తపుణ్యానికి తినిపోతున్నానని బాధ పడుతుం దీవిడ..." అన్నదొకావిడ.

"నువ్వు అన్న మాటలు చెప్పవేం?" అన్నది మరో కావిడ. తను అక్కడ ఉండటం, సభ్యత కాదు, సంస్కారం అంతకంటే కాదని, లేచాడు.

"నేను మళ్ళీ వస్తాను మేడమ్..." అని గబ, గబా క్రిందికి వచ్చాడు. అక్కడ నవ్వులు, జోకులు వినిపించాయి.

గబ, గబా బయటికి వచ్చి ఇంటిదారి పట్టాడు.

2

రంగారావుగారు రిటైర్డ్ పోలీసాఫీసరు. అతనికి డిపార్ట్‌మెంటులో ఉండగా దొరికిన అవకాశాలు, అధికారాలు లేవు. అందుకే కనిపించిన వారిపై విరుచుకు పడతారు.

"ఈ ఏబ్రాసి వెధవ ఏడి?" అన్నాడు చేతిలో పేపర్ గిరాటువేసి.

"ఎవరో పిలిచారని వెళ్ళాడు. వస్తూనే ఉంటాడు" అన్నది శారదమ్మ.

"ఏమిటో! వాడు బాగుపడేది ఎప్పుడో" అన్నాడు కాస్త కోపంగా, అసహాయంగా చూస్తూ.

అతనికి చాలా మంటగా ఉంది. తన ఆశయాల మేరకు పెద్దవారిని తీర్చిదిద్దాడు కాని, ఆఖరివాడు ఎందుకు పనికిరాని వాడయ్యాడు. శ్రీధర్ తండ్రి అడుగుజాడల్లో నడుస్తాను అన్నట్టు పోలీసు ఆఫీసరు అయ్యాడు.

ప్రభాకర్ ఇంజనీరింగ్ చదివి ఏదో డ్రగ్స్ కంపెనీలో ఫోర్‌మెన్‌గా పని చేస్తున్నాడు.

పద్మావతి తండ్రి చెప్పినట్టు విని పదవ తరగతి ప్యాస్ కాగానే వివాహం చేసుకున్నది. శ్రీనివాసరావు పెద్ద కంట్రాక్టర్. వాళ్ళ ముగ్గుర్ని గురించి బాధ లేదు. శ్రీధర్‌కు డియెస్పీ గారి కూతురితో వివాహం అయింది.

ఒక్క గోపీచంద్ మాత్రం అత్తెసరు మార్కులతో బి.ఏ. పాసయ్యాడు. ఏ ఉద్యోగం వస్తుంది!

సంగీతం, సాహిత్యం అంటాడు. పోలీసాఫీసరుగా తను వాటికి దూరంగా ఉన్నాడు.

అతను ఆలోచిస్తుండగా మెల్లగా గోపీచంద్ ఇంటికి వచ్చాడు.

"ఎక్కడ చచ్చావురా?"

"చచ్చేవాడు ఇంటికి రాడు."

"ఇంటికి ఎందుకు వచ్చావు, ఉద్ధరించటానికా?"

"సరే అయితే వెళ్తాను" అతను వెనుదిరిగాడు.

"ఏమిటండీ మీరు మరీను. రెండు రోజులు ఆలస్యం అయితే వచ్చే నష్టం ఏమిటి?" శారదమ్మ వచ్చి కొడుకు చెయ్యి పట్టుకుంది.

"ఇదిగో గారాబం చేసి నెత్తిన ఎక్కించుకున్నట్టు కాదు. సెంట్రల్ బుక్ షాప్‌లో జాబ్ యెందుకు వదిలాడో అడుగు..." అన్నాడు రంగారావు.

"వాళ్ళకు మర్యాద తెలియదమ్మా! ఇటురా 'బంచత్' 'ఒరేయ్' అంటే యెలా వుంటుంది?"

"మన బ్రతుక్కి మర్యాదొక్కటే తక్కువయిందా?" రంగారావు రయ్యి మన్నాడు.

"ఏమిటండీ మీ మాటలు. బి.ఏ. చదివిన వాడు, అలాంటి మాటలు యెలా భరిస్తాడు! పనిమనిషినంటేనే పడటం లేదు" శారదమ్మ బాధగా కొడుకు వంక చూసింది.

"అప్పో, సప్పో చేసి డొనేషన్ కడతానంటే అడుక్కుతినే అభిమానం అడ్డు వచ్చింది. పనిమనిషి మనిల్లు మానితే పదిళ్ళలో పనిచేసే అవకాశముందే. వీడికి ఆ అవకాశం లేదు" అన్నాడు కోపంగా.

"అమ్మా! నేను కనిపించిన పోస్టకల్లా అప్లై చేస్తున్నాను. లంచాలో, రికమండేషన్లో కావాలి. నేనేం చేయను! యెక్కడో నిజాయితీపరుడయిన ఆఫీసరు వచ్చేవరకు ప్రయత్నిస్తాను" అన్నాడు.

"అప్పటికి పండు ముసలి అయిపోతాడే" అన్నాడు కసిగా.

"అమ్మా! చెప్పమ్మా, ఇంకో ఆరునెలలు అవకాశం ఇస్తామంటే ఇంటికి వస్తాను. అదీ మీ వల్ల కాదంటే యెక్కడో నా ఏర్పాట్లు నేను చేసుకుంటాను..." అన్నాడు.

స్వచ్ఛమైన పాలలా, చల్లని వెన్నెల్లా ఉన్న జయప్రదాదేవి సమక్షంలో యెంత హాయి, యెంత మైమరపు! ఇప్పుడు? భగభగ మండే కొలిమిలో పడ్డట్టుంది.

"ఏమ్మాటలురా. మొదట భోజనం చేద్దుగాని పద." అన్నదామె.

"వాకిట్లో అడుగు పెట్టగానే మీరు స్వాగతం చెప్పారే. దాంతోనే కడుపు నిండిందమ్మా" అన్నాడు.

"పెద్దాయన అంటున్నారని నువ్వు ఊరుకోవు. అందరికీ అవకాశాలు ఒకేలా ఉంటాయా అని ఆయన అనుకోరు. మధ్యన నాకు చావు వచ్చిందిరా." అన్నది, ఆమెకు ఏడ్పు వచ్చింది.

అసహాయ స్థితిలో ఆడవారు ప్రయోగించే ఆఖరు అస్త్రం అది.

"ఛ...ఛ... ఏడుపెందుకమ్మా" తల్లివెంట వెళ్ళాడు.

ఆమె వడ్డించింది. అతను భోజనం ముగించాడు.

"చూడరా, ఆయనకు అన్నయ్యలా నువ్వు చదువుకుని ప్రయోజకుడవు కావాలన్న తపన తప్ప, నిన్ను అనాలని కాదు. నా మాట విని చిన్నన్న స్నేహితుడు నాగార్జున సాగర్లో క్వార్టర్స్ కడుతున్నాడట. అక్కడకెళ్లి పని నేర్చుకురా" అన్నది అర్థింపుగా.

"మేస్త్రీ పనా!" అన్నాడు తీవ్రంగా.

"మీ ఇద్దరి మధ్య నేను చస్తున్నానురా. నీ పాటలు విని ఆయన భిక్షగాళ్ళు వీధి భాగవతుల వారు పాడతారని అంటారు, కంట్రాక్ట్ నేర్చుకోరా అంటే మేస్త్రీ పనా అంటావు నువ్వు" అన్నదామె. అంతలోనే వాకిట్లో జీపు ఆగింది.

కంగారుగా శారదమ్మ బయటికి వెళ్ళింది. శ్రీధర్ అతని భార్య చిత్ర దిగారు.

"నువ్వా పెదబాబూ" సంబరంగా యెదురు వెళ్ళింది శారదమ్మ.

"నేనేనమ్మా. కులాసా! అమ్మా అర్జంటుగా నీచేతి కాఫీ కావాలి. చిత్రా! నువ్వు యెన్ని హోటళ్ళలో త్రాగినా మా అమ్మ చేసినట్టు ఉండదు" అన్నాడు సోఫాలో కూర్చుని.

"ఇప్పుడు కాఫీ ఏమిట్రా! కూరలున్నాయి. పచ్చళ్ళున్నాయి. గుప్పెడు బియ్యం పొంగిస్తాను. భోజనం చేద్దువుగాని" అన్నది.

"మా ఇంటికి వెళ్ళాం. అమ్మ భోజనానికి రమ్మన్నదండీ" చిత్ర అందుకుని చెప్పింది.

శారద ముఖం చిన్నబోయింది. తన కొడుకు మొదట తన ఇంటికి రాక అత్తగారింటికి వెళ్ళాడన్న నిజాన్ని భరించటానికి కన్నీరు కార్చింది. అది కొడుకు చూడరాదని బయటికి వచ్చింది.

కళ్ళు ఒత్తుకుని కాఫీకి నీళ్లు పెట్టింది.

"ఒరేయ్ చిన్నాడా! అవతల అన్నయ్య వస్తే పెరట్లో ఏం చేస్తున్నావురా." అన్నది మందలింపుగా.

అప్పుడే లోపలికి వచ్చిన చిత్ర నవ్వుతూ వెక్కిరించింది. "మరిదిగారు గుడ్లు పెడుతున్నారేమో."

"మరి ఇవాళ రేపు పోలీసులకు కోడిగుడ్లు, కోళ్ళు సరిపోవటం లేదు. మనిషి గుడ్లయినా పెడదామని" అన్నాడు.

"మా సన్యాసి రాముడు ఏదో అంటున్నాడు!" శ్రీధర్ అడిగాడు.

"అన్నయ్యా! నాకో పేరుంది" అన్నాడు చురుకుగా.

"తెలుసులేవోయ్..." అన్నాడు నిర్లక్ష్యంగా.

శారదమ్మ కాఫీ కాచి కొడుక్కి, కోడలికి ఇచ్చింది. వాళ్ళు కాఫీ త్రాగి బయలుదేరారు.

"ఒక్క నిముషం అలా వస్తావు పెద్దబాబూ!"

"అలా.ఇలా అని ప్రక్కకు పిలవటం దేనికి. పరాయి వారెవరున్నారు? ఈ నెల డబ్బు పంపలేదనేగా మీ తపన." చిత్ర చురుకుగా అడిగింది.

శారదమ్మ భూమిలోపలికి కుదించినంత బాధపడింది.

"చూడండి, మాకొచ్చేది చాలా తక్కువ. మా అవసరాలకే సరిపోవటం లేదు" అన్నది.

అది వినటం ఇష్టం లేనట్టు ఇలాంటి వాటికి జవాబు భార్యే చెప్పాలన్నట్టు శ్రీధర్ వెళ్ళి జీపులో కూర్చున్నాడు.

"మీ అవసరాలు ఆపుకుని ఇవ్వమనటం లేదమ్మా." అన్నది శారదమ్మ. ఆమెకు తల కొట్టేసినట్టుంది.

"మీ అబ్బాయికి మీతో చెప్పటానికి మొహమాటము. మా స్వంత పనులకు ప్రభుత్వం జీపు వాడితే ఏడుస్తారు. అందుకనే స్కూటర్ కొన్నాము" అన్నది.

"అవును వదినా! మీకు స్కూటర్ వుండాలి. మీ స్వంత ఖర్చులకు లంచాలు తీసుకున్నా ఫరవాలేదు. కుటుంబం కోసం ఖర్చులెందుకు?" అన్నాడు వెటకారంగా.

"షటప్! మైండ్ యువర్ బిజినెస్! నీ అంత వయసే మా తమ్ముడు అమెరికా వెళ్ళాడు. అసలు ఈ కుటుంబములో ఎవరికీ పైకి రావాలన్న తపన లేదనుకుంటాను. మా నాన్న చేసింది పోలీస్ డిపార్ట్‌మెంటే, మీ నాన్న చేసింది పోలీస్ డిపార్ట్‌మెంటులోనే. పిల్లలకు చెయ్యి చాపే స్థితి ఎందుకు వచ్చింది!" అని చర, చర వెళ్ళి జీపులో కూర్చుంది. జీపు వెళ్ళిపోయింది.

అంతవరకు తండ్రిపై ఉధృతంగా వచ్చిన కోపం ఆవిరి అయిపోయింది. ఆయన కుటుంబ పోషణార్థం బాధపడుతున్నారు. తండ్రికి వచ్చేది అయిదు వందల రూపాయలు. దాంట్లో ఇంటద్దెతో పాటు, ముగ్గురి భోజనాలు గడవాలి.

బ్యాంక్ బాలెన్స్ లేదు. స్వంత ఆస్తి అంటూ ఏం లేదు. కాని రంగారావు అంటే డిపార్ట్‌మెంటులో, బయటా కావల్సినంత గౌరవముంది.

పద్మావతి పద్ధతులు, లాంఛనాలు అంటుందే తప్ప, ప్రాక్టికల్‌గా ఆలోచించదు.

"మా తోడికోడలి పిల్లల్ని తల్లితండ్రులే పెంచుతారు" అంటుంది. వారంలో నాల్గు రోజులు పిల్లలను వీళ్ళ దగ్గరే వదిలిపోతుంది. పిల్లలుంటే ఓ పాలప్యాకెట్టు, బిస్కెట్లు, కందిపప్పు, నెయ్యి అదనంగా కొనాల్సి వస్తుంది.

వాహనము లేదు. కంపెనీ బస్సులో ప్రయాణం చెయ్యలేనని, ఐ.డి.పి.ఎల్ కాలనీలోనే ఓ గది తీసుకుని వుంటున్నాడు ప్రభాకర్. అతనూ ఈ నెల డబ్బు పంపలేదు.

“గోపీ! ఒక్కసారివెళ్లి ప్రభాకర్ దగ్గర డబ్బు తీసుకురారా. ఇంటాయన మర్యాదస్తుడు కాబట్టి ఆగాడు.” అన్నదామె.

“ఈయనగారిచ్చారు, ఆయనగారు ఇస్తారు” అన్నాడు నిరసనగా గోపీచంద్.

“వాడూ ఇవ్వడు కాని పెళ్ళి అయ్యేవరకు పేచీ వుండదు” అన్నది.

గోపీచంద్ నవ్వుకున్నాడు.

‘తన కొడుకుపై తప్పు మోపరీ తల్లితండ్రులు. అతను సమర్ధుడయితే సమస్యే ఉండదు” అనుకోరు.

అతను బయలుదేరుతుంటే, రంగారావు ఎదురు వచ్చాడు.

“మళ్ళీ ఎక్కడికిరా బలాదూర్!”

“అమ్మ చిన్నన్న దగ్గరకు వెళ్ళమన్నది” అన్నాడు నమ్రతగా, రవ్వంత విసుగు లేక.

“ఒరేయ్, చిన్నాడా! వస్తూ, వస్తూ అక్కయ్య ఇంటికి వెళ్ళి లైబ్రరీ పుస్తకాలున్నాయి పట్టుకురారా. నాకు తోచదని తెచ్చుకుంటే పద్మ పట్టుకు వెళ్ళింది” అన్నది శారదమ్మ.

అక్క ఆంతర్యం అర్థం కాలేదు గోపీచంద్‌కు.

ప్రతి నిముషం, ప్రతి క్షణం ఆడపిల్లను ఎంత అపురూపంగా చూడాలో చెప్పి మరీ చేయించుకుంటుంది. సినిమా కెళ్ళినా, బంధువుల ఇంటికి వెళ్ళినా, పిల్లలను వదిలివేయటమే కాక, భోజనాలు ఇక్కడే. ఒక్క అతిథి వస్తే శారదమ్మ వంట చేసి పంపాల్సిందే.

ఏదయినా తన కష్టం చెప్పాలని శారదమ్మ నోరు విప్పితే చాలు తోటికోడలి పురాణం విప్పుతుంది.

“మా తోటికోడలికి పుట్టింటివారు లక్షరూపాయల కట్నం ఇచ్చారు. యాభైవేలు ఫిక్స్‌డ్ డిపాజిట్ చేయించింది. ఆ వడ్డీతో తన ఖర్చులు వెళ్ళదీసు కుంటుంది. నేను అన్నీ ఆయన్నే అడగాలి” అంటుంది.

ప్రభాకర్ ఇంటికి లంచ్ బ్రేక్ వరకు వెళ్ళాడు. అప్పుడే వచ్చి, అతను స్నేహితుడు క్యారియర్ విప్పుకుంటున్నారు.

"ఒరేయ్ ప్రభాకర్! ఈ క్యారియర్ ఖర్మ ఎందుకురా. క్రింది పోర్షన్ ఖాళీ అవుతుంది కదా! అమ్మా, నాన్నను తెచ్చుకోరాదూ."

"చూడు మధూ! రేపు పెళ్ళి అయ్యాక వారిని విడిగా పొమ్మంటే కోడలే నేర్పిందని, ఆ వచ్చే అమ్మాయిని ఆడిపోసుకుంటారు. ఆ అవకాశం ఎందుకివ్వాలి" అన్నాడు.

"ఎంత ముందు చూపురా నీది" మధు అభినందించాడు. గోపీచంద్‌కు ప్రభాకర్‌ను అడగాలనిపించలేదు కాని తల్లి కోసం అడక్క తప్పలేదు.

"రారా.... ఉన్నది ముగ్గురం తిందాం" అన్నాడు.

"మీరు భోం చెయ్యండి అన్నయ్యా!" అని తను వచ్చిన పని చెప్పాడు. ప్రభాకర్ ముఖం మాడిపోయింది.

భోజనం అయ్యాక వందరూపాయలు తెచ్చి ఇచ్చాడు.

"ఈ నెల టు ఇన్ వన్ ఒక స్నేహితుడు తెచ్చి అమ్మితే కొన్నాను. ఇది ఇచ్చి కూడా నెలంతా అవస్థ పడాలి" అన్నాడు.

"అయితే ఉంచుకో..." అందామనుకుని, తల్లి ముఖం చూచి ఊరుకున్నాడు.

అతను బస్ ఎక్కి మెల్లగా, పద్మావతి ఇల్లు చేరుకున్నాడు.

"గుడ్‌మార్నింగ్ బ్రదర్‌ఇన్‌లా..." అతను ఆశ్చర్యపోయాడు. సంచీమూతి కట్టినట్టున్న ఈ శాల్తి ఎవరబ్బా అనుకున్నాడు.

"ఓ మార్నింగ్ అనటం ఫర్‌గెట్టు... గుడ్ మార్నింగ్ బ్రదర్ ఇన్‌లా" అన్నది మళ్ళీ ఆ శాల్తీ.

"ఓ నువ్వా! ఏమోయ్ పద్మా! మీ దద్దోజనం వచ్చాడు" అన్నాడు శ్రీనివాసరావు, పళ్ళలో ఇరికిన కిళ్ళీ ముక్కలు తీసివేస్తూ. నవ్వుతూ పద్మ బయటికి వచ్చింది.

"సిస్టర్ ఇన్ లా... నేను రికగ్నయిజు... మీ బ్రదరు ఫర్ గెట్టు" అన్నది.

"ఆపు కోమలీ, నీ ఇంగ్లీషు" విసుక్కుంది పద్మ.

"వైయి! నైటులో అంతే. నేను రైటుగా మాట్లాడలేదా?"

"ఓ... కోమలీగారా..." అన్నాడు. అక్క పెళ్ళిలో మూటలా దొర్లే అమ్మాయని, ఒకటే ఏడ్పించేవాడు.

"మనవారు ఆకారం చూచి పేరు పెట్టాలక్కా." అనేవాడు.

"అమ్మ! రిమెంబరా!" ఆ పిల్లది అసలే పెద్ద ముఖమేమో, మరింత పెద్దదయింది.

"కోమలీ! నువ్వు చదువుకోలేదా?"

"కొద్దిగా ఫ్యాటు అంతేకదా. అందరూ టీజు చేస్తుంటే ఎడ్యుకేషన్ వస్తుందా!" అన్నది.

"అమ్మబాబోయ్! అక్కయ్యా! గ్రంథాలయం పుస్తకాలు గివ్, లేకపోతే అమ్మ యాంగ్రీ..." అన్నాడు.

"చూడు సిస్టర్ ఇన్‌లా..." అన్నది ముద్దుగా.

"బావ కదమ్మా." అన్నది పద్మ అతి సౌమ్యంగా.

గోపీచంద్ ఆశ్చర్యపోయాడు.

'అరకప్పు కాఫీ ఇవ్వటానికి అరగంట సణుక్కునే అక్క, ఆడబడుచును ఇంత మర్యాదగా చూస్తుందంటే ఆశ్చర్యంగా ఉండదూ? ఏమాట కామాటే చెప్పుకోవాలి. పద్మకు పుట్టింటివారు, అత్తింటివారన్న అభిప్రాయభేదం లేదు ఎవరూ రావద్దంటుంది. అలా అనే అక్క ఆడబడుచును 'అమ్మా' అందంటే, 'ఏదో ఉంది' అనుకున్నాడు.

పుస్తకాలు తీసుకుని బయటపడ్డాడు.

"ఇదిగో దద్దోజనం..." శ్రీనివాసరావు పిలిచాడు.

"చద్దన్నం అననా, పులిహోరా అనాలి బావా? అన్నాడు వెనక్కు తిరిగి, కాని అది గట్టిగా అనలేకపోయాడు. గొణుక్కున్నట్టు అన్నాడు.

"బ్రదర్ ఇన్ లా.. గోయింగా!' కోమలి బయటికి వచ్చి అడిగింది.

"ఆఁ...పోయింగ్..." అంటూ తల్లి దగ్గరకు వచ్చాడు. పుస్తకాలు, వందరూపాయలు బల్లమీద పెట్టాడు.

"వందరూపాయలు తెచ్చావేమిట్రా."

"అన్న ఇచ్చినంత తెచ్చాను" అన్నాడు.

"ఓ వంద ఎక్కువ అడగమన్నాను కదా! రెండువందల యాభై అద్దె కట్టాలి" అన్నది.

"అడగలేదు" అన్నాడు.

"ఎందుకురా?" అన్నది కోపంగా.

"ఎలా అడగనమ్మా! అన్నయ్యే కష్టాలలో ఉన్నాడు" అన్నాడు.

"అయ్యో... కష్టాలా! ఏమయ్యిందిరా?"

"ఆయనగారు 'టు ఇన్‌వన్' అంటే టేప్‌రికార్డరు, రేడియో కలిసి ఉన్న టేప్ రికార్డరు కొనుక్కున్నాడు" అన్నాడు వెటకారంగా.

"అవన్నీ ఇప్పుడెందుకురా?"

"ఎందుకంటే ఏం చెప్పను! స్టేటస్ సింబల్... హోదా" అన్నాడు.

"ఇప్పుడెలా? అక్కను చేబదులడిగి రెండు వందలు పట్రా" అన్నది బ్రతిమాలే ధోరణిలో.

"నేను వాళ్ళింటికి వెళ్ళనమ్మా. ఆయన 'దద్దోజనం... దద్దోజనం' అంటుంటాడు" అన్నాడు బుంగమూతితో.

"ఇప్పుడెలా! నేనన్నా వెళ్తాను. వాళ్ళ ఆడబడుచు వచ్చింది, పనిపాటలు నేర్చుకుంటుందట. ఆ పిల్లను చూచినట్లు ఉంటుంది" అన్నది.

"ఆ పిల్లను చూడటానికి నువ్వెళ్ళాలా?"

"అవున్రా! ఆ పిల్ల మామూలు పిల్లనుకుంటున్నావట్రా. పిల్ల అంత బావుండదని తండ్రే లక్షరూపాయలు ఆ పిల్లపేర బెట్టాడంటే - అమ్మమ్మ పోతూ అయిదెకరాల పొలం, యాభై కాసుల బంగారం రాసింది" అన్నది.

'అదా సంగతి' అనుకున్నాడు.

"అమ్మా! అక్కకి బదులు ఎలా తీరుస్తారు. మీ గ్రాట్యువిటీ మీ దగ్గర ఉంచుకుంటే ఎంత ఉపయోగంగా ఉండేది. బ్యాంకులో పెడితే పెన్షనంత వడ్డీ వచ్చేది" అన్నాడు.

రంగారావుకు గ్రాట్యువిటీ రాగానే, రింగ్ రోడ్డుకు దగ్గరని, పిల్లల నలుగురికీ ఉంటుందని, ఎకరం స్థలం కొన్నాడు.

"ఏమిటోరా! మీకేం ఇవ్వలేదనుకుంటాం" అన్నదామె. లోపలికి వెళ్లి ఓ జత గాజులు తెచ్చి ఇచ్చింది.

"ఇవి అమ్మి అప్పులు తీర్చమంటున్నారు మీ నాన్నగారు. చిన్నాళ్ళిద్దరికీ మంగళసూత్రాలైనా చేయిస్తానని ఉంచాన్రా అబ్బాయ్! తాకట్టు పెట్టి, ఓ అయిదు వందలు పట్టుకురా."

"తాకట్టు పెట్టినా వడ్డీలు పెరుగుతాయి. అమ్ముకొస్తాను" అన్నాడు. ఆమె మాట్లాడక నిల్చుండిపోయింది.

3

గోపీచంద్ పది రూపాయలు అప్పు అడగాలని, తను పాట పాడిన 'స్వరవిరించి' సంస్థకు వెళ్ళాడు. ఇతను అప్పు అడగటం సంగతి దేముడెరుగు అతను విరుచుకు పడ్డాడు.

"ఏమయ్యా! మైకు దొరికితే పాడతామంటారు. పాడటమే కాదు. బాల సుబ్రమణ్యాలు అయిపోదాం అనుకుంటారు. యెంతయ్యా యెంత! నూర్లా, వేలు ఇస్తున్నారా! ఇరవై రూపాయలు..."

"అదికాదు కుమార్‌గారూ..."

"నాతో ఒక్కసారి మాట్లాడే అవకాశం ఉంది. మెంబర్‌షిప్ ఫీజు కట్టు" అని అతని ముఖానే తలుపుమూసి వేశాడు.

గోపీచంద్ విరక్తిగా నవ్వుకున్నాడు. హాల్లో ప్రేక్షకులు చప్పట్లుకొడితే సంతోషించినట్టే, ఈ అవమానాలు దిగమింగాలి. సాంస్కృతిక సంస్థలు వ్యాపార సంస్థలుగా మారిపోయాయి. దానికి తనేం చేస్తాడు! ప్రభుత్వమే వారిని ప్రోత్సహిస్తుంది. కుమార్ బ్రతుకనేర్చినవాడు.

ఒకనాడు తనలాగే అతను రోడ్డుమీదున్న వ్యక్తి. 'స్వరవిరించి' పెట్టాడు. మంత్రులను పట్టాడు. ఉద్యోగం సంపాదించాడు. ప్రభుత్వం కట్టే ఇల్లు సంపాదించాడు. సంపాదించే భార్యను సంపాదించాడు. సంపాదించటం యెలాగో, తన పనులను ఆక్షేపిస్తే తన్ని తగలెయ్యడం యెలాగో తెలుసుకున్నాడు.

ఒకనాడు మెంబర్స్‌గా చేర్చమని తనింటి చుట్టూ తిరిగాడు. తన తండ్రి రికమండేషన్ లెటర్ ఇస్తే, ఐ.జి.ని కలుసుకున్నాడు. ఆ మర్యాద కూడా లేదా!

ఆ మర్యాద చూపితే అడుక్కుతినిపోతాడు. తనలాగే ఉండిపోతాడు. గోపీచంద్ మెల్లగా నడుస్తున్నాడు.

"గోపీచంద్.... అబ్బాయ్..."

అతను తిరిగి చూచాడు. బుచ్చిరాజుగారు నిల్చున్నారు.

"నమస్కారం సర్..." చేతులు జోడించాడు.

"నమస్కారం... నమస్కారం. అమ్మాయిగారు స్కాలర్‌షిప్ ఇస్తానంటే జనం క్యూలో నిల్చుంటారు. నువ్వేమిటయ్యా బాబూ అటు రాలేదు" అన్నాడు.

"క్షమించండి బుచ్చిరాజుగారూ! ఆమెను అవమానించాలని కాదు. నా కుటుంబ పరిస్థితులు బావుండలా" అన్నాడు.

"రా, కాఫీ త్రాగుతూ మాట్లాడుకుందాం" అన్నాడు బుచ్చిరాజు. గోపీచంద్ గుండెల్లో రైళ్ళు పరిగెత్తాయి.

"నాకు కాఫీ అలవాటు లేదండీ."

"అయితే కూల్‌డ్రింక్ త్రాగవయ్యా...." లాక్కుపోయాడు. జేబులు తడుముకున్నాడు. ఐదుపైసలు దొరికాయి.

ఇద్దరు వెళ్ళి కూర్చున్నారు. అతను ఒక కాఫీ, ఒక లిమ్కా తెమ్మని చెప్పాడు.

"ఒక్కసారి వచ్చి ఆమెకు కనిపించి వెళ్ళు. ఆమె యెవర్నీ ప్రత్యేకంగా అడగదు. అలా అడిగిందంటే అతను నిజమైన కళాకారుడు" అన్నాడు అతను.

"అలాగా! వస్తానండీ. ఆ ఇంట్లో గందరగోళం చూస్తే భయంగా ఉంటుంది" అన్నాడు.

"అది మామూలే" అన్నాడు తేల్చివేస్తూ.

"వాళ్ళంతా యెవరు?"

"జలగలు!" అన్నాడు కసిగా.

"నాకు అర్థం కాలేదు" అన్నాడు బుచ్చిరాజునే చూస్తూ.

"అమ్మాయి అత్తింటివారు, పుట్టింటివారు సంపన్నులే బాబూ! ఆమె తల్లితండ్రులకు ఏకైక సంతానము. ఆమె తండ్రి సత్యన్నారాయణ రావు పెద్ద

జమీందారు. అతని చెల్లెలు సత్యవతిని పెద్ద వ్యాపారవేత్త ఐన సోమశేఖరరావు కిచ్చాడు. సతీష్‌బాబు పుట్టగానే ఆయన పోయారు. సోమశేఖరరావు వంశంలో మగవారు పాతికేళ్ళ కంటే బ్రతుకరు."

"అదేమిటి?"

"అదంతేనయ్యా! వారి వంశవృక్షం కదిలిస్తే బయటపడుతుంది. సోమశేఖరం తండ్రి, తాత అందరలాగే పోయారు. అందుకే అందరు సతీష్‌బాబుకు పాతికదాటాక వివాహం చెయ్యమన్నారు" అన్నాడు నిట్టూరుస్తూ.

"మరి..." కుతూహలంగా అడిగాడు.

"ఈ నమ్మకాలు మనుష్యుల్ని తప్పుదారి పట్టిస్తాయంటూ, సత్యన్నారాయణ గారు, చెల్లెలి కోర్కె మేరకు జయప్రదాదేవినిచ్చి వివాహం చేశారు. హనీమూన్‌కు విదేశాలకు పంపించాడు. విధిని యెవరూ తప్పించలేరు. వారి ప్లేన్‌కి యాక్సిడెంటు అయింది. సతీష్‌బాబు పోయాడు. బ్రతికిన ఆరుగురిలో అమ్మాయి ఒక్కర్తి" అన్నాడు. ఆనాడే ఆ సంఘటన జరిగినట్టు కళ్ళు తుడుచుకున్నాడు బుచ్చిరాజు.

కాఫీ, లిమ్కా వచ్చింది.

గోపీ తనే కాఫీ తీసి అతని ముందు పెట్టాడు. అతను కాఫీ తీసుకుని సిప్ చేశాడు.

"అంతే, కూతుర్ని విధవలా చూడలేక అయ్యగారు కన్ను మూశారు" అన్నాడు విషాదంగా.

"సింగినాధం! పునర్వివాహం చెయ్యవలసింది."

"పదేళ్ళనాటి మాట. రోజుకు రోజు యెన్నో మార్పులు వస్తున్నాయి. అయ్యగారు బ్రతికి వుంటే ఏమయినా ఆలోచించేవారేమో! సత్యవతమ్మ ఈ బంధాలన్నీ తెంచుకుని పుట్టపర్తిలో కాపురం పెట్టింది" అన్నాడు.

"వీళ్ళంతా ఎవరు?" లిమ్కా త్రాగుతూ అడిగాడు.

"అమ్మాయిని రాబందుల్లా పీక్కుతినే మనుషులు అటు తండ్రివైపు బంధువులు, ఇటు అత్తగారి బంధువులు. తమకు కావల్సింది సాధించుకుంటారు" అన్నాడు.

"ఓహో! వారిద్దరి మధ్యా కొట్లాట" అన్నాడు.

"ఆఁ, అమ్మాయి విసిగిపోయింది. ఇరవై నాల్గు గంటలు పాటలు వింటూనో, పుస్తకాలు చదువుతూనో గడుపుతుంది" అన్నాడు జాలిగా.

"పాపం!"

"ఏం పాపమో! ఒక్కరయినా ఆ అమ్మాయిని అర్థం చేసుకోరు. వారి బాధ భరించలేక అప్పుడప్పుడు బయటికి వెళ్తుంది" అన్నాడు.

రక రకాల సమస్యలు.

"మీరు?"

"సత్యన్నారాయణ స్నేహితుడిని, రిటైర్ అయిన వాడిని. అమ్మాయిగారు బ్రతిమాలితే ఇక్కడే ఉంటాను" అన్నాడు.

"మీరుండి ఆమెకు సహాయం చెయ్యండి" అన్నాడు. ఇద్దరూ తమ డ్రింక్ పూర్తి చేశారు.

బుచ్చిరాజు బిల్ ఇచ్చి వచ్చాడు.

"జయప్రదాదేవి గారితో చెప్పండి. రేపొచ్చి కలుస్తానని."

"ఇప్పుడు రాకూడదయ్యా, పాడేవారి సమక్షంలో అమ్మాయి సంతోషంగా ఉంటుంది."

"తప్పదా!"

"నువ్వు తప్పనుకుంటే తప్పు."

"ఎంతమాట. పదండి" ఇద్దరూ బస్సెక్కి బంజారా హిల్స్‌లో దిగారు. జయప్రదాదేవిని చూడాలంటే కాళ్లు వణికాయి. అయినా పైకి వెళ్ళాడు.

"రాధామాధవ ప్రణయం..." అన్నపాట మధుర మంజులంగా వినిపించింది. ఈ పాట ఎక్కడిది! అతను ఆశ్చర్యంగా ఆమె గదిలో అడుగు పెట్టాడు.

"అరే! అలా పాట పెట్టానో లేదో ఇలా మనిషి ప్రత్యక్షమయ్యారు" నవ్వుతూ ఆహ్వానించిందామె.

తేనెరంగు, నలుపు పట్టీల బెంగాల్ కాటన్ చీర కట్టుకుంది. చేతులకు ఒక్కొక్క బంగారు కంకణం, మెడలో బంగారు గొలుసు, పెద్ద పెద్ద బంగారు దిద్దులతో, మరెంతో అందంగా, హుందాగా కనిపించింది.

"ఏమిటి గోపీచంద్ గారూ! అలా నిలబడిపోయారేమిటి?" అన్నది.

"నా పాట.... ఆ పాట...."

"అది మీ పాటే. మొన్న మీరు పాడుతుండగా రికార్డ్ చేశాను..." అన్నది.

అతని ముఖంలో ఆనందతరంగాలు వెల్లివిరిశాయి. ఆ క్షణంలో అతను స్వర్గంలో ఉన్న అనుభూతి పొందాడు.

"ఏమయినా కొత్తపాటలు నేర్చుకున్నారా?"

పాతవే మరిచిపోయేలా వుంది తన పరిస్థితి!

"అబ్బే లేదండీ..."

"చూడండి గోపీచంద్! ప్రతీ మనిషికో సమస్య ఉంటుంది. అది స్నేహితులతో చెప్పుకుంటే..." అన్నది మాట మధ్యలో ఆపేసింది. ఇద్దరు టీనేజ్ అమ్మాయిలు దెబ్బలాడుతూ వచ్చారు.

"జయక్కా! ఈ చీర నువ్వు నాకివ్వలేదా?" ఒకమ్మాయి అడిగింది.

"జయక్క ఇస్తే నువ్వు పుచ్చేసుకోవటమేనా! నువ్వు కాలేజీకి వెళ్తున్నావా! ఫారిన్ నైలెక్స్ చీరెందుకే..." మరో అమ్మాయి మొదటి అమ్మాయి చేతిలో చీర లాగే ప్రయత్నం చేసింది.

"ఇదిగో మీరిద్దరూ యిలా మాట్లాడితే అసలు ఎవరికీ చీరలు లేవు" తీక్షణంగా అన్నది జయ.

"అదికాదక్కా!"

"ఏది కాదు షీలా! నువ్వు కాలేజీకి వెళ్తున్నావు. చీరలు కావాలంటే నన్ను అడుగు - కాని ఎవరో అడుక్కున్న దాన్ని తీసుకుంటారా?" తీక్షణంగా చూచింది.

"రాజ్యం నీ చీర తీసుకుని వెళ్ళు." మొదటి అమ్మాయి వెళ్ళిపోయింది.

"షీలా! సాయంత్రం కనిపించు" అన్నది. రెండవ అమ్మాయి వెళ్ళి పోయింది.

"అబ్బబ్బ..." తల పట్టుకున్నది.

"నేను మళ్ళీ వస్తానండీ" లేచాడు.

"ఇది మా యింట్లో రోజూ జరిగే నాటకమే గాని కూర్చోండి" అన్నది నిస్పృహగా. అతను మళ్ళీ కూర్చున్నాడు.

"ఈ యింట్లో మనశ్శాంతి కల్గించే విషయము ఏదయినా ఉంటే, సంగీత చర్చలో, సాహిత్య గోష్ఠియో జరగాల్సిందే" అన్నది కాస్త ఎమోషనల్‌గా.

"అయామ్ సారీ..." అన్నాడు చివరకు.

"మీ సమస్య ఏమిటో చెప్పండి" అన్నది మళ్ళీ చిరునవ్వుతో.

"మీకున్న సమస్యలు కాక, నా సమస్యలు చెప్పాలంటారా?"

"మీ సమస్యల ముందు నా సమస్య, బాధ చిన్న గీత కావచ్చుగా" అన్నదామె. పాట అయిపోతే టేప్ ఆపింది.

"నిజమే. మీ సమస్య దూరపు బంధువులతో, మా యింట్లో..." ఎందుకో, ఎవరితో మాట్లాడని గోపీచంద్ ఆమెకు అన్నల మనస్థత్వం చెప్పాడు. తండ్రి కఠినత్వం చెప్పాడు.

"కఠినత్వం కాదు గోపీచంద్ గారూ! ఏం చేయలేని అసహాయత. అతను మీనుండి చాలా ఆశించాడు" అన్నది.

"నన్నేం చేయమంటారు చెప్పండి?"

"చిన్నదో, పెద్దదో ఒక ఉద్యోగం సంపాదించుకోవాలి" అన్నది.

"ఆ ప్రయత్నంలోనే ఉన్నాను" మీరు సహాయం చెయ్యండని అడుగలేక పోయాడు.

ఆమె అంతస్తు ఎక్కడ! తన పరిస్థితి ఏమిటి? ఆమె సరసన అలా కూర్చునే యోగ్యత కూడా లేదు. తనలోని ఆ కళ, పాట, ఆ అర్హత కలుగజేసింది.

"మీరు ఉద్యోగం చేస్తూ, నేర్చుకునే అవకాశం ఎప్పుడు ఉంటే అప్పుడు రండి. సంగీతసాధన మాత్రం ఆపవద్దు" అన్నది.

"మీకు సంగీతం అంటే యింత అభిరుచి ఉంది కదా, మీరు పాడతా రనుకుంటాను..."

"ప్లీజ్ గోపీచంద్.... వెళ్ళిపొండి. ప్లీజ్..." ఆమె అక్కడినుండి లేచి ప్రక్క గదిలోకి వెళ్ళిపోయింది.

అతనికేం అర్థంకాలేదు. ఆమెకు, పాటతో ఏదో అనుబంధం ముడిపడి ఉంటుంది.

నిట్టూర్చి లేచాడు. అతను మెట్లు దిగుతూ డైనింగ్ టేబుల్ వైపు చూచాడు. మొన్నటిలాగే ఉన్నారు జనం.

బయటికి వచ్చాడు. నిజమే జయప్రదాదేవి అన్నట్టు చిన్నదో, పెద్దదో ఉద్యోగం సంపాదించుకోవాలి.

నాగార్జున సాగర్ వెళ్ళటానికే నిశ్చయించుకున్నాడు. ఎంతో తేలిక అనిపించింది. నిశ్చింత అనిపించింది. చిన్నన్న రికమండేషన్ చేయటం మాత్రం నచ్చలేదు.

"అమ్మా!... నేను నాగార్జునసాగర్ వెళ్తానమ్మా!" అన్నాడు తల్లితో.

"మంచిది నాన్నా..." అన్నది. ఆమెకు ఆ క్షణంలో కొడుకు ఉద్యోగం చేసినంత సంబరంగా ఉంది.

"అమ్మా! రెండువందల యాభై రూపాయల అద్దె యిల్లెందుకమ్మా! మనము ముగ్గురం. నేను వెళ్తే మీరిద్దరే కదా" అన్నాడు.

"నిజమేరా! ఏడు సంవత్సరాలుగా ఉన్నాము కాబట్టి, రెండువందల యాభైకీ యిల్లు ఇచ్చారు. నిన్నో యిల్లు చూచాను. రెండు గదులు, చిన్న సందుకే రెండువందల యాభై అన్నారు" అన్నది.

"ఓ గాడ్..." అతనికేం పాలు పోలేదు.

ఏలాగు యింటివారు ఖాళీ చేయమంటే చేయక తప్పదు. వాళ్ళు మాత్రం ఎన్నాళ్ళూరుకుంటారు. మూడు పెద్ద గదులు, ఓ వరండా, చిన్న వంటిల్లుంది. వసతిగా వుంది.

4

బుచ్చిరాజు కొడుకులను చూచి రావటానికి నిజామాబాద్ వెళ్ళాడు. జయప్రదాదేవి ఒంటరిగా, జ్వరంతో బాధపడుతుంది తన గదిలో. బంధువులంతా తమ కష్టాలు చెప్పాలని వస్తారే తప్ప నీ కష్టం ఏమిటని అడగరు.

'నాన్నా! నాన్నా! పిరికిగా పారిపోయావే తప్ప. నిలబడి నా జీవితం పరిష్కరించలేక పోయావు' అని ఆమె హృదయం ఆక్రోశించింది.

ఈ యాంత్రిక జీవితం నుండి పారిపోవాలి.

ఈ విషవలయం నుండి బయట పడాలి.

ఈ బంధాలు త్రెంచుకుని పారిపోవాలి.

కాని ఎలా, ఎలా వెళ్తుంది. పద్దెనిమిదో ఏట వివాహం పందొమ్మిదో ఏట అన్నీ చాలించుకున్న తనకు అండగా నిలిచి, నీ భవిష్యత్తు ముందున్నదమ్మా అని ధైర్యం చెప్పి ఓదార్చవలసిన తండ్రి పోయాడు.

తండ్రి తరువాత తనను అమితంగా ప్రేమించిన వ్యక్తి సత్యవతత్త. ఆమె అయినా ఓ పరిష్కారం చూపలేదు.

"కొడుకు మరణించినా! కూతురివే నువ్వు. నీకు వివాహము చేస్తాను" అనలేకపోయింది. ఆమె సన్యాసినిగా మారినప్పుడు తనకేం గుర్తులేవు. సతీష్‌కుమార్ ప్రేమానురాగాలు తప్ప. వాటి ఆధారంగా బ్రతుకుతాను అనుకుంది కాని, అదంత సులువు కాదని ఇప్పుడిప్పుడే గ్రహించగల్గుతోంది. ముప్పై సంవత్సరాల వయసు. ఈ పదేళ్ళు ఎంత సుదీర్ఘంగా గడిచాయో! ఎంత నరకం అనుభవించిందో కవులు వర్ణించలేరు. రచయితలు ఊహించలేరు. ఆమె అటు దొర్లింది, నోరు చేదుగా వున్నది. తనకు అన్నీ ఉన్నా ఏవీ లేని చానలా పడివుంది.

"అమ్మాయ్! మా వారికి వైద్యం చేయించాలని [illegible] తల్లీ. దూరం బంధువు అనుకుంటున్నావేమో. సరస్వతి తాత మా తాత అన్నదమ్ములే. సరస్వతి 'అక్కా... అక్కా' అంటూ ప్రాణం పెట్టేదనుకో" ఒక ముత్తయిదువు వచ్చింది.

"ఎంత ఖర్చు అవుతుందట."

"రెండు మూడు వేలు అవుతుందట. అవేం టెస్టులో మాయదారి టెస్టులు" అన్నది ఇంకా తన కథనం పొడిగించాలని.

"సరేనండి బుచ్చిరాజుగారు రాగానే డబ్బిస్తారు" అన్నది అటు తిరిగి పడుకుంటూ.

"తాళాలు ఇటు ఇవ్వు, నేను తీసుకుంటాను. వాడెవ్వడో ఇవ్వడమేమిటి?" అన్నదామె.

"ఇంట్లో కాదు, బ్యాంకులో తీసుకురావాలి. వివరాలు అతనికి తెలుసు" అన్నది ఖచ్చితంగా.

ఆమె చివ్వున లేచిపోయింది గాని, 'ఏమిటమ్మా నిన్న మొన్న ఈసమయాన తోటపని చేయించే దానవు పడుకున్నావేం!' అని ప్రశ్నించలేదు.

జయ కళ్ళు మూసుకుంది. పాలో, పండ్లరసమో త్రాగాలని వుంది. బుచ్చిరాజు లేడు. తను అడగనిదే ఇచ్చే చనువు పనివారికి లేదు.

"వెళ్ళి కాళ్ళకు దండం పెట్టమ్మా...."

ఉలిక్కిపడి కళ్ళు విప్పింది. ఓ యువతి, రెండు సంవత్సరాల పిల్లతో నిల్చుంది. ఆ పిల్ల తెగ సిగ్గుపడిపోతుంది.

"వెళ్ళమ్మా... వెళ్ళవే.... పెద్దమ్మ" ... అని పిల్లను మంచముపై జయ కాళ్ళమీద వేసింది.

"ఛ....ఛ.... పసిపిల్లతో అదేం పని...." జయప్రద కాళ్ళు లాక్కుంది.

"అయితే ఏమిటక్కా! నీవు మా పాలిట దేవతవు. ఇవాళ దీని పుట్టినరోజు. ఉదయమే రావాలనుకుంటే కుదరలేదు" అన్నది.

ఆమె సరస్వతి అని జయ పెదనాన్న మరదలి కూతురు. అవసరం వున్నా, లేకపోయినా, పూసుకు తిరుగుతుంది. ఆమె చనువుగా మంచంపై కూర్చోవటం కంపరంగా ఉంది.

"లేవు..." అనాలన్నంత కోపం వచ్చింది. నిగ్రహించుకుంది.

"సరస్వతీ! లేచి దూరం కూర్చో! నాకు జ్వరం, పసిపిల్లకు సోకుతుంది" అన్నది దూరం జరుగుతూ.

లేచివెళ్ళి అక్కడున్న సోఫాలో కూర్చుంది.

"అక్కా! వస్తుంటే మా అత్తగారు ఏమన్నారో తెలుసా! 'మీ పెద్దమ్మ దగ్గర గొలుసో, రింగులో కొట్టేస్తావు' అన్నది. 'మా అక్కయ్య స్టేటస్‌కి అదో లెక్కా!' అన్నాను" అన్నది. ఆమె ధోరణి చూస్తే ముక్కుపట్టి మరీ రింగులో, గొలుసో తీసుకుపోయేలా ఉంది. ఈ సహాయాలు, సంతర్పణలు ఎంతకాలం సాగుతాయి!

"సరస్వతీ! ఒకమాట చెప్పనా! నగా, నాణ్యం ఒకరిస్తే ఆ రోజుది - తనకు కల్గితే ఎప్పటికీ ఉంటాయి. నీ పాప చక్కగా చదువుకోవాలని ఆశీర్వదిస్తాను, ఆ పాప చదువుకు కావల్సిన ఏర్పాటు చేస్తాను" అన్నది దృఢంగా.

"అది కాదక్కా...." మలినమైన ముఖంతో ఏదో చెప్పబోయింది.

"నాకు జ్వరం వచ్చింది. మాటలు వింటుంటే నాకు తల దిమ్ముగా వుంది" అన్నది కళ్ళు మూసుకుని.

"మా అత్తగారు హేళన చేస్తుంది. 'పుట్టింటిది, అత్తింటిది అంత ఆస్థి వుంది. మీ అక్క వెంట కట్టుకుపోతుందా?' అంటుంది" అన్నది కాస్త కోపంగా.

"నిజమా!" ఒక చేతిపై లేచి అన్నది. మెల్లగా నవ్వింది.

"మళ్ళీ అడిగితే 'మనము అన్నం తింటాము. మా అక్క నోట్లు తింటుంది' అని చెప్పవే" అన్నది వచ్చే కోపాన్ని దిగమింగుతూ. ఆమె చర చర వెళ్ళిపోయింది.

'దేనికయినా హద్దు వుండాలి' అనుకుంది కోపంగా.

"మా అమ్మాయి పెళ్ళి. లగ్నం ఖర్చు పెట్టుకుంటావని వచ్చాం" అంటారు కొందరు.

"మా అబ్బాయికి డొనేషన్ కట్టాలి. సగం మీరు సాయం చేయాలి."

"మా వారికి జీతం సరిపోదు. మీరో పదివేలు ఇస్తే వడ్డీలకిచ్చుకుంటా మక్కా." అంటూ కొందరు చెల్లెండ్లు బయలుదేరుతారు. అదికాక భారత ప్రభుత్వాన్ని నమ్మిన దానికన్నా ఎక్కువ నమ్ముతారు.

"మా వ్యవసాయం అంతంత మాత్రమే. నాల్గు గేదెలు పెట్టుకుందామని వుంది."

"మేము ప్లాటు కొన్నాము. నువ్వు 'ఊఁ' అంటే ఇల్లు మొదలుపెడతాము అమ్మాయ్!" కొందరు బాబాయిలు వస్తారు. మతి పోతుంది. ఇంట్లో వచ్చి తిష్ఠ వేసేవారికి లెక్కేలేదు. ఈ విషవలయం నుండి ఎలా బయటపడాలో అర్థం కాలేదు. ఈ మనుషుల మీదే నమ్మకం పోయేది. కాని ఇద్దరు వ్యక్తులు ఆమెకు మంచితనంపై నమ్మకం కలిగించారు. ఒకరు బుచ్చిరాజుగారు, రెండవది ప్రియ స్నేహితురాలు భవాని. నిస్వార్థంగా, నిజంగా అభిమానించే వారు.

"ఈ వెయ్యి రూపాయలు తీసుకుని పిల్లలకు ఏదయినా కొనుక్కుపొండి" అన్నది బుచ్చిరాజుగారిని.

"పిల్లలకు వాళ్ళ తల్లితండ్రులున్నారమ్మా! నేను ఏదయినా అయాచితంగా వచ్చిందని అలవాటు చేస్తే, ఆ అలవాటు దురలవాటుగా మారి, నన్ను డబ్బు తెమ్మని పీడిస్తారు" అన్నాడు.

"అది కాదండీ, నా వ్యవహారాలన్నీ...." అన్నది.

"చూస్తున్నాను. దానికి డబ్బిస్తున్నారు. శ్రద్ధగా చేసి, నీవు చేసే సేవలో కొంత భాగం నా కబ్బుతుంది. అది నా తృప్తి" అంటాడు.

అలాంటి వారున్నారనే యింకా ధర్మం కుంటుతూ నడుస్తుంది. భవాని అంతే. జయప్రదాదేవి ఏదయినా మీటింగులో కనిపించి పలుకరించక పోయినా బాధపడదు. నిష్ఠూరోక్తులు ఆడదు. ఆ పరిస్థితి అర్థం చేసుకుంటుంది.

"అదో బంగారు పంజరంలో ఖైదీ" అంటుంది.

ఈ మధ్య భవాని దగ్గరకు వెళ్ళటం కూడా బాగా తగ్గించింది. ఆమె అంత సహృదయత, సంస్కారం ఆమె భర్తలో లేవు.

"ఏమోయ్! నీవు రెండుసార్లు వచ్చావు. ఆవిడ ఒక్కసారయినా వచ్చిందా?" అంటాడు.

అది విన్నాక, తను ఏం చేసినా భవానిని అంటాడని, కృత్రిమంగా, చాలా ఫార్మల్‌గా తయారయింది తను.

అటు, ఇటు దొర్లింది. ఏదయినా తినాలని ఉన్నది. ఎవర్ని అడగాలి. తనింట్లో తింటూ తన క్షేమము అడగని వారిని ఏమనాలి! నిస్త్రాణగా కళ్ళు మూసుకుంది.

"అత్తయ్యా! మా కాలేజీ నుండి సిలోన్ టూర్ వెళ్తున్నాము" అన్నాడు చిన్నత్త మనవడు.

"మంచిది బాబూ."

"థాంక్యూ అత్తయ్యా! నువ్వు కాదనవని నాకు తెలుసు. అమ్మ వద్దంటూ వున్నా వచ్చాను" అన్నాడు సంబరంగా.

వాళ్ళు శ్రీనగర్ కాలనీలో ఉంటున్నారు గాని, అప్పుడప్పుడు వచ్చి తమ హక్కులు సాధించి వెళ్తారు.

"మరి డబ్బుకు రేపు రానా, ఇప్పుడిస్తావా?"

"ఏమిటమ్మా మరదలా! యిలా పిల్లలకు డబ్బిచ్చి పాడుచేస్తే ఎలాగమ్మా!" అంటూ తల్లి వచ్చింది.

చెప్పలేనంత చిరాకు వేసింది. ఆడబడుచు వరస. లేచి ఆవిడకు కుర్చీ చూపించింది.

"అసలు డబ్బు విషయం నాకేం తెలియదు వదినా! యిప్పుడే అబ్బాయి అంటున్నాడు. చూడు బాబూ! అమ్మకు యిష్టంలేని పనులు ప్రోత్సహించను నేను." అన్నది ఖచ్చితంగా. తల్లీ కొడుకుల ముఖాలు నల్లగా మాడిపోయాయి.

"ఏదో ఈ సారికి నీ మాట తీసి వెయ్యటము దేనికి?"

"నిజంగా చెబుతున్నానండీ. నాకేం తెలియదు. మీ పిల్లలు నా చనువుతో పాడయిపోవద్దు" అన్నది ఖచ్చితంగా.

వాళ్ళు వెళ్ళిపోయారు.

అప్పుడు మెల్లగా లేచి, చెప్పులు వేసుకుని, జుట్టు ముడి వేసుకుని బయటికి వచ్చింది.

మెట్ల దగ్గరకు వచ్చింది. పని మనిషిని కేక వేసింది. కింద గందర గోళంలో ఆమెకేం వినిపించలేదు.

కాని తన చిన్నత్త కూతురి మాటలు కంచు కంఠముతో అన్నట్టు వినిపించింది.

"వేషాలేస్తుంది వేషాలు! ఊళ్ళో వారికి స్కాలర్‌షిప్పుల పేరున తగలెయ్య టానికి డబ్బుందట... డబ్బు! అసలు దీన్ని అనవలసిందేం వుంది, సత్యవతి పెద్దమ్మ ననాలి." అన్నది.

"మమ్మీ! అది పెద్దమ్మ కాదు దద్దమ్మ..."

జయప్రద నవనాడులూ కృంగిపోయాయి. ఆకలి చచ్చిపోయింది. మెల్లగా బయటికి వచ్చింది. తోటలోకి వెళ్దాం అనుకుంది కాని కాళ్లు సహకరించలేదు. కళ్ళ ముందు వలయాలు తిరుగుతున్నాయి. ఆమె ఒక చేత్తో కళ్ళు మూసుకుని, రెండవ చేత్తో ఆసరా కోసం గాలిలోకి చెయ్యి చాపింది.

"నాన్నా... సతీష్...." అంటూ ఆమె హృదయం ఆక్రోశించింది.

"పడిపోతారు..." అన్న హెచ్చరికతో పాటు ఆమెకు ఆలంబన దొరికింది. ఆమె కళ్ళు తెరవలేక పోతుంది. అలాగే ఆ ఆసరా సాయంతో సోఫాలో చేరింది. చమ్చాతో పట్టిన పాలు అమృతంలా తోచాయి. ఒక్కొక్క చమ్చా పాలు కడుపులోకి వెళ్తుంటే అణువణువు బలం పుంజుకుంది. ఆకలిపై ఆహారం యెంత రుచో అర్థం అయింది.

ఆమెను యెవరో తన మెడ చుట్టూ చేయివేసి, ఆమె నడుము చుట్టూ తన చేయి వేసి పైకి నడిపించారు యెవరు? ఆమెకు యెంతో నిశ్చింత, హాయిగా వుంది.

"పడుకుంటారా!"

"ఊం...." అన్నది. మంచముపై శరీరం చేర్చి, పైన ఫ్యాన్ వేశారు. ఆమెకు తెలియని ఏదో గందరగోళం జరుగుతుంది.

"అమ్మగారు అనారోగ్యంగా ఉంటే పట్టించుకోని మీరేం మనుషులు!" అంటుందో కంఠము. యెవరు? యెవరో స్పష్టంగా తెలియలేదు.

"మాకేం కల గాని వచ్చిందా! ఆమె మాకు చెప్పందే" అన్నారెవరో.

ఆమె గాఢ సుషుప్తిలోకి జారిపోయింది.

మర్నాడు పక్షుల కిల, కిలారావములతో మేలుకున్నది. నీరసంగా కళ్ళు విప్పింది. పనిమనిషి మంచం ప్రక్కనే పడుకుంది.

"వెంకటమ్మా... ఓ వెంకటమ్మా...."

"అమ్మ...." చటుక్కున లేచింది. తన ప్రక్క చుట్టుకుని బయటికి వెళ్ళింది. అయిదు నిమిషాల తరువాత ముఖం కడిగి, బొట్టు పెట్టుకుని బేసిన్ తీసుకుని, వేడి నీళ్ళతో వచ్చింది.

"ఒక్క మాటనలేదేమమ్మా! క్రింది నుండి పైకి రావాలంటే ఒక్క నిముషం తీరిక ఉండదు" అన్నది వెంకటమ్మ.

జయప్రద ముఖం కడుక్కుంటుంటే రాత్రి జరిగిందంతా గుర్తుకు వచ్చింది.

"ఆ బాబెవరో గాని సమయానికి దేవుడిలా వచ్చాడు. మీరు బయటి తలుపుపై పడితే ఇంకేమయినా ఉన్నదా?" అన్నది తుండు అందిస్తూ.

"యెవరే..." ఆ రాత్రి తనకు దొరికిన ఆసరా గుర్తుకు వచ్చింది.

"నేను ఒక్కసారే చూచిననమ్మ.... ఎత్తుగా, పొడుగ్గా, ఉంటాడు. నల్లని జుట్టు ఒక భుజం వంచుతాడు, బట్టలు చూస్తే గరీబు అనిపిస్తడు..."

"ఓ... గోపీచంద్ గురించా...."

"అవునమ్మా, పేరు చెప్పింద్రు, మరిచిపోయిన. ఆ... గోపీచంద్రమయ్యే పట్టుకుని పైకి తెచ్చారు. పాలు త్రాగించారు. మీ మందుల ఆల్మారి చూపిస్తే జరం గోలీ తీసిచ్చిండు." అన్నది మాత్ర, పాలు అందిస్తూ.

"అలాగా..." అన్నది తల పంకిస్తూ.

"అతను గట్టిగ తిట్టిండమ్మ. అమ్మ తిండి తింటూ అమ్మ పనులు నిర్లచ్చం చేసి ఊరి పనులు చేత్తవా అంటూ. నిజమే నమ్మ, నా కండ్లు విప్పుకున్నయి" అన్నది పాలు త్రాగి, ఇచ్చేసిన గ్లాసు బయట పెట్టి వచ్చి.

జయప్రద దిండు కానుకుని కూర్చుంది.

తన కష్ట, సుఖాలలో భాగం పంచుకునే తోడు ఒకరుంటే యెంత హాయి! యెంత భద్రత! యెంత నిశ్చింత!

"నమస్తే..."

"నమస్తే... గోపీచంద్ గారా... రండి...రండి...." అన్నది అభిమానం, ఆప్యాయత వెల్లివిరియగా.

"అమ్మయ్య! మీరు ఏ స్థితిలో ఉంటారో అని భయపడుతూ వచ్చానంటే నమ్మండి" అన్నాడు.

వెంకటమ్మ, సింగిల్ సోఫా జరిపింది.

గోపీచంద్ కూర్చున్నాడు.

"థాంక్స్! టైమ్లీ హెల్ప్" అన్నది.

"మీలాంటి వారు నాల్గు కాలాలపాటు చల్లగా వుంటే, మాలాంటి వారు బ్రతుకగల్గుతారు" అనాలనుకున్నాడు. నోట మాట రాలేదు.

వెంకటమ్మ అతనికి కాఫీ తెచ్చి పెట్టింది.

నేను నాగార్జున సాగర్ వెళ్తున్నాను. వెళ్ళేముందర మిమ్మల్ని చూచి పోదామని వచ్చాను" అన్నాడు.

"అయితే శ్రీ... శ్రీ గోపీచంద్ గారు కంట్రాక్టర్ అవుతున్నారన్న మాట" ఆమె ఫక్కున నవ్వింది.

ఆ నవ్వులో పువ్వులు పూచాయా! అని భ్రమపడి తల వంచుకున్నాడు.

"మీరు... మీరు సహాయము చేస్తానన్నా, అందుకునే అర్హత లేదు." అన్నాడు మెల్లగా.

"ఫరవాలేదు. మీకు ఏనాడు నేర్చుకోవాలనిపించినా ఆనాడు నేర్చు కుందురు గాని..." అన్నది

అతను యెన్నో మాట్లాడాలని వచ్చి, మాటలు రానట్టుండిపోయాడు.

"వస్తానండి' అని ఏదో అత్యవసరమైన పని ఉన్నట్టు యెవరో తరుము తున్నట్టు పరుగెత్తాడు.

ఆమె చిరునవ్వుతో అతడినే చూస్తూ ఉండిపోయింది.

5

భారతదేశంలో అడ్రసు లేనివాడు నాయకుడయితే నాల్గోనాడు సగం పట్టణం కొనేసినట్టు, వారి చిన్న తమ్ములుగా ఉండేది కంట్రాక్టర్లు. వారీ ఏడు పదివేలతో పని ప్రారంభిస్తే వచ్చే ఏటికల్లా లక్షాధికార్లు అవుతున్నారు. ఏది అన్న ఆరా లేదు. నోరులేని వాళ్ళ దగ్గర టాక్సులు వసూలు చేస్తుంది. పాపం - పగలు, రాత్రి గుడ్డలు విప్పి అడ్డమైన గడ్డి కరిచిన సినిమా తారల ఇళ్ళపై దాడి జరిపేటప్పుడు, యెక్కడ లేని మగతనం ప్రదర్శిస్తుంది ప్రభుత్వం.

నాయకుల ఆస్తులకు, కంట్రాక్టర్ల ఆస్తులకు ఆరాలు ఎందుకుండవు. వాళ్ళ దగ్గరకు వచ్చేసరికి, రోడ్డుమీద కలిసిన ప్రేమిక పద్ధతి అవలంభిస్తుంది ప్రభుత్వం.

గోపీచంద్ ఆశ్చర్యంగా చూచాడు తను పనిచేసే కంట్రాక్టరును.

రెండు సంవత్సరాల క్రితం, ప్రభాకర్‌తో పాటు తమ ఇంట్లో భోజనానికి కూర్చుంటే ఒక్క తల్లి తప్ప మిగిలిన వారు విసుక్కుని, ముఖం మాడ్చుకునేవారు. ఆ పూటకు లేనట్టుండే యాదగిరి ఈనాడు ఎంత హుందాతనం ప్రదర్శిస్తాడు.

"గోపీచంద్ గారూ! ప్రభాకర్ ఉన్నారా?" అంటూ అతి వినయం ఒలకబోసే యాదగిరి, ఇప్పుడు చేతికి వజ్రపు టుంగరంలా తళ, తళ మెరిసే తెల్లరాళ్ళ ఉంగరం, గోల్డ్‌ఫ్లేక్ సిగరెట్టు కేసు చేతిలో వుంటుంది. ఇంపోర్టెడ్ షర్టు, ఫ్యాంట్లు వేస్తూ ఎంతో దర్జాగా, స్కూటర్‌పై తిరుగుతూ, దర్జా ఒలక బోస్తాడు.

"ఏమోయ్ గోపీ!" అంటాడు.

"నీ తిండి అంతా గడ్డే కదూ! కాస్త సుబ్బరంగా ఉండరాదూ!" అంటాడు. తన దగ్గర ఎంత కంపు కొడుతుందో తెలియక సెంటు, సిగరెట్టు, చెమట కలిసి, చాలా అసహ్యంగా ఉంటుంది.

గోపీచంద్ అవన్నీ నెమరు వేసుకుంటూ చెట్టుక్రింద నిలబడ్డాడు.

"ఏడీ ఈ అబ్బాయి!" అన్నాడు యాదయ్య.

"వస్తున్నాను...." అన్నాడు గోపీచంద్, అన్నమాటలు అతనికి వినిపించి నట్టులేదు. గయ్ మని లేచాడు.

"కూటికి లేదని వచ్చి, ఉద్యోగాలలో చేరుతారు. ఆ తరువాత నకరాలు పోతారు... నకరాలు" అన్నాడు.

"ఇక్కడే వున్నాను" గోపీ బయటికి వచ్చాడు.

"కాస్త గట్టిగా పలుకరాదూ! నిన్న సిమెంటు పాళ్ళు ఎంత కలిపావ్?"

"మీరు కాగితంలో వ్రాసినంత... అట్లాగే కలిపాను."

"అట్లాగే కలుపటానికి మీ తాత సొమ్ముటయ్యా." అన్నాడు.

"మరి...." ఏమంటే ఏం తప్పో అని నిల్చున్నాడు.

"సంచికి నూరుగంపల ఇసుక కలపాలి. అర్థం అయిందా?"

"అలాగే...." అన్నాడు. అతనికి మతిపోయింది. అందుకే అన్ని లాభాలు అనుకున్నాడు.

"నిన్న ఎన్ని గంటలకు కూలీలు వెళ్ళారు?"

"సరిగ్గా అయిదింటికి వెళ్ళిపోయారండీ" అన్నాడు సిన్సియర్‌గా. యాదయ్య ముఖం ఎర్రగా మారిపోయింది.

"ఇటురా...రావయ్యా. మీరంతా బి.ఏలు, ఎం.ఏలు ఎవడిని ఉద్ధరించాలని చదివారయ్యా" అని దూరం వెళ్ళాడు.

గోపీచంద్ అతడిని అనుసరించాడు.

"ఇదిగో చూడు, సాయంత్రం నీ గడియారం పదిహేను ఇరవై నిమిషాలు వెనక్కు తిప్పు. అర్థం అయిందా?" అన్నాడు.

గోపీచంద్ తలాడించాడు. అతనికి వచ్చిన కోపం మింగేశాడు.

"జర టైముంటే నా స్కూటర్ తుడుస్తావా?"

"మంచిది" అన్నాడు. పళ్ళ బిగువున పెదవులు కొరికివేస్తూ.

"ఏమిటివయా! అట్ల ముఖం పెట్టినవ్?" అన్నాడు అతని వెనకే వెళ్తున్న పెద్ద మేస్త్రీ.

తనకు తెలుసు. అందరూ అక్కడ విద్యాహీనులే. వాళ్ళకు అంతకంటే సంస్కారం ఎలా అబ్బుతుంది!

అతని కళ్ళముందు జయప్రదాదేవి ఆకర్షణీయమైన చిరునవ్వు మెదిలింది.

ఆమె సంస్కారం, ఆమె సభ్యత మరో రెండు జన్మలు తపస్సు చేసినా వీళ్ళకు వస్తుందా! అప్రయత్నంగా, 'రాధామాధవ ప్రణయం' అంటూ మొదలుపెట్టాడు.

"సీన్మ ఫోటోలె పాడినవయ్య" అన్నారు కూలీలు. చిన్నగా నవ్వాడు. అతనికి ఆ వాతావరణంలో ఊపిరి ఆడనట్టు ఉంది. తను, తన చుట్టూ వున్న జనం వేరు. ఇక్కడ అంతా వేరు. అయినా తనుండాలి. అతని కళ్ళముందు, తల్లి దీనమైన ముఖం కనిపించింది.

స్త్రీలకు బంగారం ఎంత ప్రాణమో తను ఎరగనిది కాదు. ఆ బంగారం యిస్తున్నప్పుడు తల్లి కళ్ళలో కదిలిన ఆ భావం మరిచిపోలేదు.

నెల రోజులు గడిచిపోయాయి. మొదటి నెల జీతం తీసుకుంటుంటే, అతని మనసు ఆనంద డోలికల్లో ఊగిసలాడింది. స్వంత సంపాదన అంటే యింత

అద్భుతమైన అనుభూతి కల్గుతుందా! వంద రూపాయలు వుంచుకుని, మిగిలింది తల్లికి మనియార్డర్ చేశాడు.

తల్లి దగ్గర నుండి ఉత్తరం వచ్చింది. "కోమలకు బావ సంబంధాలు చూస్తున్నాడు! ఆ అమ్మాయికి బోలెడు ఆస్తి వుంది. చూడు నాయనా, మనము ఎన్నో అనుకుంటాము. అందం కొరుక్కు తింటామా! ప్రభాకర్‌కు సంబంధం కుదిరిందట. మా ప్రమేయం వుంటే ఆడబడుచుల కట్నం, లాంఛనాలని అంతా ఖర్చు చేస్తామట. తనే మాట్లాడుకున్నాడు. ఇలాంటి కొడుకుల కంటే శత్రువులు ఎవరుంటార్రా!" అంటూ బాధపడింది. డబ్బులేకపోవచ్చు, మంచి ఉద్యోగం లేకపోవచ్చు, అంతమాత్రం చేత తల్లి తనను అంత తక్కువగా అంచనా వేసుకుందా! 'కోమలి' నవ్వుకున్నాడు.

అతను తనుండే గదికి వచ్చి స్టౌ వెలిగించి అన్నం పడేశాడు.

"ఇక్కడే ఉంటాడు ఆ అబ్బాయి. మీకు కావల్సిన అబ్బాయ్యో కాదో నాకు తెలియదు" అంటున్నాడు మేస్త్రీ తమ్ముడు.

"ఎవరు చింతయ్యా?"

"ఎవరో గోపయ్యా, నీకోసం వచ్చింద్రు" అన్నాడు.

డ్రైవర్ యూనిఫామ్‌లో వున్నాడు. తను ఎప్పుడూ చూడలేదు.

"నా పేరు డేవిడ్... జయప్రదాదేవి గారి డ్రైవర్ని" అని పరిచయం చేసుకున్నాడు.

"అలాగా..." గోపీచంద్ ముఖంలోకి ఆమెను తలుచుకోగానే ప్రాణం లేచి వచ్చింది.

"గెస్ట్‌హౌస్‌లో ఉన్నారు, రమ్మంటున్నారు" అన్నాడు.

స్టౌ ఆర్పేసి, కారెక్కాడు. ఆమె లాన్‌లో కూర్చుని పాట వింటుంది. ఆమె ఎప్పుడూ పాటలు వింటూనే గడుపుతుంది.

"రండి గోపీచంద్ గారూ! రండి..." ఆహ్వానించింది. వెళ్లి అక్కడ ఖాళీగా వున్న కుర్చీలో కూర్చుని అప్పుడే గుర్తుకు వచ్చినట్టు, చటుక్కున నమస్కరించాడు.

"అంత ఫార్మాలిటీ అక్కరలేదు లెండి" అన్నది చిన్నగా నవ్వుతూ.

"భవానీ! ఇతనే చక్కగా పాడేది. గోపీచంద్, ఈమే నా స్నేహితురాలు భవాని..." పరిచయం చేసింది.

అప్పుడు పరిసరాలు పరీక్షగా గమనించాడు. ఆ ప్రక్కన ఓ స్త్రీ కూర్చుంది. పెద్ద బొట్టుతో, మెడకు గుత్తుగా కట్టుకున్న నల్లపూసలు గమ్మత్తుగా ఉంది.

"తను టీచర్‌గా పనిచేస్తుంది" అన్నది జయప్రదాదేవి.

"అలాగా! మీ ఆరోగ్యం పూర్తిగా బావుందా?"

"థాంక్స్.... నా ఆరోగ్యానికేం ఢోకా లేదు. చాలా రోజులుంటే చూచేవారు లేరని ఆ దేవుడికి కూడా తెలుసు." అన్నది నవ్వుతూ.

"జయా! ఏం మాటలే" భవాని మృదువుగా ఆమె చేతిపై కొట్టింది.

"గోపీచంద్ గారూ! మీరు ఒక పాట పాడాలి. మా భవాని కూడా పాడుతుంది కాని దానికి చాదస్తం, సినిమా పాటలు పాడదు" అన్నది జయప్రదా దేవి.

"ఏమండీ చిన్నమాట..." గోపీచంద్ ఇబ్బందిగా కదిలాడు.

"చెప్పండి" అన్నదామె. వొడిలోని టేప్‌రికార్డర్ బల్లమీద పెడుతూ. అదే బల్లమీదున్న ఫ్లాస్క్ తీసి, అతనికి టీ ఇచ్చింది.

"అది కాదండీ... అందరూ 'గోపీ' అంటారు. మీరు అదే అనండి..." అన్నాడు టీ సిప్ చేస్తూ.

"ఉహు! అందరు పిలిచిన పేరుతో నేను పిలువలేను" అన్నదామె.

"మీ ఇష్టం..." అన్నాడు టీ త్రాగుతూ.

ఆమె పూర్తిగా తెల్లటి బట్టలతో, విరిసిన మల్లెలా ఉంది. చేతికి ముత్యాల కంకణం, మెడలో ఒంటిపేట ముత్యాల గొలుసు వున్నది.

చెవులకు ముత్యపు దిద్దులున్నాయి.

"చందూ అంటాను సరా..."

"చాలా బావుంది" అన్నది భవాని.

"మా భవాని మాటలు నమ్మకండి. నేను ఏది చేసినా బావుంది అనటంలో ప్రప్రథమురాలు." అన్నది నవ్వుతూ.

"నా మాటలు అతిశయోక్తులా! చెప్పండి గోపీచంద్ గారూ! 'చందూ' అన్న పేరు బావుండ్లా" అన్నది భవాని.

"చాలా బావుంది" అన్నాడు హృదయపూర్వకంగా, నవ్వుతూ.

"మీరు పాడనేలేదు చందుగారూ!" భవాని అడిగింది.

అతను ఏకవీరలోని ఓ పాట పాడాడు. భవాని ఓ భావగీతం పాడింది.

ఆ నిముషంలో తను యాదగిరి దగ్గర పని చేస్తున్నానని, అక్కడ సిమెంట్ స్టోర్ వుందని, దానికి కాపలా కాయాలని మరిచిపోయాడు. జయప్రదాదేవి ఒక్కర్తే సత్యం - అంతా మిథ్యా అన్న భావన కల్గింది.

"భవానీ! చందూ కూడా మీ జాతి వాడేనోయ్!"

"అంటే..." భవాని ముఖం చిట్లించింది. ఎందుకంటే తనకు జయప్రదకు మధ్య యెప్పుడూ కులం, మతం అడ్డురాలేదు.

"ఏమిటే మరీ అంత ఉలిక్కిపడతావ్! నీలాగే అతను గేయాలు వ్రాస్తాడు" అన్నది.

"ఓ... అదా సంగతి" అన్నది నవ్వుతూ.

భోజనం చేసి, బయలుదేరేసరికి పదకొండు గంటలు రాత్రి అయింది.

అతడిని సాగనంపుతూ బయటికి వచ్చింది జయప్రదాదేవి.

"ఈ ప్రక్కనే నాన్న పొలాలున్నాయి చందూ! చూచుకోవటం కష్టంగా ఉంది. అందుకే అమ్మేశాను. సాయంత్రం వరకు వెళ్ళిపోవచ్చు అన్నాడు డేవిడ్. అప్పుడు నువ్విక్కడే ఉన్నావని గుర్తుకు వచ్చింది" అన్నది.

"థాంక్స్! నన్ను అంత ప్రత్యేకంగా గుర్తుపెట్టుకున్నారు."

"అలాగే భవాని నాగార్జున సాగర్ చూడలేదంటే చూపించాను" అన్నది.

"రేపుంటారా?"

"నాకు యెక్కడయినా ఒక్కటే - కాని భవానికి స ్కలుంగి. అన్నదామె. ఆ మాట అంటుంటే ఆమె ముఖంలో యెక్కడలేని దిగులు కనిపించింది. డబ్బు, కారు, అన్నీ ఉండి కూడా అంత దిగులా!

ఈ ప్రపంచంలో దిగులు లేని మనిషి లేరేమో!

"నీ ఉద్యోగం యెలా వుంది చెందూ?"

"ఉద్యోగం కాదు. బానిసత్వం" అన్నాడు చురుకుగా.

"చూడు చెందూ! ఒక్కమాట చెప్పేదా! మనము చేసే ప్రతీ పనిని ప్రేమించి, గౌరవించటం నేర్చుకోవాలి. సమస్యలే వుండవు" అన్నది.

"అతనొకప్పుడు..."

"నీకంటే చిన్నవాడు కావచ్చు, చదువు రానివాడు కావచ్చు, అతని అహంకారాన్ని ఏవగించుకో, కాని, పనిని మాత్రం కాదు" అన్నది.

"పనిని యెవరయినా ప్రేమిస్తారా?"

"ఊ...." ఆమె ఆలోచిస్తూ యెటో చూస్తుంది. ఆమె కళ్ళలో అర్థంకాని గతం కనిపించింది. అతను ఒక్క ముక్క అర్థం చేసుకోలేదు.

అతను తన గదికి వచ్చాడు. ప్రక్క గది వైపు చూచాడు. తాళం వేసి వుంది. తన గదికి వెళ్ళి పడుకున్నాడు.

మర్నాడు అతను లేచాడు. ఒక్కసారి గెస్టహౌస్ వైపు వెళ్ళి రావాలను కున్నాడు కాని, ఆమె ఉదయమే వెళ్ళిపోయి ఉంటుంది. తొమ్మిదింటికి పూర్వమే హైద్రాబాద్ చేరుకోవాలి.

అతను స్టౌ వెలిగిస్తుండగా బయట శబ్దం అయింది. సైటు దగ్గరకు సిమెంటు తీసుకుపోవటానికి వచ్చారేమోనని, గభాల్న తాళం చెవులు తీసుకుని వచ్చాడు.

యాదగిరి తాళం తీసి, సిమెంటు బస్తాలు లెక్కపెట్టిస్తున్నాడు. అప్పుడప్పుడు ఆయన బ్లాకులో అమ్ముకుంటాడు. అదే పద్ధతి అనుకుని, గదిలోకి వచ్చాడు.

"గోపయ్యా... ఓ గోపయ్యా!" మేస్త్రీ పిలిచాడు. గోపీచంద్ బయటకు వచ్చాడు. యాదగిరి కళ్ళు నిప్పులు కక్కుతున్నాయి.

"నిన్న యెన్ని సంచులు ఉన్నాయి?"

"మీముందే లెక్కపెట్టి తాళం వేశాను. మూడు వందల డెబ్బై అయిదు ఉన్నాయి" అన్నాడు గోపీచంద్.

"మేస్త్రీ! ఈపూట యెన్ని ఉన్నాయి?"

"మూడు వందల అరవయి అయిదు ఉన్నాయండి. నాల్గుసార్లు లెక్కపెట్టిన" అన్నాడు బుద్ధిమంతుడిలా.

"మరి ఆ పది బస్తాలు ఏమయినట్టు!"

"బావుందయ్యో! నీలాంటోడ్ని చూచే అన్నారేమో మొగన్ని కొట్టి మొత్తుకుంటుందని. తాళం చెవులు నీ దగ్గర, నా దగ్గరే ఉన్నాయి" అన్నాడు యాదగిరి.

"అదే నా కర్థం కావటం లేదు."

"ఇంకా బుకాయించకు గోపీచంద్! పది బస్తాలు పోలీసులు పట్టుకున్నారు. రెండు రిక్షాలు పట్టుబడ్డాయి. కొన్నవాడు పారిపోయాడు" అన్నాడు.

"నేనా! నేను సిమెంటు అమ్ముకుంటానా?" అతను ఆశ్చర్యపోయాడు. తనకు అంత ఆలోచనే రాలేదు.

"నాకు ఏం తెలియదు యాదగిరిగారూ! మీరు ఏ ప్రమాణం చెయ్యమన్నా చేస్తాను" అన్నాడు రోషంగా.

"ఇంకా ప్రమాణాలు, ఒట్లు యెందుకయ్యా! నువ్వుండగా ఎక్కడికి పోతాయి?"

"నేను ఒకటి రెండు గంటలు బయటికి వెళ్ళానండి, తెలిసిన వారు గెస్ట్‌హౌస్‌లో ఉంటే వెళ్ళాను. అప్పుడెవరన్నా చేశారేమో..." అన్నాడు ఆలోచిస్తూ.

"ఓహో అయితే పోలీసులు వచ్చి సోదా చేసినా దొరకకుండా జాగ్రత్త పడ్డావన్న మాట" అన్నాడు వెటకారంగా.

"ఏమిటి... ఏమిటండీ మీరనేది?" అన్నాడు కోపంగా.

"సిమెంటు డబ్బు జాగ్రత్తగా పట్నం చేరేశావన్నమాట."

గోపీచంద్‌కు ఏం చెప్పాలో తెలియలేదు. అబద్ధాలు చెప్పేవాడు మనం నిజం చెప్పినా నమ్మడు.

అత్యాచారాలు చేసేవాడు మంచిని గౌరవించడు.

"పోలీసులను పిలవమంటావా."

"పిలవండి. నేన అమ్మినట్టు రుజువు చేస్తే జైలుకువెళ్తాను" అన్నాడు నిబ్బరంగా. యాదగిరి కారాలు, మిరియాలు నూరుతూ వెళ్ళిపోయాడు.

6

"నాన్నగారూ! చూడండి వాడి నిబ్బరం! మనకు తెలియని వారెవరు వీడికి స్నేహితులు!" ప్రభాకర్ హూంకరించాడు.

రంగారావు యెటూ తేల్చుకోలేకపోయాడు. గోపీచంద్ సిమెంటు అమ్మగా యెవరూ చూడలేదు. అందుకని రిపోర్టుపై ఏమీ చర్య తీసుకోలేక పోయాడు. కాని, ఉద్యోగం పోయింది.

ప్రభాకర్ అది అవమానంగా భావించాడు.

"ఎవరిని చూడటానికి వెళ్ళేవో చెప్పరాదు" తల్లి రెట్టించింది.

"ఎవరని చెప్పాలమ్మా! నా పాట విని అభిమానించిన వ్యక్తి..." అన్నాడు. అతని మాట పూర్తికాకముందే పక, పక నవ్వాడు ప్రభాకర్.

"అప్పుడే ఘంటసాల, ఎస్.పి. లెవల్‌కు ఎదిగిపోయాడు. ఫ్యాన్స్ ఏర్పడ్డారు..." అన్నాడు హేళనగా.

"నిజమైన కళను గుర్తించే సహృదయులున్నారింకా! కీర్తితోనే అర్హతలను గుర్తించరు" అన్నాడు.

"ఓహో! వాళ్ళకంటే గొప్ప గాయకుడవు. నాన్నా, మీరు వాడు ఏమయినా చేసుకోండి. నా నుండి ఒక్క పైసా ఆశించవద్దు. మీకు ఇష్టమయితే నా పెళ్ళికి రండి" అని వెళ్ళిపోయాడు.

కోమలి, పద్మా రిక్షా దిగారు.

"అమ్మా... వాళ్ళ ముందు అనవసరమైన విషయాలు ఎత్తకు" హెచ్చరించాడు. అతను మనసులోనే విసుక్కున్నాడు. ఏం ఆడవారో, ఏదయినా పొరపాటు జరిగితే జీళ్ళపాకంలా సాగదీస్తారు.

"గుడ్ ఆఫ్టర్‌నూన్ బ్రదరిన్లా!"

"గుడ్... ఓ నమస్తే సిస్టరిన్లా!" హౌ ఆర్ నీవు! అంతా వెల్లా!" అన్నాడు.

పద్మ పక, పక నవ్వింది.

"ఒరేయ్ గోపీ! మా మరదలు ఒక్కర్తి మాట్లాడితేనే వినలేక పోతున్నాము. నువ్వూ మొదలు పెట్టావా?"

"యధా సిస్టరిన్లా, తథా బ్రదరిన్లా! యామై కరెక్టూ!"

"బ్రదరిన్లా!" మూతి ముడిచింది కోమలి.

శారదమ్మ చాప పరిచింది. ముగ్గురూ కూర్చున్నారు.

"అమ్మా! నేనలా బయటికి వెళ్ళి వస్తాను" గోపీచంద్ బయలుదేరాడు.

"గోపీ! ఉండరా. నీతోనే మాట్లాడాలి" అన్నది పద్మ. అతనికి ఒక్కసారి తల్లి వ్రాసిన ఉత్తరం గుర్తుకు వచ్చింది.

"అక్కయ్యా! మీ పులిహోరకు జీవితం పేరులా జీడిపప్పులతో పులిహోర ఉన్నట్టు వుంది. నేను దద్యోజనాన్ని. పులుపు తప్ప ఏం లేదని చెప్పు" అన్నాడు తీక్షణంగా.

"ఏమిటే వీడికి మతిగాని పోయిందా?" శారదమ్మ అడిగింది.

"వాళ్ల బావగారిపై కోపంలేమ్మా." అన్నది.

"బ్రదరిన్లా! ... నాపై ఏంగర్ ఏం లేదు కదా! నో కోపం! ప్లీజు టెల్లూ... టెల్లు...." కోమలి అడిగింది.

"నీ మీద గొంతువరకు ఏంగ్రీ! వై? బికజు యు ఆర్ అమాయకురాలు.." అని బయటికి వచ్చాడు.

అతనికేం చేయాలో తోచలేదు. ఉద్యోగం అంటే మాటలా! ఎవరిని అడగాలో ఏమో అర్థం కాలేదు. మనసులో అశాంతిపోయి, తనపై తనకు నిగ్రహం, ఆత్మవిశ్వాసం కలగాలంటే ఒక్కసారి జయప్రదాదేవిని చూడాలి.

అతను వెళ్ళేసరికి ఎప్పటిలా గందరగోళంగా లేదు ఇల్లు - ప్రశాంతంగా ఉంది. ఆమె ఊళ్ళో లేదేమో. తిరిగి పోదాం అనుకుంటుండగా, జయప్రదాదేవి మేడ దిగుతుంది.

"హల్లో చందూ! రావయ్యా రా...." అన్నది. ఆమె ముఖం సంతోషంతో కళ కళలాడుతుంది.

"ఏమిటండీ! ఎన్నడూ లేనంత ప్రశాంతంగా వుంది మీ ఇల్లు?" అన్నాడు ఆమెనే చూస్తూ.

"ఏమిటో ఊహించు చూద్దాం." అన్నది తను కూర్చుంది. అతను ఆమె కెదురుగా కూర్చున్నాడు.

"ఏమోనండీ...." అన్నాడు ఊహించటానికి ప్రయత్నిస్తూ.

"మా బంధువులందరినీ పంపించేశాను గోపీ! వాళ్ళు ఎంత గొడవ అయినా క్రిందనే ఉండేవారు. ఈ మధ్య పైకి రావటం - నోటికి వచ్చినట్టల్లా మాట్లాడటం పరమ చిరాకేసిందనుకో" అన్నది అభిమానంగా.

"మంచి పనిచేశారండీ! ఈ కాలంలో మన మంచితనాన్ని చేతగానితనం అనుకుంటారు" అన్నాడు.

చేసిన ఉద్యోగం నెల పదిహేను రోజులే అయినా చాలా మార్పు వచ్చిందనిపించింది జయప్రదకు.

మొదటిసారిగా ఇద్దరూ డైనింగ్ టేబుల్ మీద భోజనం చేశారు.

"సెలవుపెట్టి వచ్చావా?" అన్నది ఒక లవంగం పుడక నోట్లో వేసుకుని.

"ఉద్యోగం నుండి తీసివేశారు..." జరిగింది చెప్పాడు. ఆమె తల పంకించింది.

"జరిగిన ప్రతీ సంఘటన మన మంచికే చెందూ! ఒక మతపరమైన సంస్థలో పాట పాడేవారు కావాలట వెళ్తావా?" అని అడిగింది.

"తప్పక వెళ్తాను మేడమ్! ఇప్పుడు నాకు వంద రూపాయలు వచ్చినా ఒక సహాయమే" అన్నాడు.

ఆమె ఎవరికో ఫోన్ చేసింది. "విన్సెంట్ రెడ్డిని పిలవండి... జయప్రద... సత్యమందిరం నుండి... హల్లో విన్సెంట్... నేను... మీకు పాటలు పాడేవారు కావాలన్నారుగా, పంపుతున్నాను... మీరు పరీక్షించుకోండి... నో....నో...! నాపై నీకున్న అభిప్రాయానికి ధన్యవాదాలు.... ప్లీజ్ విన్సెంట్... రేపొకసారి రా..." అని ఫోన్ పెట్టేసింది.

"చూడు చెందూ! వెళ్ళి విన్సెంట్ రెడ్డిని కలువు. అక్కడి కంట్రాక్ట్‌ను బట్టి మ్యూజిక్ కాలేజీలో చేరిపోదువు" అన్నది.

"థాంక్స్... థాంక్సండీ..." అన్నాడు ఏదో అనిర్వచనీయమైన భావం గొంతు కద్దుపడ్డట్టు అయింది.

"తేరగా చేసే ఏ పనికి విలువ ఉండదు చెందూ! మరి నీకు ఏదో చిన్న ఉద్యోగం చూపాను. నాకేమిస్తావ్?"

ఒక్క క్షణం అతను తెల్లబోయినట్టు చూచాడు. ఈవిడకు తనేం ఇవ్వగలడు! ఒక్కసారి హిమాలయ శిఖరం మీదపడి అగాధంలో పడిన అనుభూతి కల్గింది.

"ఏం ఇవ్వమంటారు?"

"అడిగిన తరువాత కాదంటే నాకు బాధ కల్గుతుంది." అన్నది.

"ఏమడుగుతుంది! డబ్బా! పని చెయ్యమంటుందా!"

"నా శక్తికి మించని పని అయితే..."

"అయితే ఈ రోజు సాయంత్రం మన మొక చోటికి వెళ్తున్నాము. అక్కడ మీరు పాడతారు. నేను శ్రోతను, సరా..." అన్నది.

"ఇంతేనా!"

అవును అన్నట్టు తలాడించింది. అతను తన భావాలకు సిగ్గుపడ్డాడు.

"యెక్కడికి వెళ్దామంటారు?"

"అది నిర్ణయించటం నాకు అలవాటు లేదు. మీరు ఇంట్లో చెప్పి రండి" అన్నదామె.

"చెప్పకపోయినా ఫరవాలేదు" అన్నాడు.

"అది చాలా పొరపాటు చెందూ! ఒక వ్యక్తి కోసం యెదురు చూడటం యెంత టెన్షనో నీవు యెరగవు. నీవు యెక్కడికి వెళ్తున్నావో ఇంట్లో చెప్పాలి. నా కెవరూ లేరు. అయినా పనివారికి చెబుతాను" అన్నదామె.

అతను ఇంటికి వచ్చి, నిజం చెప్పలేకపోయాడు.

"అమ్మా, నాకు పాట పాడటానికి అవకాశం వచ్చింది. నేను వెళ్ళాలి. ఒక వేళ ఆలస్యం అయితే చూడకు" అన్నాడు.

అతను మెట్లు దిగుతుంటే తండ్రి మాటలు వినిపించాయి.

"ఏమిటోయ్! మీ అడ్డగాడిదకు చాలా బాధ్యత తెలిసింది" అన్నాడు.

"మీ నోరేగాని యెప్పటికీ ఒకేలా ఉంటారా! వాడు చిన్న వాడని కాస్త అల్లరిగా తిరిగాడు" అన్నదామె.

నిజమే, యెంత ఆలోచించి చెప్పింది జయప్రదాదేవి. తల్లి గుమ్మంలోనే నిల్చునేదేమో. తను భోజనం చేశానంటే వివరాలు అడగలేదు. అందుకు సంతోషించాడు.

వెంకమ్మ డిక్కీలో ఏమేమో పెట్టింది. జయప్రదాదేవి ఎక్కగానే, అతను ముందు తలుపు తీసుకుని కూర్చున్నాడు.

"డేవిడ్! మన తోటకు పద...." అన్నది.

కారుతో పాటు, గోపీచంద్ ఆలోచనలు సాగాయి.

ధనవంతులయిన స్త్రీలు, తమ కామవాంఛలు తీర్చుకోవటానికి తనలాంటి వారిని పావులా వాడుకుంటారట. జయప్రద తనను కోరితే! కోరితే!

కాదనటానికి ఆంక్షలేమున్నాయి? అందగత్తె, ఆస్తి పాస్తులు దండిగా ఉన్నాయి. తన భవిష్యత్తు తీర్చి దిద్దగల స్తోమతు ఉంది.

మరి సంఘము! కుటుంబము, విమర్శలు! అతని ఆలోచనలు యెటో పోయాయి.

పురుషులంతా కాముకులు, డబ్బుకు దాసోహం అనరని తను నిరూపించాలి.

"చెందూ! దిగుతావా, కారులోనే కాలక్షేపమా!"

అప్పటికే ఆమె దిగింది. ఆమె యెదురుగా ఒక కుర్రాడు నిలబడి ఏదో చెబుతున్నాడు.

"ఓ..." అతను కారు దిగాడు. డేవిడ్, చిన్న కుటీరంలా ఉన్న ఇంటి తలుపు తీశాడు, నిలువెత్తు ఉన్న ఓ యువకుడి ఫోటోకి గులాబీ మాల వేసి ఉంది. దాని దగ్గర అగరు ఒత్తులు వెలిగించారు. గదంతా వ్యాపించిందా పరిమళం.

గదినిండా తివాచీ పరిచి వుంది.

"రా చెందూ! ఆమె ముఖం గంభీరంగా మారిపోయింది. వెళ్ళి ఫోటో దగ్గర కూర్చుంది. గోడకానుకుని, కాళ్ళు చాపింది.

"నీ ఇష్టం - ఏ పాట పాడినా వింటాను" అన్నది.

అతను ఆమె వంక చూచాడు. కళ్ళు మూసుకుంది. 'మొదట రాధా మాధవ ప్రణయం' యెత్తుకున్నాడు. దాని తరువాత అరగంట వరకు ఘంటసాల భక్తి గీతాలు పాడి వినిపించాడు. ఆమె కళ్ళు విప్పనేలేదు.

"మేడమ్..."

"ఏమిటీ?" కళ్ళు విప్పింది.

"కాసేపు అలా తిరిగి రానా!"

"వెళ్ళి రండి" అన్నది. మళ్ళీ కళ్ళు మూసుకుంటూ.

అతను బయటికి వెళ్ళేసరికి సిమెంటు చెప్టాపైన డేవిడ్ పడుకుని నిదుర బోతున్నాడు.

పదముల సవ్వడికే లేచి కూర్చున్నాడు.

"అబ్బ, చాలా బాగా పాడింద్రయ్యా" అన్నాడు సంతోషంగా.

"థాంక్స్" అన్నాడు పరిసరాలను పరిశీలిస్తూ.

"ఆ దేవుని కృప మీపై ఉండుగాక" అన్నాడు.

చాలా చిన్న తోట. అంతా కలిసి, రెండెకరాలుండేమో. ఒక వైపు జామ, నిమ్మ, నారింజ చెట్లున్నాయి. తోటకు బోర్డరులా కొబ్బరిచెట్లున్నాయి.

మరోవైపు మామిడి చెట్లున్నాయి. వాటి ప్రక్కన పోక చెట్లు, మూడు నాలుగు ద్రాక్ష తీగలున్నాయి.

ఒకచోట గుండ్రంగా చదును చేసిన స్థలంలో క్రోటన్లు రక, రకాలుగా నాటారు.

మరోచోట మల్లెపందిరి, లవంగం పూల పందిరి ఉంది. అవన్నీ చూస్తూ ముందుకు నడిచాడు. సీజన్ పూలు కొన్ని ఉన్నాయి.

"గోపీచంద్ గారూ! కాఫీ..." డేవిడ్ పిలిచాడు. బిస్కెట్లు కాఫీ ఇచ్చాడు. అది తీసుకుని మళ్ళీ లోపలికి వెళ్ళాడు. నిదుర బోతున్నదా, కళ్ళు మూసుకుని కూర్చున్నదా అర్థం కాలేదు.

"మేడమ్..." మెల్లగా పిలిచాడు. కదలిక కనిపించలేదు.

"ఏ దివిలో పూచిన పారిజాతమో..." అంటూ మెల్లగా పాట అందుకున్నాడు.

"వచ్చావా చెందూ!" అని మాత్రం అన్నది.

మళ్ళీ ఓ అరగంట, నలభై నిమిషాలు జరిగింది గాన కచ్చేరి. అయిదున్నర గంటలకు ఆమె కళ్ళు విప్పింది.

"థాంక్యూ చెందూ... థాంక్యూ వెరీమచ్" అన్నది.

"మేడమ్! కళ్ళు మూసుకుని ఇంతింతసేపు పాటలు ఎలా వినగల్గుతారు" అన్నాడు.

"కళ్ళు మూసుకుంటే నా కళ్ళు యెన్నో దృశ్యాలను దర్శిస్తాయి చెందూ! వాటిని నేనే చూస్తాను. గతానికి చిహ్నాలు, భవిష్యత్తుకు ఆలంబన" అన్నది.

"ఆ గతం ఏమిటో...."

"అంత భయం దేనికి చెందూ! మన పరిచయం ఎంత!..." అంటుండగానే డేవిడ్ వచ్చాడు.

"అమ్మగారూ! డాక్టర్ రఘువీర్ వచ్చారు."

"రమ్మను." ఆమె కాళ్ళు ముడుచుకుని కూర్చుంది. డేవిడ్ వెళ్ళిపోయాడు. రెండు నిముషాల తరువాత ఓ ఆజానుబాహుడిని తీసుకుని వచ్చాడు.

"హల్లో దేవీ..."

"హల్లో రఘూ!"

"ఏమిటీ యెక్కడా దర్శనమే లేదు."

"పతియే ప్రత్యక్షదైవం అన్న సిద్ధాంతాన్ని నమ్మి మా ఆవిడకే దర్శన మిస్తున్నాను" అన్నాడు.

"ఒట్టి దర్శనమేనా వరాలు కూడానా!"

"ప్రస్తుతానికి పాపో, బాబో తెలియదు గాని, ఆరునెలలు."

"కంగ్రాచ్యులేషన్స్..."

"ఏం అక్కరలేదు. మొన్న సీమంతానికి పిలిస్తే వచ్చావా?"

"అయామ్ సారీ రఘూ.... సారీ...." అన్నది. అంతవరకు వెలిగిన ముఖం చిన్నబోయింది.

"అయి నో... అయినో యువర్ ట్రబుల్. అవును, ఏమిటి వనవాసం బయలుదేరావు!"

"బంధుకోటిని అజ్ఞాతవాసం పంపిన శుభసందర్భములో..." అన్నది తనూ నవ్వుతూ. ఆమెను మళ్ళీ మూడ్‌లోకి తెచ్చాడు.

"మరిచాను రఘూ! ఇతను గోపీచంద్ అని పాటలు పాడతాడు. అపర ఘంటసాలని చెప్పనుగాని, చాలా బాగా పాడతాడు. చెందూ! ఇతను డాక్టర్ రఘువీర్. కీర్తిశేషులు అయిన మా వారికి మిగిలిన శేషమిత్రుడు" అన్నది.

"నమస్తే..."

"నమస్తే... ఏమిటి అంత డల్‌గా ఉన్నావు. మా దేవిగారి సహచర్యంలో హుషారు పుంజుకోవాలే!" అన్నాడు నవ్వుతూ.

"రఘూ! పాపం గంట నుండి కచ్చేరి చేస్తున్నాడు."

"ఒంటరిగానే!"

"ఒంటరిగా యెందుకయింది! జంటగా నేను, మా స్వర్గీయ శ్రీవారు విన్నాము" అన్నది.

డేవిడ్ తెచ్చిన పదార్థాలు ముగ్గురు తిన్నారు.

"ఒంట్లో బావుండ్లేదా రఘూ! అలా చిక్కిపోయావేం?"

"నాకేం ఆరోగ్యంగా ఉన్నాను. రోగాలు నా దగ్గరకు రావాలన్నా పారిపోతాయి. జస్ట్ డయిటింగ్..." అన్నాడు.

వృత్తిరీత్యా అతను డాక్టరయినా, ప్రకృతి రీత్యా మంచి మాటకారి. తన మాటలతో అందరినీ ఆకట్టుకునే స్వభావం కలవాడు. సాయంత్రం అయ్యాక అందరూ బయలుదేరారు. రఘువీర్ వెళ్ళిపోయాక, వీళ్ళిద్దరూ వచ్చేశారు.

"వెళ్తాను. గుడ్‌నైట్..." కారు దిగాడు.

"థాంక్స్ ఫర్ యువర్ కంపెనీ" ఆమె ఇంట్లోకి వెళ్ళింది.

అతను వచ్చి ఇంట్లో పడుకుని ఆలోచించాడు. జయప్రదాదేవి తనతోను, రఘువీర్‌తోను ఒకేలా ప్రవర్తించింది. తన ఊహలన్నీ తలక్రిందులయ్యాయి. అతను అటు, ఇటు దొర్లుతూ చాలాసేపు గడిపాడు.

7

ఫాదర్ థామస్ మ్యూజిక్ కంపోజ్ చేశాడు. నల్గురు కలిసి పాడుతున్నారు.

ప్రభూ రక్ష నీవే
మాకు శిక్ష వేయాల్సింది నీవే
పాపులము... మామూలు మనుషులమూ...

పాటలో మార్దవం, మృదుత్వం, సాహిత్యం యెక్కడా కనిపించలేదు. అందరూ ఒక్క శృతిలో పాడలేకపోతున్నారు. కాని ఇప్పుడు దాదాపు అక్కడ

పాటలు పాడుతూ, పాడేవారిని సమీకరించి ఆర్కెస్ట్రా వారిని పిలిచినందుకు మూడువందల యాభై రూపాయలు ఇస్తున్నారు. జయప్రదాదేవి చెప్పినందు వలన కాబోలు, తనకు అడ్వాన్స్‌గా ఇచ్చారు జీతం. ఆ డబ్బులు తల్లి చేతిలో పెడుతుంటే ఆమె యెంత సంతోషించింది. ఆమె కళ్ళలోని మెరుపు నిశ్చింత, మరిచిపోలేడు.

"వాడికి ఏం కావాలో చూడు మొదట" అంటాడు తండ్రి. తన అభిప్రాయాలతో, ఆధారం, నిరాధారం చేసుకోలేడు. అందుకే అతను లయ, శృతి అంటూ ఆలోచించక పాడుతున్నాడు. అమ్మాయిలు ఆ స్థాయికి అందుకోలేకపోయారు.

ప్రభూ రక్ష నీవే
ప్రభూ! శిక్ష నీవే

"అంటే బావుంటుందేమో" అలసిపోయిన ఒక అమ్మాయి అన్నది.

"ప్రభు కృపకు పాత్రుడనయి పాడుతున్న పాట ఇది - మధ్యలో అవాంతరాలు వద్దు...." అన్నాడు.

రికార్డింగ్ అయిపోయింది. అతను ఇంటికి వచ్చాడు. తల్లీ, తండ్రి ప్రభాకర్ నిశ్చితార్థానికి తయారవుతున్నారు.

"ప్రేమ వివాహం కాబోలు - ఈ నిశ్చితార్థం తతంగం ఏమిటమ్మా!" అన్నాడు విసుగ్గా.

"ఏమిటమ్మా అంటే నేను ఏం చెప్పాలి! రా అమ్మా అంటే వెళ్తున్నాను. ప్రేమ యెక్కువయి కాదు నలుగురిలో నా పరువు కాపాడుకోవటానికిరా నాయనా"" అన్నదామె.

గోపీచంద్ ఏం మాట్లాడలేదు. వాళ్ళిద్దరూ వెళ్ళిపోయారు. తనను వద్దని ఉంటారు అనుకున్నాడు.

మర్నాడు ఆదివారం. నిదానంగా తన పనులు చేసుకుని జయప్రదాదేవిని చూడాలని వెళ్ళాడు.

అతను పైకి వెళ్ళేసరికి ఆమె వార్తాపత్రిక చదువుతుంది.

"పండితుడని పట్టుకొచ్చి సన్మానం చేస్తే చచ్చినోళ్ళందరికీ సలామ్ అన్నాట్ట నీలాంటివాడు. అదేమిటా పాట అలా తగలేశావ్!" గంయిమంది.

"ఏ పాటండీ!" ఆశ్చర్యంగా అడిగాడు.

"ఛీ.... ప్రొద్దున్నే క్రైస్తవ భక్తిగేయాలు అంటూ ప్రసారం చేస్తూ తమరి పేరు అనౌన్స్ చేశారు. నేరక రేడియో విన్నాను. పాడింది నువ్వేనా!"

"ఇంకా తిట్టండి. బాగా తిట్టండి. ఇంకా తిట్టండి" అన్నాడు.

ఈసారి తెల్లబోవటం జయప్రద వంతయింది.

"నిజమండీ! ఆ సాహిత్యంలో సారం లేదు. ఆ మాట అంటే అన్నం కాళ్ళ తన్నుకున్నట్టే" అన్నాడు.

"ఓ...ఐసీ. ఇన్ని ఇబ్బందులున్నాయా?"

"అంతే కాదు, వాద్యబృందం కూడా విసిగిపోయారు."

"ఇవన్నీ వినే శ్రోతలు ఆలోచించరు చెందూ! ఇక ముందు అలాంటి పాటలు పాడాల్సి వస్తే ఏదయినా వంకన తప్పించుకో" అన్నది ఇబ్బందిగా.

వాళ్ళు మాట్లాడుతుండగానే ఓ యువకుడు వచ్చి నమస్కరించాడు. జయప్రద తల పంకించింది.

"నీ వ్యాపారం యెలా ఉంది రాజూ!"

"బావుందండీ. యానివర్శరీ చేద్దామని ఉందండీ. మిమ్మల్ని అడుగుదామని వచ్చాను." అన్నాడు.

"ఓ బెజవాడ రైలు బండీ 'జయా' అని పిలువమని చెప్పానా లేదా!"

"చెప్పారు కాని.. కాని..."

"ఇప్పుడు క్లాసుమేటు కాదు జయప్రదాదేవి నీ దృష్టిలో అవునా! రాజూ! జయ ఒంటరిది నా వాళ్ళు అనేవారు కావాలన్న ఆలోచన రాదా?" అన్నది ఉదాసీనంగా.

"అయామ్ సారీ జయా!"

"సారీలు, ధోతీలు యెందుకుగాని, యానివర్శరీ ఫ్యాక్టరీలో చేస్తావా, ఏదయినా థియేటర్‌లోనా!" అన్నది.

"ఫ్యాక్టరీ ఆవరణలో స్టేజి కట్టాము, అక్కడ ఏదయినా వెరయిటీ ప్రోగ్రామ్ పెట్టాలని ఉంది" అన్నాడు.

"అయిసీ... రాజూ! మీట్ అవర్ యంగ్ ఫ్రెండ్ గోపీచంద్. చెందూ! రాజరాజు అని నా క్లాసుమేటు" పరిచయం చేసింది.

ఒకరికి, ఒకరు నమస్కరించుకున్నారు.

"నమస్కరించుకున్నట్టు కాదు. గోపీచంద్ మంచి గాయకుడు, నీ యానివర్శరీ ప్రోగ్రామ్‌లో అతని కచ్చేరి ఉండాలి." అన్నది.

"జయ చెప్పటం నేను వినకపోవటమూనా!"

"థాంక్స్..." అంటుండగా పళ్లరసం వచ్చింది.

"జయా! నీతో రెండు నిమిషాలు మాట్లాడాలి" అన్నాడు.

"ఒక్క నిమిషం చెందూ..." ఇద్దరూ దూరం వెళ్ళారు. అతను ఏదో చెప్పాడు! ఆమె కొడతానని చెయ్యి లేపింది.

అతను చేతులు జోడించాడు.

ఆమె నవ్వింది.

మళ్ళీ రెండు నిమిషాలు ఏదో మాట్లాడి వచ్చేశారు.

"జయా! దినమంతా నీ దగ్గర కూర్చుని కబుర్లు వింటున్నా తనివితీరదు. కూర్చుంటే పనులు కావు" అతను లేచాడు.

"రాజూ! నువ్వు కూర్చుంటానన్నా నేను అంగీకరించను. ఎప్పుడయినా శాంతిని పంపించు" అన్నది.

అతడిని గేటువరకు సాగనంపింది. అక్కడ మళ్ళీ ఏదో మాట్లాడు కుంటున్నారు.

గోపీచంద్‌కు అసహనంగా ఉంది. అసూయగా కూడా ఉంది. ఏమిటి ఈవిడ అభిప్రాయం! అందరితో సరాగాలా! ఆ ఆప్యాయతను నమ్ముకోవటం అంత బుద్ధితక్కువ మరొకటి లేదేమో!

"ఛ...ఛ... ఆవిడ కళాకారుడిగా నిన్ను అభిమానించింది. అంత మాత్రం చేత ఆమె కార్యకలాపాలపై ఆంక్షలు విధించడం, ఆజ్ఞాపించటం హాస్యాస్పదం!

అదికాక తనకేం అధికారం ఉంది. ఆమె మేడలోకి వచ్చి, ఆమెతో కూర్చునే అర్హత కూడా తనకు లేదు. ఒక కళాకారుడిగా గుర్తించిన ఆమె సహృదయతకు నమస్కరించాలి.

"ఓ కవి గాయక శిఖామణీ! ఊహాలోకాలలో విహరిస్తున్నావా?" అన్నది.

"అబ్బే... అంత..." కంగారుగా అన్నాడు.

"అంత కంగారు దేనికయ్యా బాబూ! నీ విషయమే రాజుతో మాట్లాడాను. నీకు యెప్పుడు విసుగువస్తే అప్పుడు వచ్చి అతని ఫ్యాక్టరీలో చేరమన్నాడు" అన్నది.

అతనొక్కసారి ఉలిక్కిపడ్డాడు. తనెంత నీచంగా, యెంత దిగజారి ఆలోచించాడు.

ఒక్కసారి... ఒక్కసారి వెళ్ళి ఆమె కాళ్ళు కళ్ళకు అద్దుకోవాలనిపించింది.

"ఇక నీ ఆలోచనలు, భయాలు కట్టిపెట్టి, హాయిగా సాహిత్యం నచ్చితేనే అంగీకరించు' అన్నదామె.

"థా....థా...ం....క్స..."

"గొంతుకు అడ్డంపడ్డ ఆ మాటలను యెందుకలా బయటికి లాగుతావు. కొన్ని అభిమానాలు, అనుభూతులు పదిలముగా హృదయములో దాచి ఉంచు" అన్నది.

"అదికాదు..." ఏది కాదో చెప్పలేకపోయాడు.

"రేపు రాజు వాళ్ళ ఫంక్షన్లో అందరి చెవుల త్రుప్పు వదలగొట్టకపోతే నాకు కోపం వస్తుంది."

"చూస్తారుగా." అన్నాడు తను చాలెంజిగా, వాగ్దానం చేశాడు. ఆమె నవ్వుతూ సాగనంపింది.

అతను ఇంటికి వచ్చేసరికి తల్లి వచ్చింది, బట్టలు మార్చుకున్నా, తలలో పువ్వులు, కాళ్ళకు పసుపు, ఆమె శుభకార్యానికి వెళ్ళినట్టు సాక్ష్యం చెబుతున్నాయి.

"అమ్మా! కాబోయే వదిన యెలా ఉంది."

"చాలా బావుంది."

"అంటే..." అర్థం కానట్టు అన్నాడు.

"బావుందంటే తెలియ లేదుట్రా?"

"అది కాదమ్మా! ఇంకా వివరాలు కావాలి. ఆమె ఎవరూ, ఏం చేస్తుంది? వగయిరా... వగయిరా..."

"ఏమో అదంతా మాకు తెలియదురా. ఆ కాలనీలో రావుగారిల్లు అంటే యెవరన్నా చెబుతారంటే వెళ్ళాం. వెళ్ళగానే ప్రభాకర్ యెదురు వచ్చాడు. రండి అని తీసుకువెళ్ళి 'డార్లింగ్ మై పేరెంట్స్' అని పరిచయం చేశాడు. తలపై బుట్ట బోర్లించుకున్నట్టు ఉన్న ఓ అమ్మాయి చిరునవ్వుతో 'హలో' అన్నది. ఆ తరువాత వెళ్ళి కూర్చున్నాము. మీ అన్నయ్య వేదిక మీదికి తన భార్యను పిలిచి..."

"కాబోయే భార్యను..."

"అదే ఆమెను పిలిచి, వేలికి ఉంగరం తొడిగాడు. ఆమె తనూ అతని వేలికి ఉంగరం తొడిగి, బట్టలిచ్చింది. అందరూ చప్పట్లు కొట్టారు. ఆ తరువాత బఫేనట భోజనాలు చేశాము" అన్నది.

"బావుందమ్మా..." పక, పక నవ్వాడు.

"కాసేపు నడుము వాలుస్తాను. నడుము నొప్పిగా ఉంది. టేబుల్ మీద నీకు వచ్చిన ఉత్తరాలున్నాయి తీసుకో" అన్నది.

"తనకెవరు వ్రాస్తారబ్బా!' అనుకుని వెళ్ళి ఉత్తరాలు తీసి, చదివాడు. ఒకటి శ్రీధర్ వ్రాశాడు. "మా చిన్న మామగారి అమ్మాయి ఉంది, రమ్మని వ్రాశాను. కట్న కానుకలతో పాటు ఉద్యోగం కూడా చూపిస్తారు'. అంటూ ఆ అమ్మాయిని వివాహము చేసుకుంటే కలిగే లాభాలు వర్ణించాడు.

అతను నిట్టూర్చాడు. పుట్టిన నాడు అన్నదమ్ములు యెంత ప్రేమగా ఉంటారు. యెంత అభిమానం ఒలకబోసుకుంటారు. పెరుగుతూ శత్రువుల్లా తయారవుతారు. నిట్టూర్చాడు.

రెండో ఉత్తరం విప్పాడు.

"డియర్ బ్రదరిన్లా!

నేను నిన్ను లవ్ చేస్తున్నాను. యు నన్ను లైక్ చేస్తున్నావు. బికాజు మనము మేరేజ్ చేసుకుందాము. హాపీగా ఉందాము. నాకు చాలా మనీ ఉంది. బ్రదర్ ఇన్‌లా మీరు ఎక్‌సెప్ట్ చెయ్యండి. నేను నిన్ను లైక్‌చేస్తాను... ఒక్కసారి

మా హోమ్‌కి రా, నాకు హాప్పీగా ఉంటుంది. నిన్ను లుక్ చేస్తాను..” ఉత్తరం చదువుకుని పక పకా నవ్వాడు.

“ఏమిట్రా... ఏమిటది...” కంగారుగా వచ్చింది శారదమ్మ.

“అమ్మా! నాకొచ్చిన మొదటి ప్రేమలేఖ... కాదు ప్రేమలెటర్! ఒక గర్ల్ రైట్ చేసింది. వండర్ ఫుల్లుగా ఉంది.”

“కోమలి వ్రాసిందా!” నవ్వింది శారదమ్మ.

“అయితే కోమలి కోడ్ నీకు అర్థం అయిందన్నమాట” అన్నాడు.

“పాపం! అమాయకురాలురా. అనరాదుగాని మన పద్మకు తను, తనవారు తప్ప, ఇతరుల గురించి పట్టదు. ఆ అమ్మాయికో ట్యూటర్ని పెట్ట కూడదూ!” అన్నది శారదమ్మ

“ఈ ఇంగ్లీషు మాట్లాడాలన్న తాపత్రయం యెందుకట!”

“అదేరా తెలిసీ తెలియని వయసు. ఇంగ్లీషు మాట్లాడటం ఓ అర్హత అనుకుంటారు. వచ్చిన పదాలు కలిపి వాడటం” అన్నదామె నవ్వేస్తూ.

గోపీచంద్ గబ, గబా వెళ్ళి తన నోటు పుస్తకం తీసి, అందులో వ్రాసిన కృష్ణశాస్త్రి గేయాలు తీశాడు.

తలుపుమీద టక, టక మన్న శబ్దం వచ్చింది. గోపీ యెవరా అని తల యెత్తాడు.

కుమార్! జంటనగరాలలో ప్రసిద్ధితో పాటు సన్మానాల సంస్థ అంటూ పేరుగాంచిన ‘స్వరవిరించి’ ప్రెసిడెంటు కుమార్!

ఆశ్చర్యంగా చూస్తూ ఆహ్వానించటం కూడా మరిచిపోయాడు.

“రావచ్చా?”

“రండి...” ఆహ్వానించాడు. కుర్చీ దులిపాడు. అతను కూర్చున్నాడు.

“కాఫీ, టీ...ఏం తీసుకుంటారు?”

“ఏం వద్దు, నా కవతల చాలా పని ఉంది. యెల్లుండి మనదో సంగీత కచ్చేరి ఉంది. మీరు ఈరోజు సాయంత్రం నుండే మన ఆఫీసుకు రావాలి” అన్నాడు.

కుమార్‌లోని మార్దవానికి, మంచిగా ఆహ్వానించే పద్ధతికి ముగ్ధుడయినా, తను మెంబర్‌షిప్ కట్టలేదన్న సంగతి గుర్తుకు వచ్చింది.

"నాకు ఇంకా పర్మనెంటు ఉద్యోగం దొరకలేదు. మెంబర్‌షిప్ కట్టలేదు" అన్నాడు ఇబ్బందిగా.

"ఇప్పుడు మెంబర్‌షిప్ యెవడు ఏడ్చాడు! ఈ సంవత్సరం ఓ పద్ధతి పెట్టుకున్నాను. అవుట్‌స్టాండింగ్ ఆర్టిస్ట్‌లకంతా మెంబర్‌షిప్ సంస్థ తరపున కడుతున్నాను" అతను వాచీ చూచుకుని లేచాడు.

గోపీ ఆశ్చర్యంగా ముఖం పెట్టాడు. కుమార్‌కు, ఏదో అవతల పెద్ద ప్లాను ఉండి ఉంటుంది. తల పంకించాడు. పాడాలా వద్దా, అని ఆలోచించు కున్నాడు. గాయకుడిగా, కళాకారుడిగా అంగీకరించాలి. వ్యక్తిగా నిరాకరించాలి.

8

'రాజు స్టీలు మాన్యు ఫ్యాక్చరర్స్' ఫ్యాక్టరీ యానివర్సరీ చాలా ఘనంగా జరిగింది. అన్నీ లలితగీతాలే కాని, సినిమాకు రాగాలు కూర్చి పాడారా అన్నంత ఉన్నతంగా పాడాడు గోపీచంద్. అన్నింటికన్నా, ఏ కళాకారుడికయినా స్వేచ్ఛ కావాలేమో! ఆ స్వేచ్ఛ సంపూర్ణంగా దొరికింది. ఒకటికి నాల్గుసార్లు ట్యూన్ కుదుర్చుకున్నాడు. చక్కగా సాధన చేశాడు.

ప్రతీ పాటకీ చప్పట్లు మ్రోగడంతో ఇంకా హుషారు యెక్కిపోయింది. విజృంభించాడు.

ఆఖరు పాటకు అప్రయత్నంగా జయప్రదాదేవి వంక చూచాడు. ఆమె ముఖంలో ప్రసన్నత, ఆనందం అతడిని విచలితుడిని చేసింది. అందుకే కళలకు గుర్తింపు ఉండాలి.

కళారాధకులు, కళాపోషకులు ఉండాలి.

అప్పుడే కళలకు రాణింపు.

అప్పుడే కళాకారుడికి గుర్తింపు.

"అబ్బ! జయా! నువ్వు పాటకచ్చేరి పెట్టించమంటే నిజంగా జంకాను సుమా! రేడియో విప్పితే థర్టీపీస్ ఆర్కెస్ట్రాతో సినిమా పాటలు వస్తాయి. అలాంటిది ఈ లలిత సంగీతం యెవరు ఇష్టపడతారా అని, రియల్లీ సూపర్బ్..." అన్నాడు రాజరాజు.

"థాంక్స్! కాని అభినందించాల్సింది గాయకుడిని."

"గాయకుడి పేరు సూచించి, ఈ సాయంత్రం ఇంత రసవత్తరంగా గడవటానికి సహాయపడిన నీకు ప్రప్రథమంగా అభినందనలు తెలుపటం నా విధి. గోపీచంద్‌గారూ! మై హార్టీ కంగ్రాచ్యులేషన్స్." అని చేయి కలిపాడు రాజరాజు.

"థాంక్యూ సర్... థాంక్యూ వెరీమచ్. ఒక్క లేడీ ఆర్టిస్ట్ ఉంటే ఇంకా రసవత్తరంగా గడిచేది" అన్నాడు గోపీచంద్.

"ఫరవాలేదు. పదండి భోజనం చేద్దురుగాని." అన్నాడు. భోజనాల తరువాత ఆర్కెస్ట్రా వారికి వంద రూపాయలు ఒక్కొక్కరికిచ్చి, రెండు వందల రూపాయలు గోపీచంద్‌కు కవర్లో పెట్టి ఇచ్చాడు.

"నాకు.. నాకు వద్దండీ, మేడమ్ చెప్పారని పాడాను."

"తీసుకో చెందూ! ఈ వ్యాపారస్తులను నమ్మకూడదు. మళ్ళీ యెప్పుడో మన దగ్గరే గుంజుతారు" అన్నది జయ.

పార్టీ అయ్యాక అందరూ గోపీచంద్‌ను, రాజరాజును అభినందిస్తూ వెళ్ళిపోయారు.

జయప్రదాదేవి కార్లోనే ఇంటికి వచ్చారు.

"నేను వెళ్ళిరానా మేడమ్!"

"ఏదయినా పని ఉందా చెందూ!" అన్నదామె. ఇందాకటి ఉత్సాహం లేదు. మనిషి యెడారిలో ఒంటరిదయినట్టు అనుభూతి పొందింది. ఏదో పోగొట్టుకుని శూన్యంలో వెతుకుతున్నట్టు అనిపించింది.

"ఏం లేదు మేడమ్!" అన్నాడు.

"అయితే కాసేపు కూర్చో చెందూ! నాకీ ఒంటరితనం భరించటం మహా యాతనగా ఉంది" అన్నది.

ఇప్పుడా కంఠములో హుందాతనం లేదు. ఆజ్ఞాపన లేదు. మామూలు స్త్రీత్వం కనిపించింది.

వెళ్ళి డ్రాయింగ్ రూమ్‌లో కూర్చున్నారు. రెండు నిమిషాల తరువాత ఆమె బట్టలు మార్చుకుని వస్తానని పైకి వెళ్ళింది. అతనికి తల్లి చెప్పిన విషయాలు గుర్తుకు వచ్చాయి.

'మనుషలు యెందుకంతగా మారిపోతారో అర్థం కాలేదు. అన్న యెంత ఆప్యాయంగా ఉండేవాడు!"

"ఏమిటి చెందూ! అంత దీర్ఘంగా ఆలోచిస్తున్నావు?"

"అబ్బే ఏం లేదండి...."

"చూడు చెందూ! ఈ మధ్య నేనో కొత్త విషయం కనిపెట్టాను. మన సమస్యలు, మన బాధలు కొన్నిసార్లు ఇతరులతో, అంటే సానుభూతితో వినే ఆత్మీయులతో పంచుకుంటే హృదయం తేలికవుతుందని గ్రహించాను." అన్నది.

"మేడమ్..." అభిమానంగా చూచాడు.

"అవును ఇంట్లో పెళ్ళికి ఒత్తిడి చేస్తున్నారా?"

"లేదు మేడమ్..." అన్నగార్ల పరిస్థితి చెప్పాడు. అంతా విన్నది.

"ఇంతేనా!"

"మీకు చిన్న విషయంలా కనిపిస్తుందా?"

"అవును చెందూ! ప్రతి ఇంటి సమస్య. నాకు దాదాపు మా బంధువు లందరితోను సంబంధ బాంధవ్యాలున్నాయి. ప్రతి ఇంటి సమస్య ఇది" అన్నదామె.

"డబ్బున్న వారికి ఉండదనుకుంటాను."

"ఇది డబ్బుతో వచ్చిన సమస్య కాదు. ప్రతి తల్లి తండ్రి నిజంగా తమ కొడుకును ప్రాణప్రదంగా ప్రేమిస్తారు, నగలు, నగదు ఏమన్నా పెట్టి చదివిస్తారు. ఒక్క విషయం మరిచిపోతారు."

"ఏమిటండీ?"

"అది తాము ప్రత్యేకంగా చేస్తున్న ఘనకార్యం కాదు అని."

"అది కాదండి ఈ భార్యలే మార్చివేస్తారు."

"యెంత అమాయకుడివి చెందూ! భార్య భర్త అర్హతలు, యోగ్యతలు చూచే వస్తుంది. నా వాళ్ళను వదలి వచ్చాను. భర్త పూర్తిగా తనవాడు కావాలను కుంటుంది. అది ఆమె తప్పు కాదు - ఆలోచనా రాహిత్యం" అన్నది.

"మరి ఈ పెద్దవారెలా బ్రతకాలి?"

"అంత ఆలోచన వారికి ఉండదు. మన సాంఘిక నియమాలలోనే మార్పు రావాలంటాను. తల్లి తండ్రులు తమ భవిష్యత్తు కూడా ఆలోచించాలి" అన్నదామె.

"ఏమిటోనండి, ఆలోచించిన కొద్దీ, ముళ్ళ కంపలా ఉంటుంది" అన్నాడు.

"రేపు నువ్వూ అంతేలేవయ్యా బాబూ" అన్నది ఆవులిస్తూ.

"వస్తాను మేడమ్!" లేచాడు, గోపీచంద్.

"చెందూ! ఏ విషయంలోనయినా ఒకరిని తప్పు పట్టే కంటే ముందు, అలాంటి అవక తవక నీ పరంగా జరగకుండా చూచుకోవాలి" అన్నది ఆమె లేస్తూ.

"నేను భార్యా విధేయుడను కాను మేడమ్!"

"ఆ మాట మీదే ఉండు' అన్నది.

అతను బయటికి రాగానే వెంకటమ్మ గేటు వేసింది.

"ఆ యమ్మ కార్లో మిమ్మల్ని పంపించటానికి భయపడరు బాబూ! లోకం ఉంది చూచారూ..."

"నాకు తెలుసు..." గబ, గబ వచ్చేశాడు.

తన పాటల ప్రాక్టీసు, రికార్డింగు, ఫాదర్‌కు ఏదయినా సహాయం చెయ్యవలసి వస్తే చేశాక, ఇంటికి వెళ్ళి తల్లి పనులు చూచి, జయప్రదాదేవి దగ్గరకు వచ్చేవాడు.

ఆమె సమక్షంలో గంటలు, గంటలు గడచిపోయేవి. సంగీత చర్చ, సాహిత్య గోష్ఠులు, రక రకాల విషయాల గురించి చర్చించుకునేవారు.

అప్పుడప్పుడు రఘువీర్, రాజరాజు, తాహిర్ అనే యువకులు ఈ చర్చలలో పాల్గొనేవారు.

రాగాల గురించి ఇంత క్షుణ్ణంగా చర్చించగలదు. యెవరు ఎక్కడ పొరపాటు చేసినా ఆ పొరపాటును ఎత్తిచూపగలదు. అలాంటి వ్యక్తి పాడలేదంటే నమ్మలేకపోయాడు.

ఆవిడ చేత పాడించాలి. యెలా....యెలా పాడించాలి! ఆ రోజు ఓ దృఢ నిశ్చయంతో వచ్చాడు. యెలా కదపాలో తెలియలేదు.

"అభినందనలు అందుకోవయ్యా మహానుభావా!"

"నేను మామూలు మనిషిని మేడమ్, అసలీ అభినందనలు ఎందుకు?" అన్నాడు ఆశ్చర్యంగా.

"ఏసు నీ నామం మధురం, మధురం..." చాలా బాగా పాడావు. నేను ఆరాధించే పురుషులలో ఏసుక్రీస్తు ఒకరు" అన్నది.

"మేడమ్! యెప్పుడూ నా అవసరాలు నేను అడక్కుండా తీర్చారు. ఈ రోజు నేను మిమ్మల్ని ఓ కోరిక కోరాలని వచ్చాను" అన్నాడు.

ఆమె ఆశ్చర్యంగా చూచింది.

అతను వచ్చేసరికి ఆమె టెర్రస్ మీద కూర్చుంది. చిన్న ప్లాట్‌ఫార్మ్, దానిపైన సిమెంటుతో కట్టిన చిన్న, చిన్న గళ్ళు, దానిపై ప్రాకిన పసుపు, ఎరుపు కలసినట్టుండే బోగన్‌విల్లా పందిరితో యెంతో అందంగా ఉంది.

ఆ వాతావరణంలో కూర్చున్న జయప్రదాదేవి చాలా సంతోషంగా ఉంటుందని అందరూ అంటుంటారు.

"ఏమిటి చెందూ?" అన్నది.

ఆరోజు ఆమె కట్టిన గళ్ళ చీరను చూస్తుంటే నండూరి వారి యెంకి గుర్తుకు వచ్చింది.

సాలంపట్ట రంగు, ముక్కు పొడుము రంగు కలిసిన గడితో చీరకట్టి, ముక్కు పొడుం రంగు జాకెట్టు, వేలు ముడిలో చూపరులను పిచ్చివారిని చేస్తుంది.

ఆమె నవ్వింది. ఆ నవ్వులో బొండు మల్లెల సౌరభం వెదజల్లింది.

"చెప్పవయ్యా బాబూ!"

ఒక్కడుగు ముందుకు వేశాడు. ఆమె ముందు నవ్వుతూ ఉత్సాహంగా తిరిగే రఘువీర్ కనిపించాడు.

విధేయుడుగా నవ్వే రాజు కనిపించాడు.

దేవతగా పూజించే తాహిర్ కనిపించాడు.

అప్రయత్నంగా రెండు అడుగులు వెనక్కు వేశాడు.

"మేడమ్! ఈ రోజు మీరు పాడాలి...." అన్నాడు.

"చెందూ..." బాధగా అరిచి, పరుగున ఆమె తన గదిలోకి వెళ్ళి తలుపులు వేసుకుంది.

"మేడమ్... మేడమ్..." అతను తలుపు బాదాడు. ఆమె తలుపు తీయలేదు.

ఈ కోపంలో ఏదయినా అఘాయిత్యం చేయదుకదా! అతను యెంత పిలిచినా ఆమె తలుపు తీయలేదు. అతను ఏం తోచనట్టు అటు, ఇటూ తిరిగాడు. చాలా ఆరాటంగా ఉంది.

"మేడమ్..." గట్టిగా పిలిచాడు.

'తనెంత మూర్ఖుడు! ఇంత అఘాయిత్యం చేస్తారని తెలిస్తే ఆ విషయం యెత్తేవాడే కాదు."

అతనికి చటుక్కున గుర్తుకు వచ్చి, బాల్కనీలోకి వెళ్ళాడు. ఆమె పడకగది కిటికీ తలుపు బాల్కనీలోకి ఉన్నాయి వెళ్ళి కిటికీగుండా చూచాడు. మంచంమీద అడ్డంగా ఉంది.

అతను వచ్చి, ఆమె గది ముందున్న హాలులో కూర్చున్నాడు.

చాలాసేపటికి బుచ్చిరాజు వచ్చాడు.

"నువ్వా బాబూ! బావున్నావా?"

"నమస్కారం! మీరెప్పుడు వచ్చారు?" ఉత్సాహంగా, ధైర్యంగా అడిగాడు.

"ఈ ఉదయమే వచ్చాను బాబూ, జయమ్మ లేదా?"

"గదిలో ఉన్నారు." అన్నాడు.

బుచ్చిరాజుగారు బొమ్మలు ముడివేసి కాసేపు ఆలోచించారు. వెంటనే తేరుకున్నాడు.

"అమ్మాయితో ఏదయినా పాటల విషయం యెత్తావా?"

తలాడించాడు.

బుచ్చిరాజు క్రింది పెదవి కొరుక్కుంటూ క్రిందికి వెళ్ళాడు. అయిదు నిమిషాల తరువాత జయప్రదాదేవి గదిలో ఫోన్ మ్రోగింది. సన్నగా మాట్లాడటం వినిపించింది. మరో అయిదు నిముషాల తరువాత ఆమె గది తలుపులు తీసుకుని వచ్చింది.

"నువ్వు వెళ్ళలేదా?"

అపరాధిలా లేచి నిల్చున్నాడు. ఆమె ముఖం పరీక్షగా చూచిన అతని గుండెలో చేయిపెట్టి దేవినట్టు అయింది. గంటకు ముందు నండూరి వారి యెంకిలా దర్శనమిచ్చిన జయ, అచ్చు శోకదేవతలా ఉందామె. ముఖం వాడిపోయింది.

"మేడమ్... మీరు... మీరే అన్నారు. దుఃఖం ఇతరులతో, ఆత్మీయులతో పంచుకుంటే..." మాటలు మధ్యలోనే త్రుంచేసింది.

"ప్లీజ్! ... చెందూ, వెళ్ళిపో... వెళ్ళిపో. నా దుఃఖం యెవరూ తీర్చేది కాదు. యెవరు పంచుకోలేనిది.." మళ్ళీ గదిలోకి పరుగెత్తబోయింది.

"మేడమ్! మీ బాధ నాతో చెప్పాకే మీరు వెళ్ళాలి." అతను గది తలుపులో నిలబడిపోయాడు.

ఆమె అప్రతిభురాలు అయినట్టు నిలబడిపోయింది.

"చెందూ.... చెందూ! నీకు నేనేం అపకారం చేశాను! దారి వదులు."

"ప్లీజ్... నన్ను మళ్ళీ రావద్దు, మీకెవరూ లేరనుకుంటే అలాగే వెళ్ళండి" అని దారి వదిలాడు.

"చెందూ..." ఆవేదనగా చూచి, వచ్చి సోఫాలో కూర్చుంది. అతను మోడా లాక్కుని ఆమె ప్రక్కనే కూర్చున్నాడు.

ఆమె హృదయం అంతరాలలో దాక్కున్న జ్ఞాపకాలు బయటికి వచ్చాయి. యెటో శూన్యంలో ఆమె తన భర్తను వెతుకుతున్నట్టు ఆమె వాలకం చూచి గ్రహించాడు.

"సతీష్ బావకు సంగీతం అంటే యెంత అభిమానమో, అభిమానమే కాదు ఆరాధన కూడాను. యెప్పుడు నేను పాడుతున్నా, క్రింద కూర్చుని వినేవారు. 'సంగీత సరస్వతీ' అని పిలిచేవారు. పెళ్ళి అయిన మర్నాడు పార్టీ అవుతుంది.

"జయా....జయా..." అంటూ బావ వచ్చారు.

"ఏమిటి బావా!" అన్నాను సిగ్గుపడుతూ. అందరూ మమ్మల్నే చూస్తున్నారు.

"ఒక్కసారి ఇలా వస్తావా?" చేయిపట్టి లాక్కెళ్ళారు. ఏమిటని వెళితే, గేటు బయట ఓ గుడ్డివాడు, పాత సినిమా 'బైజూ భావరా'లో పాట పాడుతున్నాడు.

"దేశంలో ఇన్ని సంగీత కళాశాలలున్నాయి. ప్రభుత్వం మరెన్నో స్కాలర్‌షిప్పులు ఇస్తుంది. ఒక్కరయినా ఇలా పాడగలరా!" అన్నాడు. బావేకాదు, అతని కంఠంలోని మధుర మంజులతకు నేను ముగ్ధురాలిని అయ్యాను.

ఇంట్లో వారంతా మమ్మల్ని ఆశ్చర్యంగా చూస్తున్నారు. బావ వెళ్ళి గుడ్డి అతని అడ్రసు తెచ్చి, అతను సంగీతం నేర్చుకునే ఏర్పాటు చేశారు.

ప్రతి నిమిషం, ప్రతిక్షణం నవ్వుతూ గడపాలనే వారు. ఏమాత్రం అవకాశం దొరికినా పాట వినాలని మారాం చేసేవారు.

"ఒక్కటీ మీ మామగారి గుణాలు అబ్బలేదు" అత్తయ్య అనేది. నేను నవ్వుతూ గర్వంగా చూచేదాన్ని.

మూడు నెలలు మూడు క్షణాల్లా గడిచాయి. ఏ వారమో, ఏ నెల అన్న వివరం తెలియని మైకంలో గడిపాము.

"కాలం కూడా ఆధునిక సౌకర్యాలకు అలవాటు పడింది" అన్నారు ఓ రోజు ఉదయం లేస్తూనే.

"అదేమిటి బావా!" అన్నాను ఆశ్చర్యంగా.

"చూడు జయా!" కేలెండర్ చూపారు. "రాకెట్ స్పీడ్‌తో పరుగెత్తటం లేదూ!"

"అవును" అన్నాను నవ్వుతూ.

ఆరు దాటింది. లేవబోయాను. బావ లేవనీయలేదు. అతను చెబుతున్న కబుర్లు వింటూ గంటలు గంటలు గడపటం అలవాటయింది. రూపం చూస్తే ఒక్క క్షణం మాటరాదు. ఆజానుబాహుడు. పెద్ద కళ్ళతో మనిషిని గజం దూరంలో నిలబెడతారు. గుణం యెంత సున్నితమో!

"జయా! ఒక వాగ్దానం కావాలి" అన్నారు.

"పాట పాడాలా! ఇప్పుడు పాట మొదలుపెడితే నిజంగా నాకు పిచ్చి అనుకుంటారు" అన్నాను.

"కళ ఒక పిచ్చి అని తెలియదా జయా!" అన్నారు. ఆయన మాట్లాడినా పాట పాడినట్టే ఉంటుంది.

"జయా! ఒకవేళ నాకేదయినా జరిగి నేను అమలులో పెట్టలేకపోయినా, మనకున్న ఈ ఆస్తి అంతా సంగీత సరస్వతికే అంకితం చెయ్యి..."

నేను కోపంగా లేచి వెళ్ళాను.

"అరే... విను... జయా... నా ప్రియా...' అతను అలా అనేసరికి నవ్వకుండా ఉండలేకపోయాను.

"అబ్బబ్బ! ఆగు... పువ్వులేరుకుంటాను..." అన్నారు.

"మరేమిటండీ! ముసలివారు అయినట్టు అంపకాలు పెడుతున్నారు" అన్నాను కోపంగా.

"అంపకాలు కాదు జయా! మన అభిప్రాయాలు వెళ్ళడించుకోవటములో తప్పు లేదుగా. ఈ దేశంలో డబ్బు చాలామందికే ఉంది. కాని వారు దాన్ని ఇల్లాలిని చేసి, బంధించి పెట్టారు" అన్నారు లేచి కూర్చుని.

"మీరు బంధ విముక్తులని చేస్తారా?"

"అవును. దేశంలో యువకుల నందరిని ఆదుకోకపోయినా, నా చుట్టూ ఉన్నవారిని కూడగట్టుకుని, పరిశ్రమలు స్థాపించి, 'ప్రభుత్వం ఏమిట్రా మనకు ఉద్యోగం ఇచ్చేది. మనమే ప్రభుత్వానికి పని కల్పిద్దాం' అంటాను చూడు" అన్నారు.

"మరి అప్పుడు నాతో మాట్లాడుతారా! నేను విజిటింగ్ కార్డ్ పంపించి రావాలా!"

"విజిటింగ్ కార్డ్ పంపించినా, ఇంటర్వ్యూ ఇస్తానా! నా వ్యాపారం, నా వ్యాపకం తరువాతనే అంతాను" అన్నారు.

"మరి నేనేం చేయాలి?" ఉడుక్కున్నాను.

"ఇంట్లో కూర్చుని చక్కని సంగీతం వింటూ, నాకోసం విరహవేదన అనుభవిస్తూ, యెదురు చూస్తూ..."

"ఛీ....ఛీ... స్త్రీ అంటే మీ దృష్టిలో..." నా మాట పూర్తి కానిచ్చేవారు కాదు. పకా, పకా నవ్వేవారు.

"పిచ్చిదానా! ఆ అందమైన కళ్ళల్లో అహం చూస్తుంటే కవిత్వం వస్తుంది. అలా యెదురు చూస్తూ ఉంటే నేను వస్తాను. నీ వడిలో తల పెట్టుకుని పడుకుంటాను. ఆ క్షణంలో, మన కలయిక యెంత మధురం.... యెంత అద్భుతం, యెంత మనోహరం..." అన్నారు. నేను నవ్వేశాను.

ఆ విరహవేదన శాశ్వతంగా నాకు మిగిల్చి, వెళ్ళిపోయారు... నా కందనంత దూర తీరాలకు..." జయప్రదాదేవి కళ్ళు వర్షిస్తున్నాయి.

గోపీచంద్ తన బుగ్గలు తడి కావడం చూచుకున్నాడు.

"మేడమ్..."

"అవును చెందూ! అలా వారు వ్యాపారం ప్రారంభించినా, అంత బిజీగా మారినా వారిని చూస్తూ బ్రతికేదాన్ని."

"మీరు... ఏడిస్తే... చూడలేనండీ... మరోసారి చెప్పండి..." అన్నాడు ఆర్తిగా, ఆప్యాయంగా.

"చెప్పనియ్యి చెందూ! ఈ గుండెలలో రగిలే నెగడు చల్లారుతుందేమో! అత్తయ్య, నాన్నగారు కలిసి,'వ్యాపారం మొదలుపెడితే, తీరుబడి ఉండదు, దేశం తిరిగి రమ్మని చెప్పారు. సంతోషంగా బయలుదేరాము. ఆ సంతోషం తాత్కాలికమని, అట్టే నిలువదనీ ఊహించి ఉంటే ఒక్క నిముషం కాదు, ఒక్క క్షణం వారిని వదిలి ఉండేదాన్ని కాదు. ఇద్దరం విదేశాలు తిరిగాము. ఇంటికి ప్రయాణం అయ్యాక నేనే... నేనే... ఆయనను చంపాను..." మళ్ళీ చేతుల్లో ముఖం దాచుకుంది.

గోపీచంద్ ఉద్వేగంగా లేచాడు. ఆమెను పసిపిల్లలా గుండెలకు హత్తుకుని సేద దీర్చాలని ముందుకు ఒక్క అడుగు వేశాడు.

ఆమె ఒంటినుండి వచ్చే సుమధురమైన పరిమళం, ఆమె ముఖానికి అడ్డుగా పెట్టిన వేలికి ఉన్న ఉంగరం, తామిద్దరి మధ్య ఉన్న అంతరం గుర్తు చేసింది.

అప్రయత్నంగా వెనక్కు తగ్గాడు.

"కేరళ ప్రకృతి దృశ్యాలు బావుంటాయి, చూచి వెళ్దాం బావా!" అన్నాను అర్థింపుగా.

"జయా! నువ్వు ఆజ్ఞాపించాలి గాని అర్థించకూడదు డార్లింగ్" అన్నారు. మద్రాసులో షాపింగ్ చేశాము. ఈ రవ్వల ఉంగరం కొన్నారు. 'రాధా సిల్క్ హౌస్'లో నాకు నచ్చినవి, తను మెచ్చిన చీరలు కొన్నారు. ఇద్దరం కేరళకు ప్రయాణం అయ్యాము. ఆయన హుషారు అంతా ఇంతా కాదు.

"జయా! ఈ ప్రదేశం నీ ఇష్ట ప్రకారం చూస్తున్నాము. మరి నా కోరిక తీర్చాలి" అన్నారు.

"చెప్పండి ఏం చేయాలో..."

"అండీ, రైలుబండి మానేసి 'సతీష్' అంటూ పిలవాలి. రెండు, మన గమ్యం చేరేవరకు పాటపాడాలి" అన్నారు.

"మీరు మరీను, అందరు ఏమనుకుంటారు?"

"గువ్వల జంట అనుకుంటారు. ఇదిగో నా భుజంమీద వాలి, నాకే వినిపించేలా పాడు. నీకు రెస్ట్, నాకు రిలాక్స్..." అన్నారు.

"మంచిది..." అన్నాను, వారి భుజంపై ఒరిగి పాట పాడుతున్నాను. ఆయన మైమరచి వింటున్నారు. ఏమయిందో తెలియదు, గందరగోళంగా వినిపించింది.

సీటుబెల్ట్స్ కట్టుకోమని ఆదేశం వినిపించింది. భయంగా ఆయన మెడకు చేతులు పెనవేశాను.

అంతే పెద్ద శబ్దంతో పాటు, నా స్పృహకూడా పోయింది. మళ్ళీ కళ్ళు విప్పేసరికి..." ఆమె చెప్పలేనట్టు ఉండిపోయింది.

గోపీచంద్ కూడా మాట్లాడలేదు.

"హాస్పత్రిలో ఉన్నాను! నాకు మిగిలింది ఆయన బూడిదే. ఆ ప్లేన్ యాక్సిడెంటులో బ్రతికిన ముగ్గురు దురదృష్టవంతులలో నేనొకదాన్ని. నేను, మరో ఇద్దరం గడ్డికుప్పలో కూరుకుపోయాము... ఆయనతోపాటు నేనూ పోగూడదూ!" అన్నది.

"సారీ! అయామ్ రియల్లీ సారీ!" అన్నాడు జాలిగా.

ఆఖరిచూపు కూడా దక్కలేదు. షాక్ తిన్న నేను ఆరు రోజుల తరువాత కన్ను విప్పాను. ఆయన శరీరం ఆఖరుసారి చూచే అవకాశం లేకపోయింది. 'మంచులో దాచి పెట్టలేదేం నాన్నగారూ' అంటూ ఏడ్చాను.

"నువ్వు చూడనిదే మంచిదయింది బేబీ! సతీష్... నేను చెప్పలేనమ్మా" అన్నారు.

వాళ్ళు, వీళ్ళు అనగా విన్నాను. సతీష్‌బావ శరీరం సగం సగం కాలిపోయిందట. నాకు మాత్రం ఆయన మరణించాడంటే నమ్మకము కలుగటం లేదు.

"జయా!" అంటూ, యెప్పుడో ఒకసారి వస్తారన్న నమ్మకం నన్ను విడవటం లేదు.

"యెంత రాయి అత్తయ్య! ఏడ్వటమే లేదు" అనుకున్నాను.

"నాన్నకు బావంటే అభిమానం లేదా! ఒక్కసారయినా తలుచుకోరేం" అనుకునేదాన్ని, కాని నాకేం తెలుసు అత్తయ్య, నాన్న నాకోసం నవ్వుతూ తిరుగుతున్నారని.

ఒకరోజు ఉదయం లేచేసరికి నాన్న విపరీతమైన గుండెపోటుతో బాధపడుతున్నారు.

"నాన్నా!" కంగారుగా డాక్టరుకు కబురుచేశాను.

"బేబీ..." ఆయన మాట్లాడలేకపోయారు. నా నడుముచుట్టూ చేయివేసి దగ్గరకు తీసుకున్నాడు. డాక్టరు రాకముందే నాన్న పోయారు. నాన్నగారు పోయాక ఆయన కర్మకాండ అత్తయ్య దగ్గరుండి జరిపించింది. నెల తిరిగి పోయాక నా దగ్గరకు వచ్చింది.

"జయా! నాకు కూతురైనా, కోడలివైనా నీవే నమ్మా! నాది నష్టజాతకం అనుకుంటాను. నేను అనుకున్నట్టు ఏదీ జరగలేదు. ఈ నిరాశ, నిస్పృహలతో ఉండలేను. నీ జీవితం నీ ఇష్టం వచ్చిన రీతిలో దిద్దుకో" అని, లాయర్ ఇచ్చిన కాగితాలు, తాళం చెవులు నాకిచ్చింది.

"నేనూ వస్తాను అత్తయ్యా!" అని ఏడ్చాను.

ఆమె వేదాంతిలా నవ్వారు.

"మనిషి మూర్ఖంగా ఆలోచించి, అంతా తనదేనని ఆశలు పెంచుకుని, సంపాదిస్తాడు. అలాగే మేము సంపాదించాం - దాన్ని నువ్వయినా సద్వినియోగం చెయ్యి" అన్నారు.

ఆనాటినుండి ఇలా ఇతరుల నవ్వులలో తృప్తిపడుతూ బ్రతుకుతున్నాను..." అన్నది.

గోపీచంద్ గుండెలు బరువు యెక్కాయి. మాట్లాడాలంటే నోట మాట రాలేదు. ఆమె కళ్ళు మూసుకుని మౌనంగా కూర్చుంది. ఆ నిముషములో మాట్లాడితే మాటలు కావు వచ్చేది కన్నీరని తెలుసు. బయటికి వచ్చేశాడు.

9

గోపీచంద్ ఒక నిర్ణయానికి వచ్చాడు. ఆ నిర్ణయము జయప్రదాదేవికి చెప్పాలని బయలుదేరాడు. కుమార్ కనిపించాడు. కుమార్ యెంతో ఆప్యాయంగా, ఆదరంగా పలుకరిస్తే ఆశ్చర్యపోయాడు. కుమార్ కళాకారులను గంజిలో ఈగల కన్నా అధ్వాన్నంగా తీసివేస్తాడు. అతని దృష్టిలో డబ్బుగల వారే మనుష్యులు.

రెడ్డే కవి, బాలసుబ్రహ్మణ్యమే గాయకుడు. ఎన్.టి. రామారావే నటుడు. ఇందిరాగాంధే రాజకీయవేత్త. తను ఒక్కడే కార్యకర్త.

రెడ్డిగారు ఎంత బీద సంస్థ అయినా వారి ఖర్చులతో తీసుకువెళ్ళాలంటాడు. కుమార్ దృష్టిలో అది డిగ్నిటీ మేంటేన్ చెయ్యటము.

బాలసుబ్రహ్మణ్యమంతే, ఫ్లయిట్ ఛార్జీలు అడుగుతారు కాబట్టి అతని సాటి గాయకులు లేరు.

ఎన్.టి. రామారావుతో ఇంటర్వ్యూ కూడా దొరకదు. దొరికినా అతను ఒక్క మాటతో పంపించి వేస్తాడు.

ఇందిరాగాంధీని చూచే అవకాశం లేదు కాబట్టి ఆమె గొప్పది.

"రవిశంకర్... వాడెవడు, సితార్ వాయిస్తాడా.... ఈ రవిశంకర్, చిట్టిబాబు... సుబ్బలక్ష్మి, వీళ్ళను యెవడు అడిగాడండి" అంటాడు.

"రాయప్రోలు అనే కవి కూడా ఉన్నాడా! బ్రతికే ఉన్నాడా!" అన్నప్పుడు.

"మహాత్మాగాంధి అంటే యెవడని అడగలేదు" అనుకుంటారు చుట్టు ప్రక్కల వారు.

అలాంటి కుమార్ తనను ఇంత మర్యాదగా పిలిచి, టీ ఇప్పించాడంటే ఆశ్చర్యమే. గోపీచంద్ ముళ్ళమీద కూర్చున్నట్టు కూర్చున్నాడు.

"మీ జయప్రదాదేవికి చెప్పి ఓ పది అడ్వటైజ్‌మెంట్లు పట్టుకు రావాలయ్యా!" అన్నాడు. అడ్వటైజ్ మెంటు తారిఫ్ అతని చేతిలో పెట్టి.

"జయప్రదాదేవికి వ్యాపారాలు లేవు" అన్నాడు.

కుమార్ పక, పక నవ్వాడు.

"భలేవాడివయ్యా! నన్ను బోల్తా కొట్టించాలని చూడకు. ఆమె పేరున ఏ సంస్థలు లేవు. కాని అన్ని సంస్థలకు ఆమె ఆర్థిక సహాయం అందించింది. రఘువీర్ మెడికల్ హాల్, నర్సింగ్ హోమ్, రాజరాజు ఇంజనీరింగ్ వర్క్స్, స్టీల్ మ్యాన్యుఫాక్చరింగ్ వర్క్స్, సాహిర్ ఫుట్‌వేర్ షాపు..." అంటూ లిస్టు చదువుతుంటే మతిపోయినట్టు చూస్తూ ఉండిపోయాడు గోపీ.

"ఇవన్నీ మీకెలా తెలుసు!"

"అలా తెలుసుకునే కెపాసిటి ఉంది కాబట్టే, నేను ఆర్గనైజర్‌ను అయ్యాను" అన్నాడు సగర్వంగా నవ్వుతూ.

"మీరు సి.ఐ.డి.లో ఉండవల్సినవారు" అన్నాడు.

"బాగా చెప్పారు" పక, పక నవ్వాడు. గోపీ తెల్లబోయాడు.

"నేను వెళ్తానండీ..."

"నేను చెప్పిన విషయము గుర్తుంది కదా." అన్నాడు, కాగితాలవైపు చూపుతూ.

"నేను వారిని అడుగుతాను" అని లేచాడు.

తన అవసరాలేవో చెప్పకనే గ్రహించే అమృతమూర్తిని తన అవసరాలకు వాడుకుంటాడా!

"నో...నో...నెవర్..." అని ఓ దృఢ నిశ్చయానికి వచ్చాడు. అతను టైమ్ అయిందని తన రూట్ మార్చుకుని 'సువాణి' వైపు వెళ్ళాడు. విన్సెంట్ రెడ్డి దేన్నయినా సహిస్తాడు గాని, ఆలస్యాన్ని సహించడు. జీవితం జయప్రదంగా గడవాలంటే ప్రతి వ్యక్తి క్రమశిక్షణ పాటించాలంటాడు.

అందుకే వాళ్లు దేశమంతా వ్యాపించి పోతున్నారేమో!

"హల్లో గోపీ! హియర్ ఈజ్ గుడ్ న్యూస్ ఫర్ యు" అన్నాడు ప్రసన్నంగా.

విన్సెంట్ రెడ్డి నల్లని నలుపు, కాని అతని ముఖంలో తేజస్సు కనిపిస్తుంది. అతను నవ్వితే మగాడయిన తనే ఒక్క నిముషం మైమరచిపోతాడు.

"థాంక్యూ సర్! ఏమిటి?" అన్నాడు అతని యెదురుగా కూర్చుని.

"నువ్వు వచ్చేవారం మద్రాసు వెళ్తున్నావు" అన్నాడు.

"నేనా! యెందుకు సర్?"

"అక్కడ 'సువాణి' తరఫున భక్తిగీతాలు రికార్డ్ చేస్తాము. మొదట పార్థసారథినో, ఫర్మాండెస్‌నో పంపుదాం అనుకున్నాను. మాటల సందర్భములో మా దేవకాంతతో అంటే మీ పేరు సూచించింది..." అన్నాడు.

"దేవకాంతా! ఆమె యెవరో!"

"ఆమె మాట మాకు శిరోధార్యం. యు ఆర్ లక్కీ..." అన్నాడు.

"సర్... ఆ దేవకాంత గారెక్కడుంటారు. ఒక్కసారి వెళ్ళి కృతజ్ఞతలు చెప్పుకుంటాను..." అన్నాడు సిన్సియర్‌గా.

"ఓ..." విన్సెంట్ పక, పకా నవ్వాడు.

"మేము మీ జయప్రదాదేవిని దేవకాంత అంటాము. రియల్లీ షి ఈజ్ నైస్..." ఆమె విషయము తలుచుకుంటూ అతను తనను తాను మరిచిపోయాడు.

విన్సెంట్‌కు ఆమె దగ్గర అంత చనువుందా! గోపీచంద్ ముఖం నల్లగా మారింది.

"చూడు గోపీ! నువ్వు భక్తిగీతాలు పాడి, అవి ప్రచారం పొందితే సినిమా అవకాశాలు రావచ్చు."

"నాకంతటి ఆశ లేదు సర్!" అన్నాడు.

"నో...నో!... ఆశ ఉండటంలో తప్పులేదు. అది దురాశ, అత్యాశ కాకూడదు. అర్హత గల వారియందు అతను కృపా సముద్రుడయి ఉంటాడు" అన్నాడు భుజాలు ముట్టుకుని.

మధ్యాహ్నము పనిలేదు. ఫాదర్‌ను అడిగి బయటపడ్డాడు.

నడిరోడ్డులో గల్లంతు జరుగుతుంది. ఏమిటని చూస్తే చుట్టూ మూగిన జనం మధ్యలో దిక్కులు చూస్తూ నిల్చుంది కోమలి.

"అసలు నీకు బుద్ధి ఉందా! మా అభిమాననటిని.... పట్టుకుని, పబ్లిక్ ప్రాపర్టీ అంటావా!"

"ఐ నాట్ రాంగ్..." అనబోయింది కోమలి.

"షటప్! పెద్ద ఇంగ్లీషు మాట్లాడే భామ బయలుదేరింది" అతను మండిపడుతున్నాడు. అతని కళ్ళల్లో ఆ నటి అంటే యెంత ఆరాధనో అర్థం అయింది.

"ఏమిటి కోమలీ..."

"అదికాదు బ్రదరిన్లా! ఇక్కడ బాంగిల్స్ బే చేద్దామని వచ్చాను. ఆ నటి బాగా యాక్టు చెయ్యదు అన్నాను. అతనేమో క్వారల్ టు మి. నటీ, నటులు పబ్లిక్ ప్రాపర్టీ ఏమయినా అంటాము అన్నాను" అన్నది ఏడుపుగొంతుకతో.

"పబ్లిక్ ప్రాపర్టీ అనరు కోమలీ! పబ్లిక్ ఫిగర్ అంటారు. సారీ జెంటిల్ మెన్. ఆమెకు ఇంగ్లీషు అంతగా రాదు" అని సర్ది చెప్పాడు.

"జాగ్రత్తని చెప్పండి" అతను బెదిరింపుగా చూచాడు. మా కథానాయికను అంటే మీ పని చెబుతాను అన్నట్టున్నాయి అతని చూపులు.

కోమలిని తీసుకుని అతను బయలుదేరాడు.

"నడి రోడ్డులో అలా మాట్లాడవచ్చా?"

"ఎలా టాక్ చెయ్యాలో నాకు టీచ్ చెయ్యలేదు."

"నిన్ను రిక్షా ఎక్కిస్తాను ఇంటికి వెళ్ళిపో" అన్నాడు.

"వద్దు బ్రదరిన్లా! మనము సినిమాకు పోదాము' అన్నది.

"నీతో నేను సినిమాకా?"

"ఏమ్మా! నాకు నోస్ లేదా, అయిస్ లేవా? ఉమెన్‌ను కానా?"

"ఉండవలసిందే లేదు..."

అంటుండగానే అతని ప్రక్కన కారు వచ్చి ఆగింది.

"చెందూ!"

అతను ఆగాడు. వెనుక సీట్లో జయప్రదాదేవి, పిల్లి గడ్డంతో, తెల్లగా, సన్నగా ఉన్న ఓ యువకుడు కూర్చుని ఉన్నారు.

"మీ దగ్గరకు రావాలనే బయలుదేరాను మేడమ్!" అన్నాడు.

"పద..." డేవిడ్ కారు తలుపు తీశాడు. గోపీ ఇబ్బందిగా కోమలి వైపు చూచాడు.

"మీ వెంట ఉన్నారా సర్?" డేవిడ్ అడిగాడు.

"రామ్మా?" జయప్రద అతని వైపు జరిగింది. కోమలి ఎక్కి కూర్చున్నది. కోమలి మర్యాద, ఏమనుకుంటారో నన్న భీతి మరిచి, ఆమెను కళ్ళప్పగించి చూడసాగింది.

గోపీచంద్ ఇబ్బందిగా కదిలాడు.

"ఇప్పుడు చెప్పు సాహిర్! ఇంటివరకు, వస్తావా, నీ షాపు దగ్గర వదిలి వేయాలా?"

"జీ! మీ నాజూక్ చేతులతో చాయ్ ఇస్తానంటే బందా హాజిర్" అన్నాడు ప్రక్క కూర్చున్న అతను.

"ఓహో! నీ కవిత్వం నువ్వూను" జయప్రద నవ్వింది.

"మీరు చాలా బాగా లాఫ్ చేస్తారండీ..." అన్నది కోమలి.

మరోసారి నవ్వింది జయ.

"నా మాట మీకి హసీ మజాక్‌గా ఉంటది. చాంద్ క టుకుడా! ఇప్పుడు అడుగు. ఆడపిల్ల హషక్ అయింది" అన్నాడు అతను.

"నోరు మూసుకో..."

"షక్రియా! ధన్యవాదములు, యామై కరెక్ట్!"

"చెందూ! ఇతన్ని చూచావా! సాహిర్ అని మా నాన్న స్నేహితుని కొడుకు..."

"వారెవ్వా! అంత గోల్, మాల్‌గ చెప్పకపోతే, మాది దోస్తంటే ఏం బొయ్యింది!" అన్నాడు.

"చాల్లే... ఇతను గోపీచంద్ అని, చక్కగా పాటలు పాడతారు."

"ఆలెకుం సలామ్ సాబ్! మీకి చూచి మాకు సంతోషం కల్గింది."

"నమస్తే" అన్నాడు గోపీ.

అతని కెందుకో అశాంతిగా ఉన్నది. సాహిర్ సమక్షమా! కోమలి ఉండటమా!

"చెందూ! ఈ అమ్మాయి యెవరు?"

"నేను... నేనండీ ఆయన సిస్టర్ సిస్టరిన్లాను."

జయ మెల్లగా నవ్వింది.

అందరూ ఇల్లు చేరారు. వెంటనే జయప్రదాదేవి కాళ్ళు కడుక్కుని, వెళ్ళి టీ చేసుకుని వచ్చింది.

ప్రత్యేకంగా ఆమెనే టీ చెయ్యమని యెందుకు కోరాడో అర్థం అయింది. టీ యెన్నడూ త్రాగనంత రుచిగా అనిపించింది.

కాని వెంటనే అది సాహిర్ కోరికపై జయప్రదాదేవి చేసింది. అనుకుంటే పరమ చేదుగా, వెగటుగా అనిపించింది.

"సాహిర్! ఏదయినా కవిత వినిపించు"

టీ కప్పు క్రింద పెట్టాడు.

"ఖుదా జబ్ హుస్నీ దేతాం హైతో నజాకత్ ఆహిజాతాహై" అన్నాడు.

"నువ్వు అందాలను ఆడవారిని గూర్చిన మాటలు చెబితే, నాకు కవిత్వం వద్దు" అన్నది చిరుకోపంగా.

"అందం, ఆడవారు మాటర్ ఆఫ్ కామన్ ఇంటరెస్ట్ మేమ్ సాహెబా!" అన్నాడు కుర్చీలో వెనక్కు వాలి.

"మగవారి కంపెనీలో..."

"ఓ.. తమరు...ఆడవారని మానిలియె... అదే అంగీకరిస్తున్నారన్నమాట." సూటిగా చూశాడు.

చూపులు కలుపలేక కళ్ళు వాల్చింది జయప్రదాదేవి.

"ఓ...కె....ఓ...కె... మరి పోయిరానా!"

"ఏమిటి కొంపలు మునిగిపోయే పనులు; కాసేపు కూర్చుని, గోపీచంద్ పాటలు విను" అన్నది.

"మిస్టర్ గోపీచంద్! ఈరోజు మన్నించాలి. మరోసారి తప్పక మైఫిల్ జమాయించుదాం" అన్నాడు.

"అలాగేసార్... మేడమ్! మీరు చేసిన మేలు..."

"ఈ జన్మలో మరిచిపో. మరో జన్మలో గుర్తు పెట్టుకుందువు గాని" అన్నది కోపంగా.

"అదికాదు..." ఎన్నో చెప్పాలని ఉన్నా గొంతు పెగిలిరాలేదు.

"పాడగల వారెవరని అడిగితే ఇతని పేరు చెప్పాను. అదో గొప్పా సాహిర్?" అన్నది.

"కాదు. ఆమె... రాయి అయ్యా! తారీఫ్‌లు వద్దు, తక్‌రార్లు వద్దు..." అని వెక్కిరించి సాహిర్ లేచాడు.

"మళ్ళీ దర్శనం?"

"ఒక్క ఫోన్ చెయ్యి. బందా హజిర్. మీ పాదాల దగ్గర పడిపోతాను" అన్నాడు.

"బూట్ షాపువాళ్ళకి పాదాలు తప్ప మరేం కనిపించవు."

"ఖుదా హఫిస్..." వంగి సలామ్ చేసి అతను వెళ్ళిపోయాడు.

"వెరీ ఇంటరెస్టింగ్ పర్సన్" అన్నది నవ్వుతూ. ఆమె ముఖంలో కనిపించిన వెలుగు, కళ చూచాడు.

"మైమరపు..." అనుకున్నాడు గోపీచంద్.

కోమలి ఇల్లంతా డేగ కళ్ళతో పరిశీలిస్తుంది. జయప్రదాదేవిని మరీ మరీ చూస్తుంది.

"కోమలీ మీదేవూరమ్మా?"

"నందిగామ దగ్గర ఓ పల్లెటూరు. మా అక్కయ్య ఆడబడుచు" అని క్లుప్తంగా ఆమె పరిచయం చెప్పాడు.

పెదవులు బిగబట్టి జయప్రదాదేవి ఆమెనే చూచింది.

'అందం పుట్టుకతో వచ్చేది. అలంకారం, ఆకర్షణ కొంత మనము కష్టపడి పొందవచ్చు' అనుకుంది. ఆ అమ్మాయి వేషం చూచి.

"కోమలీ! మీరేం పని చేస్తారు?"

"నాకేం పని లేదండీ. వర్కంతా మా సర్వెంటు, మా సిస్టరిన్లా చేస్తారు" అన్నది.

"కోమలీ, పనిచేయటం నామోషి అనుకుంటారు కాని, పని చేయటం వలన, నీ శరీరం తీగలా అవుతుంది. రక్త ప్రసారం జరిగి ఆరోగ్యం బావుంటుంది" అన్నది.

"నిజమా అండీ?"

"నిజం కోమలీ! నీ పొట్ట తగ్గిపోయి, బ్యాలెన్స్‌డ్‌గా తయారవుతావు..." అన్నది.

"నువ్వు బాడీలు వేసుకోవాలమ్మా" అన్నది.

ఆ అమ్మాయి వక్షస్థలం, ముందుకు సాగిన పొట్టమీద విశ్రాంతి తీసుకుంటున్నట్టు ఉంటాయి.

"నా బ్లౌజులు సినిమా యాక్టర్ టైలరే స్టిచ్ చేశాడు. 'సత్యం శివం సుందరం' సినిమా వచ్చిన తరువాత బాడీలు వేసుకోవటం ఫ్యాషన్ కాదంట. మా ఫ్రెండ్స్ చెప్పారు".

గోపీచంద్ కొర, కొర చూచాడు.

జయ మాత్రం నవ్వింది. "సినిమా వాళ్లు ఏవో చెబుతారమ్మా" అని బాడీ వేసుకుంటే శరీర సౌందర్యం యెలా కాపాడుకోవాలో చెప్పింది.

కోమలి శ్రద్ధగా విన్నది.

"మేడమ్! మా సిస్టరిన్లాను చేంజ్ చెయ్యబోతే మీరే ఛేంజ్ అవుతారు..." అన్నాడు.

"పో బ్రదరిన్లా...!" బుంగమూతి పెట్టింది కోమలి.

"చూడమ్మా కోమలీ! బ్రదరిన్లా అనే బదులు బావ అంటే యెంత తీయగా ఉందో చూడు" అన్నది.

"బావ..." కోమలి అప్రయత్నంగా పిలిచింది.

"లే తల్లీ, మీ వదిన యెదురుచూచి, హార్ట్ అటాక్ తెచ్చుకుంటుంది" లేచాడు గోపీచంద్.

కోమలి కూడా లేచింది.విప్పారిన నేత్రాలతో జయనే చూచింది.

"మీ... మీరు... అది కాదు... నేను.. అగేన్... హోమ్..."

జయప్రద ఆమె భుజం తట్టింది. చిన్నగా నవ్వింది.

"నీకెప్పుడు రావాలనిపిస్తే అప్పుడు రామ్మా" అన్నది.

"మేడమ్! పాదాభివందనం చెయ్యటం మీ కిష్టం ఉండదు, ఏమిచ్చి..." అంటుండగానే మధ్యలో కట్ చేసింది.

"నా రుణం యెలా తీర్చుకోవాలో చెబుతాను, ఫాదర్ వ్రాసిన భక్తి గేయాలు పాడినట్టు పాడకు. అదే..."

"ప్రామిస్ చేస్తున్నాను.... సారీ మధదలి సహచర్యం, వాగ్దానం చేస్తున్నాను." అన్నాడు.

ఆమె నవ్వుతూ అతడిని సాగనంపింది. ఆమె లోపలికి వచ్చేసరికి అకవుంట్ పుస్తకాలతో బుచ్చిరాజు నిల్చున్నాడు. ఆమెను ఆ క్షణంలో చూస్తే ఇంతక్రితం అంత సరదాగా మాట్లాడిన మనిషి అనుకోరు. గంభీరంగా, పక్కా అధికారిలా అకవుంట్స్ చెక్ చేసింది. గంట తరువాత తల యెత్తింది.

"బుచ్చిరాజుగారూ! ఈ రాహుల్ అనే కుర్రాడికి మనమిచ్చే స్కాలర్‌షిప్ అమవుంట్ పెంచండి. అలాగే ఈ గణపతిరావు స్కాలర్‌షిప్ కేన్సిల్ చెయ్యండి. రెండుసార్లు ఫేలయినా మనము మళ్ళీ స్కాలర్‌షిప్ ఇచ్చామంటే వారికి అలుసు అవుతుంది" అన్నది పుస్తకం మూసి.

"మంచిదమ్మా. అతను వస్తే..."

"నా దగ్గరకు పంపించవలసిన అవసరం లేదు. ప్యాసయి వస్తేనే నా ఇంటర్వ్యూ ఇవ్వు" అన్నది.

"మంచిదమ్మా."

"అలాగే రాములు డెయిరీ పెట్టుకుంటానని వ్రాసిన ఉత్తరం గూర్చి ఆలోచించండి. అతని చేతికి డబ్బు ఇవ్వవద్దు." అన్నది.

"మంచిదమ్మా..." అతను వెళ్ళిపోయాడు. కళ్ళు మూసుకుని వెనక్కు వాలింది.

"జయా..."

ఆమె అణువు అణువు ఆ పిలుపు కోసమే యెదురు చూస్తున్నట్టు లేచింది.

"రా భవానీ..." స్నేహితురాలిని ఆహ్వానించింది.

"మళ్ళీ రేపు ఉదయం వస్తాను. ఇవిగో ఈ వెంకటగిరి చీరల్లో నీకేది నచ్చిందో చెప్పు" అన్నది. రెండు ఆమె ముందు పెట్టింది.

ఒకటి నలుపుకు పాల పిట్టరంగు బార్డరు. అదీ అందంగానే ఉంది. రెండవదానికి లేత ఆకుపచ్చదానికి నేవీ బ్లూ బార్డరు.

"రెండూ బావున్నాయి" అన్నది. భవాని వచ్చినంత వేగంగా వెళ్ళి పోయింది.

10

ఒక్కరొక్కరే వస్తున్న అతిథులను చూచి, ఆశ్చర్యపోయింది జయప్రద. ఆమె తలంటుకుని, బయటికి వచ్చింది. ముఖం చిట్లించింది.

అప్పుడే భవాని, రిక్షావాడు రెండు క్యాన్లు, రెండు ప్యాకెట్లు పట్టుకుని వచ్చారు.

అప్పుడర్థం అయింది. ఆ రోజు తన పుట్టినరోజని. సతీష్ మరణించాక, ఆ విషయం తను మరిచిపోయింది గాని, భవాని మరచిపోదు. ప్రతిసారి ఏదో విధంగా సెలబ్రేట్ చేస్తుంది. గత సంవత్సరం కాచిగూడా ఆంజనేయస్వామి గుడిలో సత్యన్నారాయణ వ్రతం అంటూ పిలిచి చేసింది.

గుడులు, గోపురాలు, పూజలు, వ్రతాలు అంటే దూరం ఉండే భవాని చేసే ప్రతీ పూజకు వెళ్తుంది.

ఆ రోజు అలాగే వెళ్తే కొత్తబట్టలిచ్చి, బీదలకు అన్నదానం చేయించింది.

ఈసారిలా చేసిందన్నమాట.

"హాపీ బర్త్‌డే టు యూ... డియర్. జయా..." అంటూ విన్సెంట్ రెడ్డి, రాజు, రఘు, సాహిర్ పాడుతుంటే, తనూ గొంతు కలిపాడు గోపీచంద్.

"ఏమిటిదంతా..." జయప్రద ఉక్కిరి బిక్కిరి అయ్యింది. భవాని బలవంతంగా కూర్చోబెట్టి, నల్లచీర ఇచ్చింది.

"మా తృప్తికోసం జయా! అడక్కముందే ఎవరికి ఏం కావాలో అందిస్తావు. ఈ మాత్రం చేయలేవా!" ఆర్తిగా, అర్థింపుగా చూచింది భవాని.

వెళ్లి చీర కట్టుకుని వచ్చింది.

నల్ల చీరలో, నల్లచుక్క బొట్టుతో కళ్ళు చెదిరి పోయేలా వుంది ఆమె అందం.

భవాని అందరికి తను తెచ్చిన పులిహోరా, పాయసం, గారెలు అందించింది. జయప్రదాదేవి కళ్లు నీటితో నిండాయి.

"ప్రతి నిముషం ఎందుకు బ్రతుకుతున్నాను అనుకునే నాకు 'మేమున్నామని' గుర్తు చేస్తున్నారు" అన్నది గద్గదమైన కంఠముతో.

"ముందుగా చెబితే మాంచి తోఫా(బహుమతి) తెచ్చి ఇస్తుంటి" అన్నాడు సాహిర్.

"జూతాలా!"

అందరూ నవ్వారు.

"ఈ శుభ సందర్భంలో గోపీచంద్ గారొక పాట పాడతారు" భవాని లేచి అనౌన్స్ చేసింది.

గోపీ చక్కని పాట ఒకటి పాడాడు.

జయప్రదాదేవి అరమోడ్పు కళ్ళతో ఆ పాట పూర్తిగా విన్నది. ఆమె చప్పట్లు కొట్టింది.

అందరూ అభినందించారు. గోపీచంద్‌ను పార్టీ ఇవ్వమని గొడవ మొదలు పెట్టారు.

"అతని చేతికి డబ్బులు రానివ్వండి" అన్నది జయ.

"డబ్బులొస్తే మనిషి మబ్బుల్లో దాక్కుంటాడు. మనకు దొరుకుతాడా! నో... దేవీ... నో..." అన్నాడు రఘువీర్.

"రఘూ! డాక్టరీ వదిలి యాక్టరయిన వారున్నారు గాని, కవులయిన వారిని చూడలేదు" అన్నది జయప్రద.

"థాంక్యూ...థాంక్యూ! నా మాటలు కవిత్వంలా వినిపించాయన్నమాట" సగర్వంగా తల ఎగరవేశాడు రఘు.

"నాకు మాత్రం పైత్యంలా...."

"షటప్ రాజూ! అన్నింటిలో నాకు రైవలీయా! బయాప్సీ చేస్తాను జాగ్రత్త" అన్నాడు కోపంగా.

"ఒరేయ్ డాక్టరుబాబూ! కాస్త తగ్గరా తండ్రీ. నీ రోగాలు, టెస్టులు వద్దు. అవి వింటుంటే బ్రెయిన్ జామ్ అయిపోతుంది" అన్నాడు రాజు.

"రాజరాజు భయ్యా! స్టీల్ ఫ్యాక్టరీ మూసి జామ్ ఫ్యాక్టరీ పెట్టుకో" అని సలహా ఇచ్చాడు సాహిర్.

"బావుంది... బావుంది. అందరూ కబుర్లు చెప్పుకుంటూ కూర్చోండి. నేను వంట చేయిస్తాను" బుచ్చిరాజు లేచాడు. అతను మైమరచిపోయి, యువతీ, యువకుల కబుర్లు వింటున్నాడు.

"బావుంది బాబాయ్! ఇప్పుడు తిన్నది భోజనం కాదా?" భవాని అడిగింది.

"ఉహూ! ఫలహారం మాత్రమే" అన్నాడు బుచ్చిరాజు. ఆడుతూ, పాడుతూ సాయంత్రము వరకు, అందరూ పనులు మరిచిపోయినట్టు కూర్చున్నారు.

సాయంత్రము ఒకరొక్కరే సెలవు తీసుకుని వెళ్ళిపోయారు.

"నేను వెళ్ళిరానా మేడమ్!" వినయంగా అడిగాడు గోపీ.

"వెళ్ళి ఏం చేస్తావు! కాసేపు కూర్చోరాదు." అన్నది.

"మా అన్నయ్య పెళ్ళికి ముహూర్తం నిశ్చయించారు. అమ్మ త్వరగా రమ్మన్నది" అన్నాడు.

"అప్పుడే చెప్పాల్సింది చెందూ!" అన్నది నొచ్చుకుని.

"ఫరవాలేదు" అని సెలవు తీసుకుని వెళ్ళిపోయాడు. అంతవరకు కళ, కళ లాడిన ఆమె ముఖం నీరసంగా, వెల వెలబోయినట్టు అయింది.

భవాని ఆ రోజంతా గడపాలని వచ్చింది.

"జయా! సినిమాకు వెళ్దామా!"

"పద..." అన్నద నిర్లిప్తంగా. భవాని ఒక్క నిముషం పరీక్షగా చూచింది. జయప్రద హృదయం ఆమె కళ్ళల్లో నగ్నంగా నాట్యం చేసింది. భవాని నిట్టూర్చింది. వెళ్ళి, లైబ్రరీ గదిలో కూర్చుంది.

"సినిమాకని అలా కూర్చుండిపోయావేం?" జయప్రద చీర మార్చుకుని వచ్చింది.

"నాతో అబద్ధం చెప్పవు కదూ!"

"ఇదేం ప్రశ్న! అనవసరంగా అబద్ధం ఆడను. అప్పుడప్పుడు జోక్స్ వేస్తాను. అవి అబద్ధం కాదు" అన్నది.

"వీళ్ళందరూ నీ ఆరాధకులే, గోపీచంద్ విషయం ఇంకా తెలియదనుకో..."

జయప్రద ముఖం ఎర్రగా మారింది.

"భవానీ!... " అరిచింది.

"జయా! నాకెంతో గర్వం తెలుసా! ఒక ధనవంతురాలు, విజ్ఞానాలగని, సంగీత సరస్వతి నా ప్రాణ మిత్రురాలు అయినందుకు కాని..."

"కాని ఇలా ఈ యువకులతో అనుబంధం పెంచుకుని, నా పాతివ్రత్యానికి భంగం కల్గించుకుంటున్నానని భ్రమపడుతున్నావు కదూ! వెర్రిదానా! నీలాంటి స్నేహితులేనే వాళ్ళు కూడా" అన్నది మెల్లగా.

"ఛీ...ఛీ... నన్ను పూర్తిగా అపార్ధం చేసుకున్నావు. ఇలా ఉండటంలో అర్ధం."

"నాకే అర్ధం తెలియదు. నీకెలా చెప్పగలనే. అందరితో ఉన్నప్పుడు ఎంతో హాయిగా, జీవితం మధురమైన అనుభవంలా కనిపిస్తుంది. కాని మీరంతా వెళ్ళిపోయాక అంతులేని శూన్యం మిగులుతుంది..."

"ఈ రోజు నేను కొత్త సత్యం కనిపెట్టాను."

"ఏమిటో..."

"అందరికంటే యెక్కువ నీ మనసు గోపీచంద్ సాన్నిధ్యం కోరుతుంది."

"భవానీ..." వణికిపోయింది జయప్రద.

"ఛ...ఛ... ఏమిటే, ఏమిటా దిగులు. నా ముందు నీ హృదయం బయట పడిందనా! నీ ముందు నేను ఏమయినా దాచానా!"

"భవానీ... భవానీ... నీకెలా చెప్పేదే..."

"నువ్వేం చెప్పక్కర లేదు. నేనంతమాత్రం అర్ధం చేసుకోలేనా! మనిషి, తనకంటూ, ప్రత్యేకంగా ఓ తోడు ఉండాలని కోరుకుంటాడే! అది నేరం, పాపం కాదుకాని..." ఆర్తిగా స్నేహితురాలి తల నిమిరింది, భవాని.

"నాకు తెలుసు భవానీ! నా అభిమానానికి అర్ధం లేదని, నా ఆరాధనకు నిర్వచనం ఇవ్వలేనని. మా ఇద్దరి మధ్య వయసు పెద్ద అడ్డుగోడ కాకపోతే –

యెందుకో నాకు తెలియదు అతనివైపు నా మనసు కళ్ళెంలేని గుఱ్ఱంలా పరుగులు పెడుతుంది" అన్నది మెల్లగా, భవాని భుజానికి తన తల వాల్చి.

"గోపీచంద్‌కంటే, అందమైన మగవారు చాలామంది నీతో స్నేహము చేయాలని ఉవ్విళ్ళు ఊరారు..."

"అదే....అదే... నా కర్థంకాని విషయము భవానీ! చెందూకంటే అందమైనవారు, వ్యక్తిత్వం గలవారెందరో నాచుట్టూ తిరిగారు కాని...నా మనస్సుకు స్పందన లేదు. యెందుకో... నాకే తెలియదు. ఇతడిని చూడగానే నా మనసు..."

"అర్థం చేసుకోగలను జయా!"

"రఘు, రాజూ, సాహిర్, విన్సెంట్ అందరూ నాకు దగ్గరవ్వాలని చూచారు. బలహీనమైన క్షణంలో ఏదయినా ఆలోచన వచ్చినా, అది నన్ను వేధించి వెంటాడలేదు. మనిషి మానసికంగా కూడా సిద్ధమయి ఉండాలేమో! వారు వివాహితులు, వారి భార్యలకు ద్రోహము చేస్తున్నానన్న భావం నన్ను రాయిగా మార్చిందేమో" అన్నది విహ్వల అయి, స్నేహితురాలి ముందు తన హృదయం పరిచి.

"అంతే అయివుంటుంది జయా! ఆ కుర్రాడి భావాలు యెలా ఉన్నాయో గ్రహించావా!"

"అతని దృష్టిలో నేనొక మేడమ్‌ని" అన్నది నిట్టూరుస్తూ.

"జయా! మీ నాన్న, అత్తయ్యా ఇద్దరూ పిరికివారేనే. సతీష్‌తోనే లోకం చీకటయిందని భ్రమించి, నీ జీవితం చీకటి చేశారు" అన్నది కోపంగా.

"ఆ స్థితికి మనవారి మానసిక దశ ఎదుగలేదు. అత్తయ్య ఉద్దేశంలో భర్త కోసం భార్య కృశించి, కృంగిపోతే అదొక ఘనకార్యం. అదొక గొప్ప విషయం. భవానీ! సతీష్ మరణం తరువాత నాకు లోకమే లేదు అనుకున్నాను. అతనితో గడిపిన కొద్దికాలమే చాలనుకున్నాను..."

"పిచ్చిదానా! మనసుకు, శరీరానికి సంబంధం లేదు, కొన్నిసార్లు మనసు యెదురు తిరుగుతున్నా శరీరం లొంగిపోతుంది. మావారు అనుమానంగా చూచినప్పుడు, నిన్ను గూర్చి అవమానకరంగా మాట్లాడినప్పుడు అతను దగ్గరగా వస్తే అసహ్యంతో మనసు యెదురు తిరిగినా, అతని చర్యలకు ఉత్తేజపడిన శరీరం, అతనితో జీవితం పంచుకోవటానికి సిద్ధపడుతుంది..." అన్నది భవాని.

"నిజమే భవానీ! మనసును అదుపులో పెట్టినా, ఏదో అశాంతి, ఏదో స్తబ్ధత, ఏదో తెలియని ఊహలు ఉక్కిరిబిక్కిరి చేస్తున్నాయి" అన్నది, పసిపిల్లలా భవాని మెడలోని సూత్రం తాడుతో ఆడుకుంటూ.

"నువ్వూ మీ నాన్నలా, అత్తయ్యలా పిరికిదానవు కాకు."

"అదే ఆలోచిస్తున్నాను భవానీ! నాకేం చెయ్యాలో తోచటం లేదు. ఒకవైపు సాంప్రదాయాలు, మరోవైపు స్వార్థం యెప్పుడూ నా ముందు యుద్ధం చేస్తుంటాయి" అన్నది నిట్టూర్చి.

"అదే... ఈ సాంప్రదాయాలను ఛేదించాలంటే, సంఘం సానుభూతి కొంతయినా కోరుతుంటాము. పదేళ్ళ క్రితం అయితే అది నీకు పుష్కలంగా లభ్యం అయ్యేది. 'వయసులో ఉన్న పిల్ల, ప్రక్కదారులు త్రొక్కేకంటే తన జీవితానికో గమ్యం ఏర్పరచుకుంది' అని ప్రశంసించేవారు" అన్నది.

జయప్రదాదేవి లేచి కిటికీ దగ్గరకు వెళ్ళి నిలబడింది.

"నాకు తెలుసే. ఇప్పుడు నేనేం చేయబోయినా 'ఇన్నాళ్లు ఉండి ఇప్పుడేం పొయ్యేకాలం వచ్చింది!' అంటారు" అన్నది నిట్టూరుస్తూ.

"అదికాదు జయా! ఈడు, జోడు కలిగినవాడు దొరికితే వివాహం చేసుకుని సెటిల్ అయితే మంచిది" అన్నది లేచివెళ్ళి స్నేహితురాలికి యెదురుగా నిలబడి.

"పిచ్చిదానా!" విరక్తిగా నవ్వింది జయప్రదాదేవి. ఆమె అస్తమించే సూర్యుడిని చూస్తూ కొద్దిసేపు మాట్లాడలేకపోయింది.

"మనసు మనము చెప్పినట్టు వింటే, యిక లేనిదేం ఉంది. నేను యెప్పుడూ అంటుంటాను. ఈ అనుబంధాలకు అర్థం చెప్పలేమని. కూలీపని కాదుగా..." ఈసారి అల్లరిగా నవ్వింది జయ.

"జయా! కావాలనుకున్నప్పుడు అర నిముషంలో మూడ్స్ మార్చుకుంటావ్! అదే నీలోని గొప్పతనం" అన్నది నవ్వే జయవంక చూస్తూ. జయప్రద వచ్చి కూర్చున్నది.

"భవానీ! నా హృదయంలో యెప్పుడూ కుమ్మరాములా, నెగడు రగులుతుంది. ఆ సెగలు, పొగలు మీ నెత్తిన రుద్దాలని కాదు. నా హృదయంలోని నెగడు నా చుట్టున్న వారిని దహించివేయరాదు" అన్నది నిదానంగా.

"జయా! నీ సహచర్యం, సహనమే నా కాపురం నిలుపుతుందంటే నమ్ముతావా!" అన్నది.

"చాల్లేవే. నీ అభిమానం అలా అనిపిస్తుంది. గోపీచంద్ లోని మొరటుదనమో, కంఠములోని కమ్మదనమో తెలియదు - అతన్ని చూడాలని, అతడు నావాడు కావాలని బలంగా కోరిక కల్గుతుంది."

"అతనికి నీ హృదయం తెలిపావా?"

"భవానీ! నా హృదయం కళ్ళెంలేని గుఱ్ఱం కావచ్చు, కాని చర్యలు అలాగే ఉంటే నాకూ పిచ్చివారికి తేడా ఉండదు."

"మరి ఈ సమస్యకు పరిష్కారం?"

"ప్రాణప్రదంగా ప్రేమించిన సతీష్ దూరమయితే మరిచిన మనసు మరొకరిని కోరుతుంది. అందుకే విన్సెంట్‌తో చెప్పి, అతనికి మద్రాసు 'సువాణి'లో పని ఇప్పించాను. అక్కడ భక్తిగీతాలు రికార్డ్ చేస్తారు. వెళ్ళిపోతున్నాడు" అన్నది.

"నాకు నమ్మకం లేదు. అయినా విష్‌యు బెస్టాఫ్‌లక్" అని లేచింది భవాని. వెళతానని చెప్పింది.

"భవానీ! పిల్లలను తీసుకురావలసింది."

"జయా! పిల్లలంటే నాకిష్టం లేదా? కాని ఇంటికి వెళ్ళగానే ఆయనకు మనము మాట్లాడుకున్నది, ఇక్కడ జరిగింది చెబుతారు. అయినా ఆయనకు నమ్మకం కలుగదు. వాళ్లను గుచ్చి గుచ్చి అడుగుతారు. అది నాకిష్టంలేదు" అన్నది.

"నీ విషయం అతనికి తెలియదా!"

"తెలుసుకాని మరి ఆ కోపం యెందుకో తెలియదు. నేను కాస్త దూరం కాగానే పిల్లలను గ్రుచ్చి, గ్రుచ్చి, అడుగుతారు. 'అక్కడ మగవారు ఏం చేశారు?' అంటూ."

"మీ ఆయన యెంత అమాయకుడే భవానీ. మనవల్ల ఏదయినా జరిగితే అందరి యెదుట జరుగుతుందా!" అన్నది.

"అదేనే... అదే నేను అడుగుతాను. ఆ నిమిషంలో ఆయన ఆ విషయం మరిచిపోతారు." అన్నది బాధగా.

జయ కళ్ళు నిండుకున్నాయి.

"సారీ జయా!"

"మరేం ఫరవాలేదు. నీకు యెలా గడుస్తుందే."

"మిగతా విషయాలలో చాలా ఉదారంగా, సంస్కారవంతంగానే ఉంటారు. నువ్వే అన్నావుగా, ఒక మనిషిలో అపరాధాలు భూతద్దంతో చూచేకంటే, అతడిలోని మంచితనం ప్రేమించమని."

"ఇప్పటికీ అంటాను."

"ఆ సూత్రం గుర్తు పెట్టుకునే కాపురం చేస్తున్నాను జయా!"

"నాదో అనుమానం భవానీ..." అన్నదేకాని భవాని యెంత అడిగినా చెప్పలేకపోయింది.

అది చెప్పితే నిజమే అయినా భవాని భరించలేకపోవచ్చు. పిల్లలకు పండ్లు, మిఠాయిలు, నిన్న కొన్న రెండవ చీర భవానికిచ్చింది. వేరేవారి దగ్గర అభిమానపడి ఏమీ తీసుకు యెరుగదు భవాని. కాని జయప్రద దగ్గర జబర్దస్తీగా తీసుకుంటుంది. తనకు నచ్చిన చీరలు కనిపిస్తే కొని, జయప్రదాదేవికిచ్చి డబ్బులు వసూలు చేసుకుంటుంది.

భవానిని సాగనంపి వచ్చి, కిటికీ దగ్గర కూర్చుంది సంధ్యాదేవి చీకటి ముసుగులు వేసుకుని, పయ్యారంగా ప్రకృతంతా తన ముసుగులు కప్పేసింది.

"మేడమ్..."

ఉలిక్కిపడింది జయప్రద.

"నేను మేడమ్ మీ చెందూని" అన్నాడు అతను చీకటిని చీల్చుకుని అతని కంఠం కంచులా వినిపించింది.

ఆ కంఠంలోని మగసిరికేనా తన అణువణువు పులకరించి హృదయపు లోతులను పలుకరిస్తాయి అనుభూతులు.

"ఏమిటి చెందూ! ఇప్పుడు వచ్చావ్?"

"అలా అడగవద్దు, మీరు మద్రాసు వెళ్ళమంటున్నారు. కాని, కాని."

"కాని లేదు అర్ధణా లేదు, నీ మేలుకోరే చెప్పాను."

"నిజమే... మిమ్మల్ని విడిచి ఒక్కసారి వెళ్ళలేను. మిమ్మల్ని చూడనిది బ్రతుకలేను" అన్నాడు.

"చెందూ...."

"అవును మేడమ్, నా తప్పుకు ఏ శిక్ష విధించినా ఆనందంగా స్వీకరిస్తాను. మన మధ్య అంతరాలు తెలిసినా మనసు." అంటూ ఆమె కాళ్ళ దగ్గర కూర్చుని, తల ఆమె మోకాళ్ళపై ఆన్చాడు.

"చెందూ!" ఆమె అతని తల హృదయానికి బలంగా హత్తుకుంది. అతని తలపై ముద్దు పెట్టుకుంది. ఆమె పెదవులు అతని తలనుండి నుదుటిపై తచ్చాడి అతని పెదవులు అందుకున్నాయి.

"మేడమ్..." అనబోయిన అతని గొంతులోని శబ్దం అక్కడే ఆగిపోయింది. అతని చేతులు మాత్రం ఆమె శరీరాన్ని వీణను చేసి మీటుతున్నాయి. ఆమె అణువణువు హాయిగా గాలిలో తేలిపోతున్నట్టు ఉన్నది. ఆమెకు తెలియని మైకం మైమరపు వచ్చేశాయి.

"చెందూ...చెందూ..." అన్నది.

"అమ్మగారూ ! గోపీచంద్ గారు వెళ్ళిపోయారు" జయమ్మ కూతురు వచ్చి లైటు వేసింది.

ఆ పిల్లను ఇంట్లో పనికి పెడితే, తిట్టి పని మానిపించింది. బడికి పంపుతుంది. సాయంత్రం, ఉదయం వచ్చి, వాడ్‌రోబ్ సర్ది వస్తువులు యెక్కడివి అక్కడ పెడుతుంది.

ఒక్కసారి అయోమయంగా ఆ అమ్మాయి వైపు చూచి తల విదిలించింది. తనెంత అన్యాయంగా ఆలోచిస్తుంది.

మానసిక వ్యభిచారం కంటే మరణం మేలు.

తను అసహాయురాలు!

ఆమె ఆవేశంగా లేచి, తన గదిలోకి వెళ్ళి తలుపు వేసుకుని, సతీష్ ఫొటోకు తల ఆన్చి నిలబడింది.

"నన్ను... నన్ను క్షమించు సతీష్... నన్ను క్షమించు" అన్నది. అది మానసిక వ్యధ, శరీరంలో నుండి సెగలు, పొగలు వెలువడ్డాయి.

11

సికింద్రాబాదు స్టేషన్‌లో మద్రాసు ఎక్స్‌ప్రెస్ నిలబడి ఉంది.

"కాఫీ... కాఫీ..." అంటున్నారు కొందరు.

"చాయ్...చాయ్..." అని అరుస్తున్నారు మరికొందరు.

"బిస్కెట్...బిస్కెట్..." అని ఓ ట్రే మెడకు వేసుకున్న కుర్రాడు తిరుగుతున్నాడు.

అతనిలాగే సిగరెట్లు, కిళ్ళీలు పట్టుకుని మరికొందరు తిరుగుతున్నారు.

కొందరు మిత్రులుంటారని వచ్చి, అద్దాల కేసులోని సినిమా పోస్టర్లు చూస్తున్నారు.

మరి కొందరు ప్రజలలో అందమైన అమ్మాయిలున్నారా అన్నట్టు చూస్తున్నారు.

కొందరు ఎస్సో కాఫీ స్టాల్ దగ్గర కాఫీ త్రాగుతున్నారు.

యువకులు కొందరు బుక్‌స్టాల్ దగ్గర నిలబడి, మేగజీన్స్ చూస్తున్నారు.

ఒంటరిగా కంపార్ట్‌మెంటు దగ్గర నిలబడి, దిక్కులు చూస్తున్నాడు గోపీచంద్.

దూరం నుండి లేతాకు పచ్చపెయింటింగ్ చేసిన చీర కట్టుకుని జుట్టు భుజాల మీదుగా జారుతుండగా వస్తూ కనిపించింది జయప్రదాదేవి.

"మేడమ్!" ఎదురు వచ్చాడు గోపీచంద్.

'అక్కడే ఉండు, సామాన్లు..." అన్నదామె త్వరగా వస్తూ.

"నాకేం సామాన్లున్నాయి మేడమ్!" అన్నాడు ఆనందంగా.

"ఆమె పళ్ళు, చిరుతిండ్లు ప్యాకెట్లు, పుస్తకాలు, మేగజీన్లు చేతిలో పెట్టింది.

"థాంక్యూ... మీరు వస్తారో, రారో అని అప్పటి నుండి అటే చూస్తున్నాను" అన్నాడు. ఆమె రాకపోతే ఎంత ఆశాభంగం పొందేవాడో చెబుతూ.

"అలాగా! మీ అమ్మ, నాన్న, అక్క అన్నలుంటారని, నేను వస్తే నువ్వు అందరిని వదిలి నా దగ్గరకే నిలబడటం ఇక్కడ షో అవుతుందేమోనని, టైముకే వచ్చాను" అన్నదామె.

"హైద్రాబాద్ నుండి మద్రాసు వెళ్ళే ఎక్స్‌ప్రెస్ మరికొన్ని నిముషాలలో... నంబరు ప్లాట్‌ఫారమ్ నుండి బయలుదేరుతుంది" అదే విషయం ఇంగ్లీషులో, హిందీలో కూడా అనౌన్స్ చేశారు.

"వెళ్ళు, వెళ్ళు బండి బయలుదేరుతుంది. నీ హాఫ్ ఇంగ్లీష్ వ్హేరు!" అన్నది నవ్వుతూ.

ఆమె నవ్వునే ముగ్ధుడయినట్టు చూచాడు.

"ఆత్మీయులకే అవసరం లేనిది హాఫ్ ఇంగ్లీష్ యెలా వస్తుంది. మా ఇంట్లోవారి విషయాలు చెబితే నవ్వుతారు. మా అన్నయ్యలకు అత్తగార్లు, భార్యలు కావాలి... ఓ మీకు కోపం వస్తుంది. నన్ను అంతే అంటారు' అన్నాడు బుంగమూతి పెట్టి. అలాంటప్పుడు దగ్గరగా తీసుకుని ఓదార్చాలనిపిస్తుంది.

"ఇక మా అక్కను కదిపితే బావగారి ఘనత, యెవరెవరి పుట్టింటివారు ఆడపిల్లలకు పెడుతున్నారు. ఎంత అపురూపంగా చూస్తున్నారో గంటలు, రోజులు చెబుతుంది" అన్నాడు.

"పోన్లే! నువ్వూ వారి తమ్ముడనిపించుకోకు. ఇవి అర్థం చెప్పలేని అనుభూతులు చెందూ! ఎవరినయినా అభినందించినప్పుడు, మనకేం వస్తుంది! ఏం లేదు. ఆ తృప్తి అతను అనుభవిస్తాడు."

"మీ ప్రతీ అక్షరం గుర్తుపెట్టుకుంటాను మేడమ్."

"అక్షరం చాలా చిన్నది. నన్ను గుర్తుపెట్టుకో చాలు" అన్నది.

"మిమ్మల్ని మరిచిపోవటం అంటే నా ఉనికిని నేను మరిచిపోవటమే" అన్నాడు.

మళ్ళీ అనౌన్స్ చేశారు.

"వెళ్ళు చెందూ! వెళ్ళు..." తొందరచేసింది.

"కదిలే రైలులో ఎక్కటం మాకలవాటే..." అన్నాడు.

"మీ కలవాటే కాని, అలా చూడటం నా కలవాటు లేదు" అన్నది. అతను ఆమె తృప్తి కోసం ఏమయినా చేస్తాడు. అందుకే బండి ఎక్కేశాడు.

గార్డ్ విజిల్ వేసి, పచ్చ జండా ఊపాడు.

"వస్తాను మేడమ్..." అతని కళ్ళు నీటితో నిండాయి.

"విష్ యు ఆల్ ద బెస్ట్. చేరగానే అవకాశం ఉంటే ఫోన్ చెయ్యాలి. లేదనుకుంటే కార్డ్ వ్రాయి" అతని చేతిని మృదువుగా నొక్కింది.

ఆమె స్పర్శ అతడిని గిలిగింతలు పెట్టింది. ఆమె చేతిని ఒక్క నిముషం అలాగే పట్టుకున్నాడు.

'ఓ..' అని వెనక్కు తీసుకున్నదా చెయ్యి. ఒక్కసారి బండి కదిలిన జర్క్‌కు చేతులు విడిపోయాయి.

"బై..." అన్నాడు.

జయప్రదాదేవివిది ఎడమ చేయివాటం. ఆమె చెయ్యి ఊపుతుంటే వేలికి ఉన్న వజ్రాల ఉంగరం తళుక్కుమన్నది.

అతను కనిపించినంత మేరకు చెయ్యి ఊపాడు. అంత వరకు తన చుట్టూ మనుషులున్నారని, ఒత్తిడి జరుగుతుందని మరిచిపోయాడు.

బండి స్పీడ్ అందుకున్న తరువాత, అతను వచ్చి, తన సీట్లో కూర్చున్నాడు. తనకు తెలియకుండానే విన్సెంట్ రెడ్డి, ఫస్టుక్లాసులో బుక్ చేశాడు.

జీవితంలో గోపీచంద్‌కు ఫస్టుక్లాసులో వెళ్ళటం మొదటిసారి. అతను వచ్చి తన బెర్త్‌మీద కూర్చున్నాడు.

ఎదుటి బెర్త్‌పై కూర్చున్న యువతీ యువకులు ఉలిక్కిపడి సర్దుకుని కూర్చున్నారు.

నవ్వుకున్నాడు గోపీచంద్.

అతను తన సామాను వంక చూచాడు. ఒకవైపు సర్దాడు. నీలం రంగు వి.ఐ.పి. సూట్‌కేసుతో పాటు, బెడ్డింగ్ కూడా జయప్రదాదేవి కొని ఇచ్చింది. ఆమె రుణం తీర్చుకోవటానికి మరో జన్మ ఎత్తాలేమో!

అతను కొన్ని పత్రికలు తీసుకొని వెనక్కు చేరబడ్డాడు.

"ఒక్కసారి ఆ మాగజీను ఇస్తారా!" తీయని కంఠం ప్రశ్నించింది.

"తీసుకోండి" అని ఇచ్చేశాడు.

అతని ఎదుటిసీట్లో అమ్మాయి అడిగింది. ఆమె అందంగా, ఆకర్షణీయంగా ఉంది. ఆమె కళ్ళు, పెదవులు గమ్మత్తుగా వంగి ఉన్నాయి.

"థాంక్స్" అన్నది అతనిచ్చిన యువ అందుకుని.

"అమూల్యా! నీ దగ్గరున్న మ్యాగజీన్స్ అన్నీ చదివావా?" అన్నాడు విసుగ్గా, ఆమె ప్రక్కనున్న యువకుడు.

"ఓ... డార్లింగ్. చూస్తే తప్పేం! డూ యూ మైండ్..." అని గోపీచంద్‌ను అడిగింది.

"నో విత్ ప్లెజర్!" అన్నాడు.

ఆమె నవ్వింది. యువ తీసుకుని తిరుగవెయ్యసాగింది.

గోపీ సన్‌డే తీసి చదవసాగాడు. మధ్య, మధ్య క్రీగంట, ఆ జంట ప్రేమ కలాపాలు గమనించసాగాడు.

కొన్ని పేర్లు విని మరిచిపోతుంటాము. కాని, అమూల్య పేరు అతను మరిచిపోలేనంతగా అతని హృదయాన్ని హత్తుకుపోయింది.

'అమూల్య...అమూల్య..." అనుకున్నాడు.

"వరంగల్లులో నాకు కాఫీ కావాలి." అన్నది.

"మరీ చిన్నపిల్లవయిపోతున్నావు" అన్నాడు అతను.

"పాలు త్రాగడం చిన్న పిల్లల లక్షణం, కాఫీ త్రాగడం పెద్దవారి లక్షణం" అని ఫక్కున నవ్వింది.

"ఛ... విలన్లా ఉన్నాడు. అందమైన అమ్మాయి అడిగితే కాఫీ ఏమిటి? ఆ దేవేంద్రుడితో యుద్ధం చేసి అమృతం తెచ్చి యివ్వవచ్చు" అనుకున్నాడు.

ఒక్కసారి అతనికి జయప్రదాదేవి గుర్తుకు వచ్చింది. ఆమెను అర్థం చేసుకోలేకపోతున్నాడు. ఆమె ముందు చేయిచాచినవాడు వెనుకకు తీసుకోలేడు.

అందరి అవసరాలు ఆర్తిగా అడుగుతుంది. శక్తివంచన లేకుండా సహాయం చేస్తుంది. తన ఒక్కడికి పరిమితం కాదు.

ఆ విషయంలో అతను కొద్దిగా హర్ట్ అవుతున్నాడు.

బండి ఆగటం ఒకతను దూసుకురావటం అతను గమనించనే లేదు. అమూల్య భర్త దిగి కాఫీ వాడిని కేకవేశాడు.

"బాబూ, కాస్త జరుగు" ఒకతను వచ్చి, తన సామాన్లు సీటుక్రింద పెట్టుకున్నాడు.

"హల్లో హౌ ఆర్ యు సర్... గుడ్‌మార్నింగ్ డియర్ డేమ్... గుడ్ మార్నింగ్ టు యు లక్కీ హస్‌బెండ్" యెవరినీ ఊపిరి పీల్చుకోనివ్వలేదు అతను. మిగతా ముగ్గురు తెల్లబోయి చూచారు.

"యు యంగ్ బ్లడీ పీపుల్! మేనర్స్ లేదా!" అన్నాడు.

"హల్లో!" అన్నారు కోరస్‌గా ముగ్గురూ.

"దట్స్ గుడ్..." అతను కూర్చున్నాడు.

ఈ లోపల ఆమె భర్త ఆర్డర్ చేసిన కాఫీ వచ్చింది. ఇద్దరూ చెరో కప్పు అందుకున్నారు.

"ఏమయ్యా పెద్దమనిషీ! మరో యిద్దరు మనుష్యులుండగా, ఆ కాఫీ గొంతు యెలా దిగింది?... ప్లీజ్ ఆన్సర్ మి.." అన్నాడు.

"అబ్బే. నాకు త్రాగాలని లేదండీ" అన్నాడు గోపీచంద్.

"నాకు మాత్రం ఉందటయ్యా! ఇట్ ఈజ్ కర్టసీ. మర్యాద" అని బ్యాగు తీసాడు.

ఈ లోపల కాఫీ కప్పులు తీసుకోవటానికి అబ్బాయి వచ్చాడు. ట్రెన్ కదిలింది. ఆ అబ్బాయి రన్నింగ్ ట్రెన్‌లో నుండి దిగేశాడు.

"నేను త్రాగాలనుకున్నది యిది" విస్కీ తీశాడు. గ్లాసు తీశాడు. ఓ ప్లాస్టిక్ బాటిల్‌లో నీళ్లు తీశాడు.

"నీళ్ళే టెంపరరీ అడ్జెస్ట్‌మెంటు" అన్నాడు, రెండూ కలిపి తాగి.

గోపీచంద్ ఇబ్బందిగా కదిలాడు.

"మీరూ తీసుకోండి" డ్రింక్స్ ఆఫర్ చేశాడు. ఇద్దరూ వద్దని తిరస్కరించారు.

"ఆయనకంటే మత్తు ప్రక్కన ఉంది. వ్హాట్ ఎబౌట్ యు?"

"నో థాంక్స్..." మృదువుగా తిరస్కరించాడు.

"ఇంగ్లీష్ వాడు రాజ్యభిక్షతో పాటు, 'నో థాంక్స్' 'సారీ' అంటూ కొన్ని మంచి విషయాలు నేర్పాడు' అనుకున్నాడు స్వగతంలా.

అమూల్య తూలసాగింది.

"అరే... ఏమిటా ఆముదం త్రాగినట్టు మీ ముఖాలు మీరూను. ఏడ్వటానికి ముందు చాలా టైముంది. నవ్వండయ్యా... నవ్వండి" అన్నాడు హుషారుగా.

"మాకు మందుపడితే అలాగే నవ్వేవారము" అనుకోబోయి పైకే అనేశాడు గోపీచంద్.

అమూల్య పక, పక నవ్వింది తూలుతూనే.

"నిన్ను తాగొద్దని అన్నానా! త్రాగితే తప్పేముంది! జనులారా మీరు, త్రాగితే తప్పేముంది! అలనాడు దేవతలు అమృతం త్రాగారు. ఈనాడు మానవులు ఆముదం త్రాగారు" అంటూ పాడుతూ డాన్స్ మొదలుపెట్టాడు. ప్రక్క కుపే వాళ్లు వచ్చి తలుపుదగ్గర నిలబడ్డారు.

"ఆముదం కాదు సర్. కాఫీ త్రాగారు" అన్నా వినిపించుకోడు. అలా అరగంట గడిచేసరికి అందరూ అరమరికలు లేకుండా కలిసిపోయి స్నేహితులు అయ్యారు.

రాత్రి భోజనాల సమయములో రెండు కుపేలవారు ఒక కుటుంబంగా కలిసిపోయారు.

అందరూ తెచ్చుకున్నవి కలిసి భోజనము చేశారు.

ప్లాస్టిక్ బ్యాగు తీశాడు గోపీచంద్. ఒక పొట్లంలో పూరీకూర, మరో పొట్లంలో పెరుగన్నం వుంది. దాని ప్రక్కనే మర్నాటి తేదీతో ఓ ప్యాకెట్టు కనిపించింది.

"వారెవ్వా! మీ ఆవిడో, మీ అమ్మోగాని భలే ఆర్టిస్టిక్ మైండ్ గలవారయ్యా బాబూ! అహహా!' అతను మెచ్చుకున్నాడు.

అతను బ్యాంక్ ఎంప్లాయిట. అతనిపేరు కన్నన్‌ట.

"మీరు అరవవారా!"

"కానయ్యా బాబూ! అరవరాజ్యంలో పని చేశాను. నా పేరు కన్నారావు. అయితే వారు పని వినక, నానా మాటలు అనేవారు. అందుకని కన్నన్ అనుకున్నాను" అన్నాడు.

అతను ఏ విషయమైనా అనర్గళంగా మాట్లాడగల దిట్ట. అతనితో మాట్లాడిన ప్రతీ నిముషము ఏదో నేర్చుకుంటున్నాం అనిపిస్తుంది.

అమూల్య భర్త పేరు శ్రవణ్‌కుమార్. అతను మద్రాసులో పని చేస్తున్నాడట.

"ఓ గోపీకృష్ణ! చెప్పు, ఈ ప్యాకేజీ యెవరు కట్టారు? మీ అమ్మా, నీ భార్యా?"

"ఇద్దరూ కాదు, నా పేరు గోపీచంద్."

"ఇంత శ్రద్ధగా మరెవరు కడతారు!... అర్థం అయింది. ప్రియురాలు కడుతుంది. ప్రియురాలే - అవునా!"

"అనుకుంటే అవును, లేదనుకుంటే లేదు" అన్నాడు.

"ఇదేం తిరకాసయ్యో! ఈ కాలం పిల్లలకు బొత్తిగా మేనర్స్ తెలియవు. శృంగారం అంతకంటే తెలియదు. మా కాలంలో ఎక్కడ అవకాశం దొరికితే అక్కడ అనుభవించాము" అన్నాడు. ఏదో స్టేషన్ రావటంతో అమూల్య, భర్త దిగి వెళ్ళారు.

"ఏమయ్యా! కిస్సుకు, ప్రెస్సుకు అయితే దిగి చీకటిని ఆశ్రయించకండి. మేం కళ్ళు మూసుకుంటాం. లేదా ఇంగ్లీషు సినిమా చూచామనుకుంటాం" అన్నాడు కన్నన్.

"భలేవారు సర్!" శ్రవణ్‌కుమార్ పక, పక నవ్వాడు.

బండిలో అతను నవ్వటం మొదటిసారి.

అందరి భోజనాలు అయ్యాయి.

"నీ ప్రియురాలి వివరాలు చెప్పవయ్యా గోపీ..."

"చంద్..." పూర్తి చేశాడు.

"అలా అనొద్దండి. ఆమె ఆత్మీయురాలు, ఆరాధ్య దేవత."

"అందుకని భజన చేస్తున్నావా! అనుభవానికి వయసు అడ్డురాదు. కావాలంటే పందెం కాయి. రేపు మద్రాసు వెళ్ళి ఓ టెలిగ్రామివ్వు, పరుగెత్తుకు వస్తుంది" అన్నాడు.

"ప్లీజ్ సర్... ఆమెను గూర్చి అంత తక్కువగా మాట్లాడటం నాకు నచ్చదు" అన్నాడు.

"ఏమిటో పోవయ్యా, నేనయితే ఈపాటికి ఓ రెండు పట్లు పట్టేవాడిని. ఎనీ హౌ విష్ యు బెస్టాఫ్ లైఫ్" అన్నాడు.

అతను మళ్ళీ బాటిల్ తీశాడు.

"భోజనం చేశాక తాగుతారా?"

భళ్ళున నవ్వాడు కన్నన్.

"మధువు దగ్గర, మగువ దగ్గర తెగువ చూపించని వాడు నీరసుడు నాయనా! ఏ శాస్త్రంలో ఉందో చెప్పు, ఫలానా సమయాన్నే త్రాగాలని..."

అతనితో వాదించి లాభంలేదని ఊరుకున్నాడు. తాంబూలం సేవించిన ఆమె పెదవులు ఎర్రగా మారాయి. నాల్గు పెగ్గులు కొట్టేసరికి చెట్టెక్కాడు కన్నన్. గోపీచంద్ శ్రవణ్‌కుమార్ ఇద్దరూ పై బెర్త్‌లపైకి వెళ్ళిపోయారు. కన్నన్ పాట పాడుతున్నాడు.

"మిస్టర్! నన్ను ముసలివాడు... అనుకుంటున్నావ్... మీ ఆవిడ ఇష్టపడితే ఆమె చెయ్యి పట్టుకుని దూకేయగలను..."

"కన్నన్ గారూ! చాలా రాత్రయింది పడుకోండి." అన్నాడు శ్రవణ్ కోపం వచ్చినా అణచుకుని.

"మీరేం యువకులు... భయంలేదు... ఇష్టపడిన స్త్రీయే గాని.. లేనివారిని కన్నెత్తి చూడలేదు..." మూతి దగ్గర చెయ్యి అడ్డంగా తిప్పాడు.

ఇద్దరినీ లేపి ఆకులు, సున్నం, వక్కపొడి ఇచ్చాడు.

"నాకు అలవాటు లేదండి..." అన్నాడు గోపీచంద్.

"పెళ్లి అలవాటా, శోభనం... అహహ...." అతనితో ఆ క్షణంలో వాదించటం తెలివి తక్కువ అనిపించింది. ఇద్దరూ తీసుకున్నారు. అమూల్య కిచ్చారు.

"పాపం! కంపార్ట్‌మెంటంతా... భోజనాలు చేసి తాంబూలం లేక... అల్లాడుతుంటారు..." అంటూ తన స్టీలు డబ్బాతో బయటికి వెళ్ళి అందరికీ పంచిపెట్టి వచ్చాడు.

అర్ధరాత్రి వరకు ఆడుతూ, పాడుతూనే ఉన్నాడు.

గోపీచంద్ మర్నాడు ఒంగోలు దాటాక మేలుకున్నాడు. అతను లేచి బ్రష్ చేసుకుని, ముఖం కడుక్కుని వచ్చాడు. బెడ్డింగ్ చుట్టి కాఫీ త్రాగాడు.

పదిగంటల ప్రాంతంలో మేలుకున్నాడు కన్నన్. కాలకృత్యాలు తీర్చుకుని, ఏదో స్టేషన్లో కాఫీ తన గ్లాసులో తెచ్చుకున్నాడు. కాఫీ త్రాగుతూనే తన స్టీలుడబ్బా విప్పాడు.

అప్పటికే లేచి తల దువ్వుకుంటున్న అమూల్యతో పాటు అందరూ 'గుడ్ మార్నింగ్' అన్నారు.

"దోపిడీ... దొంగలదోపిడీ... కొంప మునిగింది..." అన్నాడు పెద్దగా అరుస్తూ.

"ఏమండీ... డబ్బేమయినా పోయిందా!" ఆదుర్దాగా అడిగాడు శ్రవణ్.

"అయ్యో! అంతకంటే విలువయింది. మా ఆవిడ అత్యంత ప్రేమతో కట్టిచ్చిన వక్కపొడి. కొన్నది కాదయ్యా ఇంట్లో స్వయంగా చేసింది... నా వక్కపొడి... నా తమలపాకులు..." అని గోల పెట్టాడు.

"మీరే కదండి. రాత్రి అందరికీ పంచిపెట్టారు." అన్నది అమూల్య నవ్వుతూ.

"నీకు... నీకు నవ్వు వస్తుందా! నా వక్కపొడి... కళ్యాణీ! నీ ప్రేమను పంచి పెట్టాను..."

అతను మాట్లాడుతుంటే, సిగరెట్టు కంపు, విస్కీ కంపు కలిపి గమ్మత్తయిన వాసన వచ్చింది.

గోపీచంద్ లేచి తలుపు దగ్గర నిలబడ్డాడు. అతను మద్రాసు చేరేవరకు వక్కపొడి కోసం గొడవ పెడుతూనే ఉన్నాడు. బండి మద్రాసు చేరుకుంది.

గోపీచంద్ త్వరగా తన సామాన్లు పేకాప్ చేశాడు.

"ఎక్కడుంటారండీ?" శ్రవణ్ అడిగాడు.

"సువాణి' వారి గెస్ట్‌హౌస్‌లో ఉంటాను. మీ అడ్రసు ఇవ్వండి వీలున్నప్పుడు వస్తాను" అన్నాడు.

"వెల్‌కమ్..."అని ఫోన్ నంబరు, అడ్రసు ఇచ్చేడు శ్రవణ్. ఒకరికి, ఒకరు వీడ్కోలు ఇచ్చుకున్నారు.

"బాబూ! గోపీ..."

"చంద్..."

"గోపీచంద్! నా వక్కపొడి పోతే పోయింది బాధలేదుకాని ఒక్క విషయం. నీ ఛాన్స్ వదులుకోకు. 'ఆడదాన్ని చూడ అర్థంబుచూడ బ్రహ్మకయిన పుట్టు రిమ్మతెగులు' అన్న సామెత ఉంది కాని మనం కాస్త తిరగవేద్దాం. ఆడదాన్ని చూచి, అర్థంబు చూచి, ఆశించనివాడు అసమర్థుడు..." నవ్వి భుజం చరిచి వెళ్ళిపోయాడు. గోపీచంద్ తల పంకించాడు.

12

జయప్రదాదేవికి ఎంతో ఒంటరితనం అనిపిస్తుంది. తను ఫోన్ చేసి రమ్మంటే వచ్చి, తన దగ్గర కూర్చుని కబుర్లు చెబుతారు. పేకాడుతారు. పిక్‌నిక్‌లకు వస్తారు. కాని వారి అభిమానం దుర్వినియోగం చేయటం తనకిష్టం లేదు.

వారికి భార్యబిడ్డలుంటారు. భర్తల కోసం ఎదురు చూస్తారు. తను ఇంత వంటరిగా ఎందుకు అనుభూతి చెందుతుంది. తనకంటూ ఒకతోడు లేడు. తను పరాయివారి సమక్షంలో శాంతి సౌఖ్యాలు వెతుక్కోవాలి. తనదెంత దురదృష్టం. ఆమెకు తలపోటు ప్రారంభం అయింది.

ఆ రోజుకు సరిగ్గా వారం రోజులుగా రికార్డ్ ప్లేయర్ ముందు కూర్చుంది.

ఉదయం స్నానం చేసి కూర్చుంటే, వెంకటమ్మ తెచ్చినప్పుడు తింటుంది, ఆమె ఇస్తే కాఫీ త్రాగుతుంది.

ఆమె ఈ ఒంటరితనం భరించలేక, తనకు అనుబంధంగా వున్న ఓ బడిలో పాఠాలు చెబుతానని రోజూ వెళ్ళేది.

"అబ్బే! మీరు పాఠాలు చెప్పటం ఏమిటమ్మా! ఓ ఉపన్యాసం ఏర్పాటు చేస్తాం" అన్నది హెడ్ మిస్ట్రెస్.

"నాకు ఉపన్యాసం ఇవ్వాలన్న తపన లేదండి. నాకు కాలక్షేపం కావాలి. అందుకే పాఠాలు చెబుతానన్నాను." అన్నది.

"సో కైండాఫ్ యు" అన్నదామె.

రెండు రోజులు బాగానే జరిగింది.

మూడవ రోజు స్కూలుకు కొద్దిదూరంలో ఉండగా కారు ఫ్యాన్ బెల్ట్ తెగిపోయింది.

"ఒక్క పది నిముషాలమ్మా, స్పేర్ బెల్ట్ ఉంది" అన్నాడు డేవిడ్.

'ఈ పది నిమిషాలు పిల్లలు క్రమశిక్షణ మరిచిపోతే... ఒక్క క్లాసు వల్ల, మరో నాల్గు క్లాసులు డిస్టర్బ్ అవుతాయి' కారు దిగి, చక, చక కాలేజి వైపు నడిచింది. గేటు ప్రక్కన చెట్టు క్రింద ఒకామె ఏడుస్తుంది. రెండో స్త్రీ ఓదారుస్తుంది.

"ఊర్కో గాయత్రీ. మరోచోట దొరుకుతుంది."

"మరోచోట దొరికే వరకు ఏం తినాలి టీచర్. నా దురదృష్టం ఆమె నా సబ్జెక్ట్‌కే చెప్పాలా!"

"సబ్జెక్టా పాడా! డబ్బున్న వాళ్ళకు మనలాంటి వారిని ఏడ్పించి వినోదం చూడటం హాబీ. ఆమెకు ఈ జీతం వల్ల కారు ఖర్చులు కలిసివస్తాయా!" అనటం విని ఒక్క క్షణం ఆగిపోయింది జయప్రద. తనవల్ల కాదు కదా!

ఒక్కొక్క అడుగు ముందుకు వేస్తుంది.

"నాకేం తోచటం లేదు. సాయంత్రం వస్తాను, మీ ఇంటికి. రెండు మూడు ట్యూషన్లు ఇప్పించు"

"అలాగే, నువ్వేం దిగులు పెట్టుకోకు. మేము తలా పది రూపాయలు వేసుకున్నా, నీకు రెండు వందల రూపాయలు వస్తాయి" అన్నది ఓదార్పుగా.

జయప్రదకు అంతా అర్థం అయింది. పరోక్షంగా తనెంత పని చేయబోయింది.

వాళ్ళు అప్పుడే జయప్రద వంకకు చూచారు. ఉలిక్కిపడ్డట్టు తల వంచుకుని పోబోయారు.

"గాయత్రిగారూ! ఆగండి" అన్నది.

ఆమె చూచింది. ఆ చూపులో అసహ్యం కొట్టవచ్చినట్టు వ్యక్తం అయింది.

"ఒక్కసారి నా వెంట వస్తారా?"

"నాకు పని ఉంది" అన్నది. నీకంటే పని పాటలు లేవు. ఏమయినా చేస్తావు అనుకుని ఉంటుంది.

"అయిదు నిమిషాలు..."

తప్పదన్నట్టు జయప్రద వెంట వెళ్ళింది.

"నమస్తే మేడమ్... నమస్తే..." కంగారుగా లేచిందామె.

"నమస్తే! చూడండి హెడ్‌మిస్ట్రెస్ గారూ! గాయిత్రిక్లాసు, గాయత్రి తీసుకుంటుంది. నేను వెయ్యిళ్ళ పక్షిని, ఈరోజు ఇక్కడ మీటింగ్, రేపు మరో చోట పార్టీ. మాకు తప్పవు" అన్నది సిన్సియర్‌గా.

"తప్పుతాయా మరి...." అన్నది.

"అందుకే పిల్లలు సఫర్ కాకూడదు."

"యెంత మాట..."

"గాయిత్రిగారు తన క్లాసులు తాను తీసుకుంటుంది. నేను వస్తాను. అర్జంటుగా ఓ చోటికి వెళ్ళాలి. మీరన్నట్టు మళ్ళీ ఏదయినా మీటింగ్‌కు వస్తాను" అని బయటికి వచ్చింది.

"యస్ యూ ప్లీజ్..." అని ఆమె వెంటే బయటికి వచ్చింది. అప్పటికే డేవిడ్ కారు తీసుకువచ్చాడు.

కారులో కూర్చుని తలుపు వేసింది. కారు కదిలింది.

"ఇంటికేనా అమ్మా!"

"డేవిడ్, సిటీ అంతా తిప్పు."

"అమ్మా..." ఆశ్చర్యంగా వెనక్కు తిరిగాడు.

"అవును డేవిడ్! ఆ ఇంట్లో...బావురుమనే పరిసరాలలో నేను ఉండలేను..." అన్నది.

జాలిగా చూచాడు డేవిడ్. అతను ఏమమ్మా అని అడగలేదు. కారు పట్టణమంతా తిరిగి 'సువాణి' ముందాగింది. ఆ విషయం గమనించనే లేదు జయప్రద.

"హల్లో డియర్ వ్వాటే సర్‌ప్రైజ్..." విన్సెంట్ రెడ్డి వచ్చాడు.

"విన్సెంట్... నువ్వు... నువ్విక్కడ ఏం చేస్తున్నావ్?"

విన్సెంట్ పక, పక నవ్వాడు.

"బావుంది. మా ఆఫీసుకు వచ్చి, మమ్మల్నే ఏం చేస్తున్నావని అడిగే వారిని మొదటిసారి చూచాను" అన్నాడు.

"డేవిడ్ తెచ్చాడేమో. నేను పట్టణమంతా తిప్పమన్నాను."

"ఈ భాగం పట్టణం లోనిదే అని తమరు గ్రహించ ప్రార్థన."

"ఓ...." అన్నది ఏం తోచనట్టు.

"ఈ పూట మీరు మాతో భోజనం చేస్తే చాలా సంతోషిస్తాము' అన్నాడు.

"తప్పకుండా...." ఆమె దిగి అతని వెంట అతని ఆఫీసు గదిలోకి వెళ్ళింది. అక్కడ టైపిస్టు కూర్చుని టైపు చేస్తుంది.

"కూర్చో జయా..." అతను తన సీట్లో కూర్చుని, యెవరికో ఫోన్ చేశాడు.

"మమ్మీ!... భోజనం ఇద్దరికి సరిపడా పంపించు" అన్నాడు. ఫోన్ పెట్టేస్తుండగానే ఓ యువకుడు వచ్చాడు.

"సి.ఎల్.ఎస్. వారు పుస్తకాల కేటలాగు పంపించారు సర్."

"రమామణికి పంపించు. అలాగే ట్రాన్సిలేషన్ వర్క్ యెలా ఉందో ప్రేమానంద్‌కు ఫోన్ చెయ్యి."

"ఓ...కె.సర్" అతను వెళ్లిపోయాడు.

"ఊఁ.... చెప్పండి..." అతను జయ వైపు తిరిగాడు.

"సర్! ఎక్స్‌క్యూజ్‌మి మొన్నటి సెమినార్ పేపర్లన్నీ వచ్చాయి. ఒక్కసారి మీరు చూస్తే..." అన్నాడు సంశయంగా, వచ్చినతను.

"ఆలశ్యం దేనికి ప్రింటింగ్ ప్రారంభించుదాం" అన్నాడు. వచ్చినతను ఫైలు ముందు పెట్టాడు.

ఏకాగ్రతతో పేపర్లు తిరగవేస్తూ మచ్చుకు ఒకటి, రెండు చదివినట్టు చదివాడు.

"ఇదిగో ఈ మూడో వ్యాసములో వ్యక్తిగతమైన దూషణ చాలా ఉంది. అది ప్రక్కన పెట్టండి."

ఇలా ఒకరి తరువాత ఒకరు రెండు గంటలవరకు వస్తూనే ఉన్నారు. అదో కాలక్షేపంగా, వినోదంగా చూస్తుంది జయప్రద.

"సారీ డియర్! నువ్వు వస్తున్నట్టు ఫోన్ చేస్తే, కొన్ని పనులు తగ్గించుకునే వాడిని" అన్నాడు, వెనక్కు చేతులు విరుచుకుని లేస్తూ.

"ఫరవాలేదు. నీ పనులు చెడగొట్టేటంత ముఖ్యమైన పనులు ఏమీ లేవు. తోచక వచ్చాను" అన్నది.

"పద భోజనం చేద్దాం" అన్నది. అతని వెంట వెళ్ళింది. ఇద్దరూ అతని ప్రయివేటు గదిలో కూర్చుని, భోజనానికి ఉపక్రమించారు. అతను ఎప్పుడూ తల్లి చేతివంట బావుంటుందంటే ఏమిటో అనుకున్నది. నిజంగా రుచిగా ఉంది.

"నిన్ను చూస్తే, నీ నలగని టై చూస్తే ఏ పని చేయకుండా హాయిగా తిరుగుతావనిపిస్తుంది" అన్నది.

"రియల్లీ..." అతను నవ్వాడు. నవ్వినప్పుడు విడీ, విడివడని పెదవుల మధ్య కనిపించే పలువరస ఎంతో అందంగా కనిపించింది.

"విన్సెంట్! ఏమనిపిస్తుందో తెలుసా! నీలా నేను ఏదో తోచని వ్యాపకంలో ప్రతిక్షణం, ప్రతి నిముషం పనిచేస్తూ అలసిపోవాలని ఉంది" అన్నది.

అతను జాలిగా చూచాడు.

"ఈపూట నాతో సినిమాకు రాకూడదూ!"

"నాకు సినిమా చూచే అలవాటు లేదు. బైదవే నీకుత్తరం వ్రాశాడా గోపీ."

"వ్రాశాడు" అన్నది.

"అబ్బబ్బ! నాకు వ్రాసిన ఉత్తరంలో నీ గురించిన పొగడ్తలు వింటే నాకు మతిపోయింది. అయామ్ జలస్ ఆఫ్ యు" అన్నాడు.

"నిజంగా నన్ను చూచి జలసీగా ఫీలయ్యేవారున్నారంటే నాకెంత గర్వంగా ఉందో..." అన్నది.

"ఎనీ హౌ, నీకోసం సినిమా చూస్తాను" అతను లేచి, తుండుతో ముఖం అద్దుకుని దూమెరుగ్గా పౌడరు వ్రాసుకున్నాడు.

ఆమె కార్లో బయలుదేరారు.

"అరే, డేవిడ్ భోజనం!" విన్సెంట్ అడిగాడు.

"అమ్మగారెప్పుడూ డిక్కీలో పది రూపాయలు ఉంచుతారయ్యా" అన్నాడు.

అభిమానంగా ఆమె చెయ్యి నొక్కాడు విన్సెంట్.

టెవోలీలో ఓ ఇంగ్లీష్ మూవి చూచారు. అంతా ఫ్రీ సెక్స్. జయప్రద ఒళ్ళంతా సెగలు, పొగలు కక్కింది.

"వినూ! వెళ్ళిపోదాం."

"ఓ...కె. డియర్..." ఇద్దరు బయటికి వచ్చారు.

జయప్రద కళ్ళు మూసుకుని వెనక్కు చేరబడి కూర్చుంది. ఆమె ఒక్కమాట కూడా మాట్లాడలేదు.

ఇద్దరూ జయప్రదాదేవి ఇల్లు చేరారు.

"వినూ! పది నిముషాలు కూర్చో..." అతను ఆమె వెంటే పైకి వచ్చి, రేడియో వింటూ కూర్చున్నాడు.

అతను అశాంతిగానే తిరుగుతున్నాడు. అతని ముందు దీనవదన అయిన జయప్రద మెదులుతుంది. మనిషికి అనుభవాలు కూడా బయలాజికల్ నీడ్స్!

విచిత్రమైన సాంప్రదాయాలు...

అతని ఆలోచనలు తెగగొడుతూ, తేలికగా మైసూరు చందన సబ్బు వాసన వచ్చింది.

తిరిగి చూచాడు. తల తుడుచుకుంటూ జయప్రదాదేవి వచ్చింది. ఇందాకటి అశాంతి, ఆరాటం ఆమె ముఖంలో మచ్చుకయినా లేవు.

వెంకటమ్మ ఇద్దరికీ కాఫీ తెచ్చి పెట్టింది. తను కాఫీ తీసుకుని విన్సెంట్‌కు ఇచ్చింది.

"జయా! ఎన్నాళ్ళిలా చన్నీళ్ళ స్నానాలతో కాలం గడుపుతావు?" ఆర్తిగా అడిగాడు.

"మరి ఏం చెయ్యమంటావో చెప్పు."

ఆమె స్వచ్ఛమైన కళ్ళల్లోకి చూచి, ఏం చేయాలో చెప్పలేకపోయాడు. అతను కాఫీ కప్పు అక్కడ పెట్టి, బాత్ రూమ్‌కు వెళ్ళి వచ్చాడు. ముఖం అద్దుకుంటూ వచ్చాడు. జయప్రద రేడియో గ్రామ్ ఆన్ చేస్తుంది.

అతను వచ్చి కాఫీ కప్పు తీసుకున్నాడు.

"వినూ! అది నా కప్పు. నేను ఎంగిలి చేశాను." అన్నది అరిచినట్టు.

"ఓ... అదా సంగతి. కాఫీ చేదుగా ఉండాలి. అమృతంలా ఉందే అనుకుంటున్నాను. అబ్బా! నీ అధరామృతం కలిసిన కాఫీ..." అతను మైమరచి పోయినట్టు చూచాడు.

"వినూ!"

"జయా!" అతను కాఫీ కప్పు అక్కడ పెట్టి, ఆమె రెండు భుజాలపై చేతులు వేశాడు. అతని ఉచ్ఛ్వాసలు, నిశ్వాసలు వేడిగా తగిలాయి.

"జాలి పడుతున్నావా వినూ!"

"నన్ను నేను అదుపులో పెట్టుకోలేక పోతున్నాను జయా! స్వీట్..." చటుక్కున ఆమెను దగ్గరగా తీసుకుని గట్టిగా ఆమె పెదవులు ముద్దుపెట్టుకున్నాడు.

"వినూ! వదిలెయ్యి.. ఏమిటిది! నేను దొంగను కాలేను..." అతడి కౌగిలి వదిలించి, గదిలోకి పరుగెత్తింది.

విన్సెంట్ ఒక్కసారి స్పృహ వచ్చినట్టు అయింది. అతని మైకం దిగిపోయింది. మెల్లగా ముఖం తుడుచుకుని, ఆమె గదిలోకి వెళ్ళాడు.

"అయామ్ సారీ! జయా! అయామ్‌సారీ..." అన్నాడు.

"ఫరవాలేదు..." అన్నది, కాళ్ళకు చేతులు చుట్టుకుని కూర్చుంది.

"నాకే దురుద్దేశం లేదు... ఇది నేచురల్ అర్జ్...." అన్నాడు.

ఆమె నవ్వింది.

"వినూ! నాకు తెలుసు, ప్రతి పనికి ఓ పద్ధతి ఉంది..."

"ఆవేశాలకు అనుభూతులకు హద్దులు లేవు."

"అక్కడే మనిషికి, పశువుకి తేడా తెలుస్తుంది."

"జయా!ప్లీజ్, నిన్ను పశుప్రవృత్తితో కోరలేదు."

"నాకు తెలుసు... నాపై జాలితో నన్ను చేరవచ్చావు. నా బాధ చూడలేక పోయావ్... వద్దు... వద్దు.... విన్సెంట్! నాకెవరి దయాభిక్ష, యెవరి సహాయం అక్కరలేదు..." అన్నది బావురుమని చేతుల్లో ముఖం దాచుకుని.

యెలా ఓదార్చాలో అతనికి తెలియలేదు. మంచం చివరన కూర్చుని ఆమె భుజాలు చుట్టూ చేయి వేసి, ఆప్యాయంగా నిమిరాడు. ఆవేశం, ఆతృత లేవిప్పుడు. ఆప్యాయంగా ఆమెను స్పర్శించాడు.

"వినూ!... యెన్ని... యెన్ని విధాలుగా ప్రయత్నించినా కస్సుమని కాటు వెయ్యటానికి సిద్ధపడే ఈ కోరికలు అణుచుకోలేక పోతున్నాను... అణుచుకోలేక పోతున్నాను. నన్నేం చేయమంటావు..." అన్నది.

"నువ్వూ మనిషివే జయా!"

"మనిషిని కాబట్టే మరొకరి వస్తువును తాకలేక పోతున్నాను వినూ! నువ్వూ నీ భార్యకు ద్రోహం చెయ్యవద్దు. ధర్మబద్ధంగా ఆమెకంకితం అయ్యారు..."

"యెంత పిచ్చిదానివి జయా! నువ్వు ఒక్కదానివి కాపాడినంత మాత్రాన నేను యెవరిని కన్నెత్తి చూడననా నీ అభిప్రాయం!"

"అది నీ సమస్య. నా మటుకు నాకు, నీ భార్యకు సాటి స్త్రీకి ద్రోహం చెయ్యలేదన్న తృప్తి మిగులుతుంది" అన్నది.

"ఓ.... ఇట్ ఈజ్ టు మచ్."

"వినూ! ఒక ప్రశ్న అడిగేదా?"

"ఆలస్యం దేనికి?"

"నీ భార్య ఇలాంటి భావావేశానికి లోనయితే ఆమెను క్షమిస్తావా?" అన్నది.

విన్సెంట్‌కు ఇది ఆశించని ప్రశ్న.

ఒక్క నిముషం తడబడ్డాడు.

"అలాంటి భావావేశానికి స్త్రీలు లోను కారనా నీ భావన! అందరూ బలహీనులు అవుతారు. అయితే నా వరకు రాదు. వచ్చినా క్షమిస్తాను" అన్నాడు.

"ఆమాట నువ్వు హృదయపూర్వకంగా అంటే క్షమించేస్తాను" అన్నది నవ్వుతూ.

"నా మాట మీద నమ్మకం లేదా?"

"అయి బిలీవ్ యూ! ఐ లవ్ యు. సాటి స్త్రీ సుఖంలో భాగం కోరే స్వార్థపరురాలిని కాదు. నీవు అవివాహితుడివే అయితే ఈ నల్లని బంగారాన్ని... కాదు కస్తూరిని నా స్వంతం చేసుకునేదాన్ని" అన్నది. తన భుజంమీదున్న అతని చేయి అందుకుని అరచేతిలో చుంబించింది.

అతను చెయ్యి లాక్కుని చరచర వెళ్ళిపోయాడు.

వెంకటమ్మ టపా తెచ్చింది క్రిందినుండి. అందులో గోపీచంద్ ఉత్తరం కనిపించింది. ఆమె మనసు విహంగమే అయింది. ఆతృతగా ఉత్తరం విప్పింది.

13

గోపీచంద్ 'సువాణి' ఆఫీసులో కూర్చుని జయప్రదాదేవి వ్రాసిన ఉత్తరం చదువుతున్నాడు.

"ఫోన్ సర్..." పిళ్లే చెప్పాడు.

"నాకా? యెవరు?"

"తెరియాదు." అన్నాడు.

ఉత్తరం మడిచి జేబులో పెట్టుకున్నాడు. వెళ్ళి ఫోన్ ఎత్తాడు.

"హల్లో! నేనండీ... అమూల్యను. ఈరోజు మావారి పుట్టినరోజు. సాయంత్రం మహాబలిపురంలో చేసుకుందామన్నారు. మిమ్మల్ని తప్పక పిలవమన్నారు" అన్నది.

"అలాగే వస్తాను. శ్రవణ్ లేడా?"

"ఫిజీ నుండి యెవరో ఫ్రెండ్స్ వచ్చారు. వారితో సవేరాకు వెళ్లారు" అన్నది.

"యెన్నింటికి రావాలి..." సమయము వగైరాలు నోటు చేసుకుని, తేలికగా నిట్టూర్చాడు.

అతనికి ఆ ఆహ్వానం యెంత ఆనందంగా ఉందంటే, మండు టెండలో మలయమారుతం వీచినట్టుంది. ఆఫీసునిండా అరవవాళ్ళే, తెలుగు వారున్నా అరవమే మాట్లాడుతారు. అతను మొహం వాచినట్టున్నాడు. అతను లోగడ ఇంగ్లీష్ మాట్లాడాలంటే జంకేవాడు. ఇప్పుడు చక, చక మాట్లాడేస్తున్నాడు.

మద్రాసు వచ్చిన నాల్గోరోజు, బజార్లో కనిపించి శ్రవణ్ ఇంటికి తీసుకు వెళ్ళాడు.

"నీ సమస్యే అమూల్యకు యెదురు అవుతుంది. అందుకే ప్రతిరోజు వీలున్నప్పుడు రా." అని ఆహ్వానించాడు శ్రవణ్.

కొబ్బెర కోరుతో వాడిన కూరలు విసుగుపుట్టించినప్పుడు భాషతో బాధ కల్గినప్పుడల్లా వాళ్ళ ఇంటికి వెడుతున్నాడు.

అరవ వంటావిడ ఉన్నా కూరలు చారు అమూల్యే చేస్తుంది. రెండు నెలల్లో వారితో కలిసిపోయాడు.

ఇంటి నుండి ఉత్తరాలు వచ్చినా వార్తలు చదివినట్టే ఉంటాయి.

"అన్నయ్య పెళ్ళికి బంధువుల్లా వెళ్లాము. అక్కకో చీర పెట్టారు. అంతా బావున్నారు" ఇదీ తల్లి ఉత్తరంలోని సారాంశం.

"నీవు పంపిన డబ్బు అందింది. కాలక్షేపానికి ఈ ఉద్యోగం బావుంది. ప్రభుత్వ ఉద్యోగమయితే బావుంటుందని నా అభిప్రాయం. నువ్వూ ఆలోచించు' అంటూ వ్రాస్తాడు తండ్రి.

తనకు ఆ విషయాల పట్ల ఆసక్తే ఉండదు. జయప్రదాదేవి ఉత్తరాలు అతడిని మైమరపించి, మత్తుగొల్పుతాయి. ఒకసారి వ్రాసినట్టు ఒకసారి ఉండవు. ఒక్కొక్క ఉత్తరాన్ని కనీసం వందసార్లయినా చదివి ఉంటాడు.

అప్పుడే అమూల్యతో పరిచయం వృద్ధి చెందింది.

"ఈరోజు గోంగూర పచ్చడి చేశాను" అంటూ ఏదో తెలుగు వంటకం పేరు పెట్టి పిలిచేది.

"నిజంగా మా ఆవిడ చేసిందని నమ్మేవు" అని పక పక నవ్వేవాడు శ్రవణ్.

బజారుకు వెళ్ళి, శ్రవణ్ కోసం మంచి టై సెలెక్ట్ చేశాడు. అతనింటికి వెళ్ళాడు. అతనో ప్రయివేటు టాక్సీ మాట్లాడి ఉంచాడు. వంటావిడ అన్నీ డిక్కీలో సర్దింది.

"వచ్చే నెల మన కారు వస్తుంది. అప్పుడు ప్రతీ ఆదివారం పిక్‌నిక్‌కి వెళ్దాం" అన్నాడు శ్రవణ్.

అందరూ సరదాగా మహాబలిపురం చేరుకున్నారు. పల్లవ రాజుల రసికత అంతా రాళ్ళపై కనిపించింది.

అమూల్య పరుగులు పెట్టి సముద్రం చేరుకుంది.

"అబ్బ! మీ అమూల్య ముందు సినిమా తారలు దిగదుడుపే శ్రవణ్!" అన్నాడు అప్రయత్నంగా.

"అవును. ఒక్కమాట వింటావా గోపీ! బాహ్య సౌందర్యం అంతరంగంలో ఉండదు" అన్నాడు. ఆ మాట యెందుకు అన్నాడో అర్థం కాలేదు.

"సగానికిపైన స్త్రీలంతా డబ్బుకే ప్రాముఖ్యత ఇస్తారు."

"మీరు జనరలైజ్ చేయకండి."

"నా అనుభవం మీద చెప్పాను" అతను కాలుస్తున్న సిగరెట్టు నీళ్ళల్లోకి విసిరి వేశాడు.

"రాత్రికి ఇక్కడ ఉందామా!" అమూల్య అడిగింది.

"పాపం గోపీచంద్ ఒంటరిగా యెందుకు?" అన్నాడు శ్రవణ్.

వాళ్ళు ఆ ప్రదేశం అంతా తిరిగారు. చిన్ని, చిన్న శంఖులతో చేసిన ఒక హారం కొన్నాడు. అది అమూల్యకు కానుకగా ఇచ్చాడు. అమూల్య దాన్ని నిర్లక్ష్యంగా పర్స్‌లో వేసుకుంది.

"పుట్టినరోజు నాది కాదు, మావారిది."

"విత్ బెస్ట్ కాంప్లిమెంట్స్..." అని టై శ్రవణ్ కిచ్చాడు. అతను దాన్ని తీసుకుని నాట్ వేశాడు.

"థాంక్స్ గోపీ! చాలా బావుంది" అన్నాడు. ఒక వ్యక్తికి అంతకంటే కాంప్లిమెంట్స్ ఏం కావాలి?

ముగ్గురూ నవ్వుతూ, కేరింతలు కొడుతూ గడిపారు. అమూల్య నడుము దగ్గర తెల్లదనం చూచి అతనొక్క క్షణం తనను తాను మైమరచి పోయాడు.

ఆమె పాదాలు నీటిలో యెంతో అందంగా కనిపించాయి. ఆమె కనుబొమ్మలు చిత్రకారుడు తీర్చినట్టు ఉన్నాయి.

అతను ఆమెనే గమనించటం శ్రవణ్ గమనించాడు. గోపీచంద్ అపరాధిలా తల వంచుకున్నాడు.

"సారీ శ్రవణ్.... అందాన్ని ఆరాధించటం తప్పు లేదనుకుంటాను.." అన్నాడు.

శ్రవణ్ విరక్తిగా నవ్వాడు.

సాయంత్రం అతను బాటిల్ తీశాడు.

"గోపీ, ఈ రోజు నీ మడి వదిలి వేయాలి" అన్నాడు.

"నన్ను క్షమించు శ్రవణ్! నువ్వు తేరగా ఇచ్చావని అలవాటు చేసుకుంటే, నా సంపాదనతో ఒక్క పెగ్గు కొనలేను" అన్నాడు.

"అబ్బాయ్! ముసలాడయినా కన్నన్ కంపెనీయే నయం, ఈ సూక్తు లెవరు చెప్పారు?"

"ఒక దేవత."

"ఓ... నీ జీవితంలో దేవతలు తటస్థపడ్డారు. లక్కీఫెలోవి" అని అతను త్రాగాడు. రాత్రి పది దాటింది.

"ఇక వెళ్దాం శ్రవణ్!"

"ఈ ప్రశాంతమైన వాతావరణం వదలి యెలా పోవాలనిపిస్తుంది" అన్నాడు. మరో పెగ్గు వేసుకుని.

"అది నిజమే కాని రేపు నేను డ్యూటీకి వెళ్ళాలి."

"డ్యూటీ... డ్యూటీ! గోలీ మారో డ్యూటీకో." అన్నాడు. అమూల్య బలవంతం మీద వచ్చి టాక్సీలో కూర్చున్నాడు. అప్పటికే చాలా రాత్రి అయింది.

మహాబలిపురం వదిలిన కొద్దిసేపటికి రోడ్డుమీద టాక్సీ నాట్యం మొదలుపెట్టింది.

"డ్రయివర్ కారు ఆపు..." అరిచాడు గోపీచంద్.

"ఓ... బ్రేక్... ఫాల్టీ..." అని అతను కంగారుగా, గేర్లు మార్చి కారు ఆపబోయాడు.

కాని ప్రయోజనం లేదు. కారు వెళ్ళి ఓ చెట్టుకు గ్రుద్దుకుంది. డ్రైవరు ఆర్తనాదం గాలిలో చేరి దిగంతాలకు వ్యాపించింది.

ఒక ప్రక్క తలుపు తెరుచుకున్నది. శ్రవణ్ బయటికి విసిరివేయబడ్డాడు.

"అమూల్య గట్టిగా కళ్ళు మూసుకుని, గోపీచంద్‌ను వాటేసుకుంది.

పది నిమిషాలకు స్పృహ వచ్చినట్లు, షాక్‌లో నుండి తేరుకున్నాడు గోపీచంద్.

"అమూల్యగారూ!... వదలండి..." ఆమెను దూరం జరిపి దిగాడు. శ్రవణ్ వెల్లికిలా పడి ఉన్నాడు.

"శ్రవణ్...శ్రవణ్..." అంటూ కుదిపాడు. అతను 'ఆఁ' 'ఊ' అని అనలేదు.

కంగారుగా డ్రైవర్ దగ్గరకు వెళ్ళాడు. అతను చెట్టుకు గుద్దుకోవటంతో స్టీరింగ్ మధ్య ఇరుక్కుపోయాడు. కదిలించటానికి భయం వేసింది.

మెల్లగా వచ్చి, రోడ్డు మీద నిలబడి చెయ్యూపాడు.

ఒకటి రెండు ట్రక్కులు, వ్యాన్లు వెళ్ళిపోయాయి. ఒక అంబాసిడర్ కారాపాడు.

అదొక ఫారినర్ కారు. అతనికి విషయము చెప్పాడు. అతను దిగి వచ్చి, ఇద్దరిని చూచాడు.

"మైగాడ్...." అని రెండు భుజాలు, నుదురు ముట్టుకున్నాడు.

"నేను పోలీసులను పంపిస్తాను. అర్జంటుగా తీసుకువెళ్ళినా లాభంలేదు" ఇంగ్లీషులో చెప్పి అతను వెళ్ళిపోయాడు.

గోపీచంద్ బుర్ర మొద్దుబారిపోయింది. అతను టాక్సీ దగ్గరకు వచ్చాడు. అమూల్య పిచ్చిగా చూస్తుంది.

"అమూల్యా.... ఓ అమూల్యా..." ఆమెను కుదిపాడు.

"ఆc...ఆc..." అంటూ పిచ్చిచూపులు చూచింది. అతనికి మతిపోయింది. ఏం చేయాలో తోచలేదు. శ్రవణ్‌ను కదిపాడు. తల సరిగ్గా బండరాయిపై పడి చిట్లింది. రక్తం కొబ్బరికాయ బడితే కారే నీరులా కాల్వ కట్టింది.

"శ్రవణ్!..." అన్నాడు బాధగా. తనిచ్చిన టై మెడలో ఉందింకా.

జీవితం ఇంత బుద్బుదప్రాయం అని తెలిసికూడా జనం ఎందుకింత ఆశ పెంచుకుంటారో అర్థం కాలేదు.

ఎప్పుడూ గంభీరంగా ఉంటూ అరుదుగా నవ్వే అతని నవ్వు గుర్తుకు రాగానే, కడుపులో మెలిపెడుతున్నట్టు దుఃఖం తన్నుకు వచ్చింది. అలాగే కూర్చున్నాడు.

14

జయకు అశాంతిగా, ఆవేదనగా ఉంది, గోపీచంద్ ఉత్తరం రాలేదు. తను జీవితమంతా పరుల సంతోషంలో సంతోషం వెదుక్కోవటంతోనే సరిపో తుందేమో!

ఆమె విన్సెంట్‌కు ఫోన్ చేసి, 'సువాణి' మద్రాసునంబరు తీసుకుని ఫోన్ చేసింది.

"లాస్ట్‌వీక్ నుండి అతను లీవులో ఉన్నాడు మేడమ్!" అని జవాబు చెప్పారు. ఆమెకు మతి పోయింది. ఏమయి ఉంటుంది.

"మేడమ్! నేను కమ్!"

జయప్రదాదేవి ఇటు తిరిగింది.

తలుపు దగ్గర కోమలి నిల్చున్నది. జయ పెదవులపై అప్రయత్నంగా చిరునవ్వు వెలిసింది.

"రా కోమలీ... రా" అన్నది ఆహ్వానిస్తూ.

"ఒక్కసారే విన్నారు. నా పేరెలా రిమెంబరు మేడమ్."

"అదంతే. అంతా బావున్నారా?"

"అంతా బావున్నారు. నేను రెండు లవ్వు లెటర్లు రైట్ చేసిన బావకు ఏన్సర్ ఇవ్వలేదు. నాకు చాలా హర్ట్‌గా ఉంది" అన్నది.

"కోమలీ! మీ బావకు కోపమెందుకో చెప్పనా?"

"టెల్ మేడమ్ టెల్ మి..." అన్నది వచ్చి ఆమె ఎదురుగా కూర్చుని.

జయప్రద నవ్వింది.

"చూడు కోమలీ! నీకు ఇంగ్లీషు రాదు. ఆ తంటాలు ఎందుకు చెప్పు. హాయిగా స్వచ్ఛమైన తెలుగులో మాట్లాడరాదూ!"

"అది... అయి లైక్..."

"వాట్ యు లైక్! ఇంగ్లీషు మాట్లాడటమా! లేక ఇంగ్లీషు కలిపి భాషని ఖూనీ చెయ్యటమా!"

"అది... అదండి. మా మమ్మి అంటుంది. నాకు ఏం లర్న్ చెయ్యటం రాదని. అందుకే ఇంగ్లీష్ లర్న్ చేస్తున్న."

"ఇంగ్లీషు నేర్చుకుంటున్నాను అను."

అన్నది కోమలి.

"ఏ భాష బావుంది?"

"ఏమో! ఇంగ్లీషే బావుంటుంది."

"ఏ భాష అయినా అది సొంతం నీ స్వంతం చేసుకుని మాట్లాడితే బావుంటుంది" అన్నది.

కోమలి ఇబ్బందిగా కదిలింది. ఆ పిల్లను చూస్తే జయప్రదకు ఒకరకమైన జాలి కల్గింది.

ఆమె వెంకటమ్మ చేత కేసెట్ ప్లేయర్ తెప్పించింది. అది ఆన్ చేసింది.

"కోమలీ, 'ఇంగ్లీష్ లర్న్ చేస్తాను', 'ఇంగ్లీషు నేర్చుకుంటాను' అను."

కోమలి చెప్పిన రెండు వాక్యాలు టేప్ చేసింది. మళ్ళీ ఆన్ చేసింది.

"చెప్పు కోమలీ! రెండు మాటల్లో ఏది వినటానికి బావుంది?"

"తెలుగులో మాట్లాడిందే బావుంది."

"పూర్తిగా నేర్చుకుంటే ఇంగ్లీషులో బాగానే వుంటుంది. అవునూ నువ్వెందుకు చదువుకోవూ?"

"ఇంత పెద్దదాన్నయి చదువుకుంటే అందరూ లాఫ్ చేస్తారు బాబూ!"

"ఎవ్వరూ నవ్వరు. ఒకవేళ నవ్వినా కొద్దిసేపే" అన్నది.

"నాకు భయం."

"మరి మీ బావ చదువుకున్నవాడు. తన భార్య చదువుకోవాలని, సంస్కార వంతురాలు కావాలని కోరుకుంటాడు."

"అయితే రీడ్ చేస్తాను."

"ఉహూ! చదువుకుంటాను అను" అన్నది.

"చదువుకుంటాను" అన్నది. ఆమె మాట పూర్తికాక మునుపే తుఫానులా రఘువీర్ వచ్చాడు.

"డాక్టర్ గారికి తీరిక చాలా దొరికిందే" అన్నది నవ్వుతూ.

"దేవీ! తీరిక దొరుకుతుందా? పరుగెత్తి, దాన్ని పట్టుకుని గుప్పెట బిగించి వచ్చాను" అన్నాడు ఆమె ప్రక్కన కూర్చుని.

"వేడి తే...నీరు..."

"వెంకటమ్మా! మీ డాక్టరు అయ్య వచ్చాడు. నీ రోగాల లిస్టుతో పాటు టీ తెచ్చిపెట్టు" అన్నది.

వెంకటమ్మకు డాక్టరును చూడగానే ఎక్కడలేని రోగాలు గుర్తుకు వస్తాయి. ఆమె టీ తెచ్చి ఇచ్చింది.

"మీ అమ్మగారేవో చెప్పారు."

"ఇప్పుడు అందరం బావున్నాం బాబూ" అన్నది.

"థాంక్ గాడ్" అన్నాడు రఘువీర్.

జయకు ఫ్రూట్ జ్యూస్, కోమలికేదో స్వీట్ తెచ్చి ఇచ్చింది.

"ఆ అమ్మాయిని స్వీట్స్ తగ్గించమను."

"డాక్టరువని తెలుసులే. ఒకటే సలహాలు ఇస్తావ్" అన్నది కాస్త కోపంగా.

"సారీ దేవీ, అయామ్ వెరీ సారీ! ఒక్కసారి బయటికి వస్తావా!" అన్నాడు.

"పద వస్తాను. చచ్చే బోరుగా ఉంది" అన్నది. ఆమె కోమలిని ఇన్స్టిట్యూట్‌లో చేరమని పంపించివేసింది.

"అయిదు నిముషాలు కూర్చో రఘూ! బట్టలు మార్చుకుని వస్తాను" అన్నది.

"నువ్వు ఏ బట్టలు వేసుకున్నా, ఎలాంటి అలంకారం లేకపోయినా బావుంటాయి. నీది సహజ సౌందర్యం." అన్నాడు కాళ్ళు స్టూలుపైకి పారజాపుతూ.

"డాక్టరుగారు కవి అవుతున్నారు" అన్నది అతని తలపై ఒకటి మొట్టి. రఘువీర్ బుర్ర తడుముకున్నాడు.

"కవిత్వాన్ని అవమానపరుస్తున్నావు."

"వచన కవిత్వం అలాగే ఉంటుంది" అన్నది. ఆమె వెళ్ళి డ్రస్సు మార్చుకుని వచ్చింది.

నల్లచీరపై జరీబుటీలున్న వెంకటగిరి చీరలో అందంగా, కన్ను చెదిరేలా కనిపించింది.

"నా కార్లో వెళ్దాం" అన్నాడు రఘువీర్.

"ష్యూర్! డేవిడ్ బుచ్చిరాజును హిమాయత్ నగర్ తీసుకువెళ్ళాడు. కౌలుదార్లతో పేచీలున్నాయిట" అన్నది.

"రోజుకు రోజు ఈ ఆస్తుల వలన ఎన్ని అనర్థాలో నువ్వెరగవు దేవీ! మనిషికి చాలినంత మాత్రమే ఉండాలి" అన్నాడు.

"అవును అదో తలనొప్పిగా మారింది. రీజనబుల్ రేటుకు కౌలుదార్లనే కొనమంటే మిగతా భూస్వాములు గొడవ చేస్తున్నారు' అన్నది నిట్టూర్చి.

"నేను జాంబియాలో ఉండగా చూచాను దేవీ! తెల్లవారు ఆక్రమించుకుని ఎస్టేటుగా మార్చినవి తప్ప, మిగతా భూములు ఎవడు చేసుకుంటే వాడికే ఇచ్చేవారు."

ఇద్దరూ వచ్చి, రఘువీర్ ఫియెట్‌లో కూర్చున్నారు. వాళ్ళ ఫ్రెండ్స్ క్లబ్బుకు తీసుకువెళ్ళాడు.

"హాయ్... హల్లో..." అంటూ అందరూ పలుకరించారు. అది రాత్రింబవళ్ళూ నడుస్తుంది. కొందరు స్త్రీలు కూర్చుని పేకాడుతున్నారు. మరి కొందరు కబుర్లు చెప్పుకుంటున్నారు.

రఘువీర్ కార్నర్ టేబుల్ దగ్గరకు వెళ్ళి కూర్చున్నాడు.

"దేవీ! నేనో ప్రస్తావన మీ ముందు పెడతాను. అది అంగీకారం కాకపోతే నా చెంప పగలగొట్టకు" అన్నాడు.

"ఎన్నిసార్లు చెంప దెబ్బలు వేశాను?"

"అన్నిసార్లు అడిగేనటువంటి ప్రశ్న కాదు."

"అబ్బ! ఎంత నటనో, చెవులు పిండుతాను గాని చెప్పు."

"ఆ ప్రస్తావన తెచ్చేకంటే ముందు నా సోత్కర్ష కూడా వింటావా దేవీ!"

"ప్రతిదానికీ అడగక్కరలేదు. చెప్పు. మనము మంచి స్నేహితులం. మన మధ్య ఫార్మాలిటీస్ ఉండరాదు."

"థాంక్స్... బేబీ నా వివాహం జరిగిన పరిస్థితులు తెలుసుగా!"

"ఆఁ తెలుసు. మీ అత్తయ్యే నిన్ను చదివించిందని, ఆమె కోరికమేరకే ఆమె కూతుర్ని వివాహం చేసుకున్నావు."

"అవును, నా కోర్కెల్ని సమాధి చేశాను. నా మరదలి స్వభావం నాకు బాగా తెలుసు. ఆ పిల్ల దృష్టిలో డబ్బు లేనివాడు గడ్డిపోచకంటే హీనమైనవాడు. నా చదువుకు అత్తయ్య డబ్బు పెడుతుందని తెలిశాక, ఆమె డబ్బు ఇచ్చివేయాలని, జాంబియాలో ఉద్యోగం సంపాదించి వెళ్ళాను. లక్ష రూపాయలు తెచ్చి అత్తయ్య కాళ్ళ దగ్గర పోశాను. కాని ఆమె ప్రేమతో అర్థించిన విషయం విస్మరించలేక పోయాను. 'రఘూ! నా బిడ్డను నీ చేతిలో పెడితే నాకు ...నిశ్చింతగా ఉంటుందిరా' అన్నది. ఆమె కళ్ళలోని దీనత్వానికి కరిగిపోయాను. వివాహానికి అంగీకరించాను"

"రఘూ! ఆ అమ్మాయి పెంకిదే కావచ్చు. కాని మంచిపిల్ల. కొడుకు పుట్టాక ఆ అమ్మాయిని గూర్చి బాధపడటం మూర్ఖత్వం" అన్నది.

"నా మాట పూర్తిగా విను దేవీ! నాకు నా భార్యంటే నా హృదయం పూర్తిగా అర్థంచేసుకుని, నా కోసం తను, తన కోసం నేను బ్రతకాలనుకున్నాను"

"ఆమె మరొకరిని ప్రేమించిందా!"

"అలా ప్రేమించి నన్ను దూరం చేసినా నేను బాధపడను. ఆ మనస్థత్వం ఏమిటో అర్థంకాదు. అనురాగంతో ఆకట్టుకోవాలనుకోదు. అధికారంతో నెత్తిన ఎక్కాలనుకుంటుంది. ఆఫ్రికాలో వజ్రాలిచ్చినా అది వెనుకబడ్డ దేశం తను

రానన్నది. సరే ఒక్కొక్కసారి మనము తగ్గిపోతే ఫరవాలేదని ఉద్యోగం వదులుకొన్నాను.”

“అంతకంటే బాగానే సంపాదిస్తున్నావ్, ఇంకా ఏడ్పు దేనికి?”

“అదే దేవీ... అదే నేను చెప్పబోయేది. ఆ మనిషికి హృదయం లేదు.”

“నీ హృదయంతో పెనవేసుకు పోయిందేమో!”

“దేవీ పరిహాసం కాదు. అంత డబ్బు ఉండికూడా నేను ఒంటరి బ్రతుకు బ్రతుకుతున్నాను. నాకు.. నాకు.. యెవరయినా తోడు కావాలి దేవీ... నా బాధలు, నా అనుభూతులు, నా కష్టాలు పంచుకునే వారు కావాలి. నేను అన్నీ ఉండి ఏమీ లేనివాడిలా బ్రతుకలేను దేవీ...” అంటూ, బల్లమీదికి ఒరిగిపోయాడు.

“అలాగే... అలాగే... అందరూ నిన్నే చూస్తున్నారు. లేచి సరిగ్గా కూర్చో...” అన్నది జయప్రదాదేవి.

అతను కూర్చుని, ముఖం రుమాలుతో తుడుచుకున్నాడు.

“దేవీ... నిన్ను వివాహము చేసుకుంటాను. దానికి ఆవిడ అంగీకరిస్తే సరే, సరి లేదంటే విడాకులు ఇస్తాను.”

“నిజమా!”

“నిజం దేవీ! నీ చల్లని నీడలో సాంత్వన పొందాలి. నీ లాలింపులో నాలో కొత్త ఉత్సాహం ఊపిరిపోసుకోవాలి. నీ అనునయింపులో నేను సేదదీరాలి” అన్నాడు.

“రఘూ! నువ్వు నా స్నేహితుడివి కాబట్టి ఇదంతా విని సహించాను. స్త్రీ అంటే నీ దృష్టిలో ఆటబొమ్మ అనుకున్నావా?” ఆమె చివాల్న లేచింది.

“దేవీ....”

“అవును రఘూ! నీ భార్యను, నీవు నేర్పుగా, ఓర్పుగా ఓ దారికి మళ్ళించుకోవాలి” అన్నది.

“ఆ రాయికి చలనం లేదు దేవీ!”

“చాల్లే కవిత్వం. డాక్టరువు. కాస్త సైకాలజీ తెలిసిన వాడవు. మనుషుల్ని అర్థం చేసుకో...” అన్నది. విసురుగా వచ్చి, కారు తీసుకుని కూర్చుంది.

పెదవి క్రిందికి పైకి నొక్కిపట్టి తన కోపం అణచుకున్నాడు రఘువీర్. వచ్చి కారు స్టార్ట్ చేశాడు.

"దేవీ, నీ మనసు నాకు తెలుసు. వాడిపై ఆరాధన పెంచుకున్నావు - విచిత్రమైన సైకాలజీ. నీకంటే వయసులో చిన్నవాడు, వాడిపై..."

"షటప్... కారాపు."

కీచుమంటూ కారాగిపోయింది. జయప్రదాదేవి దిగి, ఏం చేస్తుంతో, ఆలోచించే లోపలే ఆమె ఆటో పిలిచి యెక్కేసింది.

"దేవీ..." రఘువీర్ పిలుపు గాలిలో కలిసిపోయింది.

జయప్రదాదేవి తన గదిలోకి వెళ్ళి తలుపు వేసుకుని రికార్ఢ్ వేసుకుంది.

"హసతం మధురం, హృదయం మధురం, గమనం మధురం, మధురాధిపతే - రఖిలం మధురం..." ఎమ్.ఎస్. సుబ్బలక్ష్మి కంఠములో తేనెలూరుతున్నాయి.

"నీవు ధన్యురాలివి..." అని ఆమె గురించి అనుకుంది.

జయకు మతి పోసాగింది. తనెంతో జాగ్రత్తగా అత్యంత జాగ్రత్తగా హృదయపు లోతులలో పూడ్చిపెట్టిన మధురభావాలు యెవరో కెలకటం ఆమెకు బాధగా ఉంది.

ఒక ఆంగ్ల రచయిత వ్రాశాడు యెంత స్నేహితుడయినా, యెంత దగ్గరి వాడయినా చెప్పలేని మనిషి తన కంటూ కొంత రహస్యం మిగుల్చుకుంటాడు.

గోపీచంద్ పట్ల తనకు కల్గిన భావాలు తనే మింగేశాననుకుంది, రహస్యంగా దాచుకున్నాననుకుంది. కాని అప్పుడే యెలా కనిపెట్టారో ఇద్దరు వ్యక్తులు కనిపెట్టారు.

భవాని కనిపెట్టింది.

రఘువీర్ నవ్వుతూ, నవ్విస్తూ తిరిగేవాడెలా కనిపెట్టాడో అర్థంకాలేదు. తనే అందిగా సైకాలజిస్ట్ కావాలని. ఆమె నిట్టూర్చింది.

"అమ్మా, వడ్డించాను."

"వెంకటమ్మా, నాకాకలి లేదు. వెళ్ళి భోజనం చెయ్యి"

"అమ్మా, మీ అత్తమ్మకెట్ల మనసొప్పిందో గాని, మిమ్మల్ని ఒంటరిగా వదలివేయటం ధర్మంకాదు. నెలలో ఒక్కపూట తింటున్నారు, రాత్రిళ్ళు" అన్నది.

"నాకు ఆకలయితే తిననా!"

"ఏమోనమ్మా, మీ తిండి తినటానికి తప్ప, మే మెందుకు పనికిరాము. మిమ్మల్ని బెదిరించే చనువు లేదు" ఆమె కళ్ళు నీటితో నిండాయి.

"అరే.. ఇప్పుడేమయింది! నేను తగ్గానా! బుచ్చిరాజుగారు వచ్చారా?" అన్నది మాట మారుస్తూ.

"బుచ్చిరాజుగారు వచ్చారు. మీ అత్తగారి అక్కట ఆమె వచ్చారు. బంధువుల ఇంటికి వెళ్ళారు" అన్నది.

"పోన్లే బావురుమంటున్న పరిసరాలు ప్రాణం పోసుకుంటాయేమో..." అన్నది.

ఆమె వెళ్ళిపోయింది.

రాత్రంతా రేడియో గ్రామ్ నడుస్తూనే ఉంది. ఆఖరుగా టేప్ రికార్డర్ ఆన్ చేసింది.

"రాధామాధవప్రణయం" అన్న గీతం గోపీ కంఠములో తేనెలూరించింది. తెల్ల, తెల్లవారుతుండగా నిదుర పట్టింది.

వెంకటమ్మ టేప్ రికార్డర్ ఆఫ్ చెయ్యటం గాని, తలుపులు చేరవేయటం గాని గుర్తు లేదు.

"అమ్మా... అమ్మగారూ!"

వెంకటమ్మ పిలుపుతో బద్ధకంగా కళ్లు విప్పింది. గదంతా వెలుతురు వ్యాపించింది. కడుపులో తిప్పటం, మంటలు ప్రారంభం అయ్యాయి.

"ఏమిటి వెంకటమ్మా."

"డాక్టరు బాబు వచ్చారు" అన్నది.

"పైకి పంపించు. అలాగే కాఫీ కూడా పంపించు" అన్నది.

సంగీత రసగంగలో తలారా స్నానం చేసినందుకేమో ఎంతో హాయిగా, మనసు ప్రశాంతంగా ఉంది. బ్రష్ చేసుకుని, లైటుగా బుగ్గలకు పౌడరు అద్దుకుని నల్ల పెన్సిల్‌తో చుక్కబొట్టు దిద్దుకుని బయటికి వచ్చింది. పడక గది ముందున్న కేన్ కుర్చీలో రఘువీర్ కూర్చున్నాడు.

"హల్లో రఘూ! గుడ్ మార్నింగ్..."

"మార్నింగ్! నువ్వెలా నవ్వగల్గుతున్నావ్?"

"ఏం? నీ 'జా'బోన్ కేమన్నా అయిందా!" అన్నది హాస్యంగా. కాఫీ అతనికిచ్చి, తనొక కప్పు తీసుకుంది.

"క్షమించు దేవీ..." అన్నాడు తల వంచుకుని.

"రఘూ! నువ్వే నన్ను క్షమించు. కోరికలతో వేగిపోతూ బ్రతుకు నిరర్ధకం చేసుకుంటున్నానని నీ భావన. అందుకే ధర్మబద్ధంగా నావాడవయి, నాతో జీవితం పంచుకోవాలనుకున్నావ్. అది సాంఘిక నియమాలకు భిన్నమని తెలుసు. నీ 'భార్య నిరాదరణ' అనే కారణం జోడించదలిచావు" నవ్విందామె.

"దేవీ...."

"నీ దేవినే, కాని ఊహలలో, నీపై కోరిక పెంచుకోవాలన్నా వివాహితుడివి. గోపీచంద్ ఇంకా ఎవరి వాడు కాడనేనేమో నావాడన్న ఒక తృప్తి కల్గుతుంది..."

"అతని అభిప్రాయం..."

"నాకు తెలుసు. నేనంటే ఒక దేవతను. దేవతను పవిత్రంగా పూజిస్తారే తప్ప, తాకి మలినపరచరు."

"అంతా తెలిసే యెందుకు ఆ ఊహలతో వేగిపోతావ్?"

"రఘూ! ఊహ యెంత మధురమో నీ వెరుగవు, యెంత అనుభవం పొందవచ్చునో నీకు తెలియదు. అది యెవరికీ బాధ కల్గించదు - అడ్డుపడి హాని చెయ్యదు" అన్నది జాలిగా.

అతనేమో చెప్పబోయాడు.

"ఏమే కోడలు పిల్లా..." అంటూ సత్యవతమ్మ అక్క రత్నమ్మ వచ్చింది. ఆమెను చూచి జయప్రద ఉలిక్కిపడింది.

"మీ అత్త అందరము చచ్చామనుకుని సన్యాసుల్లో కలిసింది. నీకేం వచ్చిందే బంధువులను రావద్దన్నావుట..." అంటూనే అక్కడ ఖాళీగా ఉన్న కుర్చీలో కూర్చుంది.

ఆమె జాకెట్టు స్లీవ్స్ నుండి వెలువడిన కండరాలను చూచి నాల్గు కిలోలు ఉంటాయి అనుకుంది వెంకటమ్మ.

"దేవీ వస్తాను" అని రఘువీర్ చక, చక వెళ్ళిపోయాడు.

"వీడెవడు?"

"నా ప్రియుడు..." అనబోయింది. కాని పెద్దావిడ యెందుకని ఊరుకుంది.

"మాట్లాడవేమే! యెంత రాజసమే. స్వంత అత్తను కాదనేగా నీ ధీమా" అన్నది. ఆవిడ మాట్లాడుతుంటే గాజుగంపలో రాయి వేసినట్టుంది.

"అది కాదత్తయ్యా! పని, పాట లేక వచ్చి, తీరిగ్గా కూర్చుని, కయ్యాలు తీస్తుంటే ఏమనాలి? అందుకే వెళ్ళమన్నాను."

"ఇదిగో చూడవే అమ్మాయ్! నీ చుట్టూ చేరే వాళ్లు నీ ఆస్తి కోసం చేరుతారు. ఆ ఆస్తికో వారసుడిని చూడు, ఈ చుట్టు ప్రక్కల కెవరూ రారు" అన్నది.

"అంటే...." అర్థం కానట్టు చూచింది.

"నీకంటూ ఓ మనిషి ఉండాలి. మా పెద్దబ్బాయి పిల్లలు మంచివాళ్ళే. నేను చెబుతున్నానని అనుకోకు. అలా గొప్పలకు చెప్పాలంటే అమ్మాయి పిల్లల్లేరూ!" అన్నది ఆవిడ.

"పెంచుకోవాలా!"

"ఉంచుకునేదీ, పెంచుకునేదీ నువ్వు తేల్చుకోవే అమ్మాయ్! కాని ఒకడు ఉండాలి" ఇది శాసనమన్నట్టు తన అభిప్రాయం చెప్పింది.

"అత్తయ్యకు వ్రాద్దాం."

"వ్రాయి, కాదన్నానా! బాబ్జీని మాత్రం ఇక్కడే ఉంచి వెళ్తాను." అన్నది. కాదని అనలేదు. వీళ్ళందరి చరిత్ర పూర్తిగా చెప్పక పూర్వమే వెళ్ళిపోయింది అత్తగారు సత్యవతి.

"అమ్మా! కోమలమ్మ వచ్చింది" వెంకటమ్మ చెప్పగానే తాత్కాలికంగా రత్నమ్మ బెడద వదిలించుకున్నది. చర, చర క్రిందికి వచ్చింది.

15

అమూల్య షాక్ నుండి కోలుకునే వరకు ఒక నెల రోజులు పట్టింది. శ్రవణ్ తల్లిదండ్రులు వచ్చి, కొడుకు శవాన్ని తీసుకుని వెళ్ళిపోయారు. మళ్ళీ ఏమయిందని రాలేదు.

"అమూల్యా..."

ఆమె చూచి బావురుమని ఏడ్చింది.

"ఊర్కో.." ఆప్యాయంగా ఆమె తల నిమిరాడు. ఆమె చాలాసేపటికి తేరుకుని కృతజ్ఞతలు తెలుపుకుంది.

"నన్నెందుకు బ్రతికించావ్ గోపీ... నన్నెందుకు బ్రతికించావ్" మరోసారి కంట తడి పెట్టింది.

"చూడు అమూల్యా! మనకు ఈ భూమిపై ఉన్న బాకీ తీర్చుకుని పోవాలి. చనిపోయే వారమయితే శ్రవణ్‌తో పాటు పోయేవారము" అన్నాడు ఓదార్పుగా.

"అది కాదు గోపీ! నేనెలా బ్రతకాలి? ఏం చేయాలి! నాకు అమ్మ తప్ప యెవరూ లేరు. డబ్బు లేదు. శ్రవణ్ తలితండ్రులు నన్ను రానివ్వరు. 'అది పోయి మా కొడుకు బ్రతుకవల్సింది' అంటారు నాకు తెలుసు..." అన్నది వెక్కి వెక్కి ఏడుస్తూ.

"నువ్వూరుకో అమూల్యా! ఈ ప్రపంచంలో శ్రవణ్ తల్లితండ్రులేనా ఉన్నది" అన్నాడు ఆమె కన్నీరు మీటి.

"కాదు గోపీ.. నీ రుణం..." ఆమె మాట పూర్తి కానివ్వలేదు. టక్కున నోరు మూశాడు.

"అమూల్యా! రుణాల ప్రసక్తి తెస్తే నన్ను బాధపెట్టిన దానవు అవుతావు" అన్నాడు.

ఈ నెలరోజులలో పసిబిడ్డను సాకినట్టు సాకాడు. ఆమె శరీరంలో చూడని ఒంపులు లేవు. దాదాపు పాలరాతి విగ్రహంలా ఉన్న ఆమె నగ్న సౌందర్యాన్ని చూచి ముగ్ధుడయి పోయాడు. ఆమె అందం పిచ్చివాడిని చేసింది.

"నన్ను... డిస్‌చార్జి చేస్తే యెక్కడికి రావాలి?"

"నేను యెక్కడికి తీసుకువెళ్తే అక్కడికి రావాలి." అన్నాడు.

"నీ ఇష్టం..." మంచంపై కూర్చున్న గోపీ వడిలో తల పెట్టింది.

"బి.ఎ. గుడ్ గర్ల్...." అన్నాడు. ఆమె బుగ్గలు తాకుతూ. అతను 'సువాణి'లో తనకి కేటాయించిన ఇంటికి వెళ్ళాడు.

"మిస్టర్ గోపీచంద్! మీ కోసం రెండు రోజులకోసారి ట్రంక్ కాల్ వస్తుంది హైద్రాబాద్ నుండి. ఇదిగో నంబరు ఇచ్చారు. మీరు రాగానే చెయ్యమన్నారు..." అని అక్కడున్న గుమస్తా చెప్పాడు.

అతను నంబర్ తీసుకుని వచ్చి గబ, గబ కోడ్ నంబర్ తిప్పాడు అక్కడనే 'కుంయి' మన్న శబ్దం వచ్చింది.

లైన్ మొత్తం ఫాల్టీ ఎంగేజు అని తెలుసు. కాని గోపీచంద్ మరోరకంగా ఊహించాడు.

'రఘువీర్‌కో, రాజుకో ఫోన్‌చేసి మాట్లాడుతుందేమో!' అనుకున్నాడు. గోపీచంద్ మనసులో ఇప్పుడు జయప్రదాదేవి పనిలేని ఒక ధనవంతురాలు మాత్రమే. అతని హృదయం నిండా అమూల్యే నిండిపోయింది.

అమూల్య లేనిది ఇన్నాళ్ళూ యెలా బ్రతికాడో అతనికే తెలియదు.

ఆమె లేనిది ఒక్క క్షణం బ్రతుకలేనేమో అనుకున్నాడు. అతను స్నానం చేసి ఆఫీసుకు వెళ్ళాడు.

"చూడండి, మీరు ఉద్యోగంలో చేరింది, రెండు మూడు నెలలు మాత్రమే. ఎవరికీ ఇంత లీవ్ ఇవ్వరు. మీకు కాబట్టి ఇచ్చారు..." ముఖం గంటు పెట్టుకుని చెప్పాడు మేనేజర్.

గోపీచంద్ ఆలోచించాడు. ఇప్పుడు తను ఒంటరివాడు కాదు. తను అమూల్య బాధ్యత వహించాడు. దానికయినా డబ్బు కావాలి. అందుకే ఆ రోజు వెళ్ళి మ్యూజిక్ డైరెక్టరు దగ్గర లిరిక్స్ ప్రాక్టీస్ చేశాడు.

ఒక్కొక్క పాట రికార్డింగ్‌కు ఎంత సమయం తీసుకుంటుందో అర్థం అయింది.

సాయంత్రం అతను హాస్పత్రికి వెళ్ళేసరికి అమూల్య అలక సాగించింది. ఆమెను ప్రసన్నురాలిని చేసుకుని, ఆమె తల్లికి ఉత్తరం వ్రాశాడు.

వయసులో ఉన్న అమ్మాయి తన దగ్గరుంటే ఎవరూ హర్షించరని తెలుసు. ఆమెను వివాహం చేసుకోవాలంటే కొంత సమయం కావాలి.

హాస్పత్రి బిల్లు చెల్లించాలి. అమూల్యకు బలమైన ఆహారం కావాలి. ఎలా? ఆ నిముషంలో జయప్రదాదేవి గుర్తుకు వచ్చింది. ఆమెకు ఫోన్ చేశాడు.

"హల్లో చెందూ! ఏమిటి ఒకేసారి అదృశ్యమయి పోయావు?"

"మేడమ్..." అంటూ గబ, గబా శ్రవణ్ పోవటం అమూల్య బాధ్యత తనపై పడటం గబ, గబా చెప్పాడు.

"చెందూ! జరిగిందేదో జరిగిపోయింది. వెళ్ళి ఆ అమ్మాయి అత్త మామలకు చెప్పు. ఆమె భర్త తరపున వచ్చే భీమా, ప్రభుత్వమిచ్చే డబ్బు ఆమెకు ఆసరాగా ఉంటుంది. నువ్వు పాటల ప్రాక్టీస్ మానకు..."

"మేడమ్, ఇప్పుడు బిల్స్ ఎలా పే చేయాలన్నది నా బాధ."

"అన్నీ సర్దుకుంటాయి. నువ్వు నిశ్చింతగా ఉండు..."

ఆమె ఫోన్ పెట్టేసింది.

అతని గుండెల్లో రాయి పడింది. ఆమె డబ్బు విషయమే మాట్లాడలేదు. అతనికి చాలా నీరసంగా ఉంది. ఆ రాత్రంతా ఆరాటంగా గడిపాడు. అమూల్య ఒంటిమీది నగలు ఏమయినా అమ్మాలి. అదే... అదెలా అడగాలో అర్థంకాలేదు.

"మీకు ఈ వెయ్యి రూపాయలు ఇవ్వమని హైద్రాబాద్ నుండి కబురు వచ్చింది" అంటూ డబ్బు బల్లమీద పెట్టాడు క్లర్క్.

"నిజమా..." డబ్బు తీసుకుని జేబులో పెట్టుకున్నాడు. ప్రతీ రోజూ ఆ క్లర్క్‌ను చూస్తే విసుగు వచ్చేది. కిళ్ళీతో గారపట్టిన అతని పళ్ళు చూస్తే చిరాకేసేది. ఈ రోజు అతన్ని ముద్దుపెట్టుకోవాలనిపించింది.

"వణక్కమ్..." అన్నాడు సంబరంగా. హాస్పత్రి బిల్ చెల్లించి అమూల్యను తీసుకుని సువాణికి వచ్చేశాడు.

"ఆ అమ్మాయి ఎవరు?" అక్కడి మేనేజరు అడిగాడు.

గోపీచంద్ ఇరకాటంలో పడ్డాడు. అవివాహితుడి వద్ద ఒక స్త్రీ ఉండటం ఎంతవరకు అంగీకరిస్తారు.

"మా కజిన్ సిస్టర్..." అన్నాడు.

"ఐసీ..."

"నేను నెలరోజులు సెలవు పెట్టింది అందుకేనండీ. నా స్నేహితుడిని వివాహం చేసుకుంది. యాక్సిడెంటులో అతను మరణించాడు" అని క్లుప్తంగా వివరాలు చెప్పాడు.

"అయామ్ సారీ..." అన్నాడు.

అమ్మయ్య గండం గడిచిందని తేలికగా నిట్టూర్చాడు.

సాయంత్రం మెల్లగా, అన్నానగర్ లో ఉన్న శ్రవణ్ తల్లిదండ్రుల ఇంటికి వెళ్ళాడు. వారి ఇల్లు చూస్తే మతిపోయింది. సినిమా సెట్టింగ్‌లా ఉంది. అతను అమూల్యతో చెప్పలేదు. తనను నిరాదరించిన వారింటికి వద్దంటే బావుండదు.

శ్రవణ్ తండ్రే బయటికి వచ్చాడు.

"గోపీచంద్..." అతని జ్ఞాపకశక్తికి ఆశ్చర్యపోయాడు.

"అవునండి." అని నమస్కరించాడు.

"కూర్చో బాబూ! ఏమిటి విశేషం" అన్నాడు. అతని వయసు ఈ నెల రోజులలో చాలా పెరిగినట్టు అనిపించింది.

"శ్రవణ్‌ను తలుచుకుంటే చాలా బాధగా వుంది. వచ్చి, మిమ్మల్ని చూద్దాం అనుకుంటే, ఆ అమ్మాయి ఆరోగ్యం దెబ్బతిన్నది" అన్నాడు.

"ఎవరు వచ్చి మాత్రం ఏం చేస్తారు బాబూ! మా ఖర్మ!" అన్నాడు. కాని ఖర్మంటుండగానే కళ్ళనిండా నీరూరింది.

"మరి... మరి అమూల్య విషయం..."

"గోపీచంద్! ఒక్క విషయం చెప్పనా నాయనా! అమూల్యతో మాకెటువంటి సంబంధం లేదు. మా వాడు ఆకర్షణతో చేసుకున్న పెళ్ళి. అందుకే ఓ నిర్ణయానికి వచ్చాను. వాడి భీమా, ప్రభుత్వం నుండి వచ్చే కంపంసేషన్ కాక పదివేల రూపాయలు ఇస్తాను. ఆ అమ్మాయి యెలా బ్రతికినా మాకు అభ్యంతరం లేదు."

"అది కాదండి..."

"ఇంకేం చెప్పకు. ఒక ఆరు నెలలు కలిసి వుంటే ఆ అమ్మాయి స్వభావం తెలుస్తుంది. మా వాడే తనెంత పొరపాటు చేశాడో అర్థం చేసుకున్నాడు" నిట్టూర్చాడు.

అతని మాట నిరాధారమని తీసివెయ్యటానికి వీలులేదు. చనిపోయే రాత్రి శ్రవణ్ అన్న మాటలు గుర్తుకు వచ్చాయి. మరీ నిరాధారమైన బ్రతుకు కంటే ఇది ఒకందుకు మంచిదే.

"మంచిదండీ. అమూల్యతో చెబుతాను" అన్నాడు.

అతను ఇంటికి వచ్చేసరికి అమూల్య కిటికీ దగ్గర సర్వం పోగొట్టుకున్నట్టు కూర్చుంది.

"అమూల్యా!"

"వచ్చారా? ఏమంటాడు ముసలాడు?" అన్నది ఆదుర్దాగా.

"ఏమంటాడు. ఏదో దయ తలిచాడు. కొడుకు ఉండగా గౌరవించని మనిషి, ఇప్పుడు నీ గురించి పట్టించుకుంటాడా?" జరిగిన విషయాలు చెప్పాడు.

"చచ్చిననాడు వెంటకట్టుకుపోతాడా! గోపీ, నువ్వు అత్యాశ అనుకున్నా సరే ఆ ఇల్లు చూచి నేను యెంత సంబరపడిపోయానో! ఆ ముసలాడు ఒక్కనాడు ఉండనివ్వలేదు" అన్నది బాధగా.

"వివాహం కాగానే వెళ్లగొట్టాడా?"

"అదే... అదే చేశాడు. అయినా శ్రవణ్ కూడా మొండివాడే. ఆ ఇల్లు చూచావు కదా. ఇంకా బోలెడు డబ్బుంది. ఆ ఇంట్లో అందరికీ రవ్వల దిద్దులే, నెక్లెసులు కూడా ఉన్నాయి" అన్నది.

"పోనీలే అమూల్యా! శ్రవణ్ బ్రతికిఉంటే అన్నీ కొనేవాడు" ఓదార్చాడు.

"యెందుకు పోనివ్వాలి గోపీ! లాయర్ దగ్గరకు వెళదాము" అన్నది.

"అవును..." అన్నాడు. ఆ ఆస్తిలో హక్కు ఉన్నది అమూల్యకు.

ఆ రోజు సాయంత్రం అమూల్య తల్లి జగదాంబ వచ్చింది. ఆమెను చూచిన గోపీచంద్ ఆశాభంగం పొందాడు. ఆమెకు సలభై ఏళ్ళుంటాయి. పాతికేళ్ళ పడుచులా వాలుజడ, బొమ్మలు దిద్దుకుని, లిప్‌స్టిక్‌తో గమ్మత్తుగా ఉంది.

"నాయనా! నీమేలు మరిచిపోము" అన్నది ఏదో పాఠము అప్పగించినట్టు.

"దాందేముంది. మీరొచ్చారు. నాకు సగం బాధ తీరింది.

"నాకున్నది ఒక్కర్తే కూతురు నాయనా! అమ్మాయి దగ్గరే ఉంటానంటే, అల్లుడి తరహాయే వేరులే. 'తల్లి వెంట ఉంటే ఆ బిడ్డ కాపురం బజార్న పడుతుంది. మీకు కావల్సిన డబ్బు పంపుతాను' అనేవాడు" నిట్టూర్చిందామె.

అమూల్యను చూస్తుంటే గోపీచంద్ మనసు ఉరకలు వేసేది. ఆమెను ప్రతి క్షణం, ప్రతి నిముషం చూడనిదే బ్రతుకలేనేమో అనిపించింది.

16

పట్టణంలో గల మహిళా మండలులు కలిసి ఫ్లవర్‌షో ఏర్పాటు చేశారు. మొదటిరోజు షోను జయప్రదాదేవి ప్రారంభోత్సవం చేసింది.

రక, రకాల గులాబీ పూలు, లిల్లీలు, చేమంతులూ, బంతులు యెక్కువగా పెట్టారు.

ఈ పూల ప్రదర్శనలో మధ్య తరగతి కుటుంబీకులు, బీదవారు కనిపించలేదు. అందరూ ధనికులే. జయప్రద నవ్వుకుంది. మధ్యతరగతి వారికి ఉండటానికి ఇల్లే కరవయినప్పుడు, ఇంటి ముందు మొక్కలేం పెంచుతారు? అంత తీరికేది - లేచిన దగ్గర నుండి వచ్చిన జీతం యెలా సరిపెట్టుకోవాలని తాపత్రయపడటమే. వారికి గృహము అలంకారాలు తెలియదు.

"ఏమిటి? నిన్ను నీవు మరిచిపోయావు" పలుకరింపు వినిపించే సరికి తల ఎత్తింది.

భవాని వచ్చింది.

"నువ్వెప్పుడు వచ్చావ్?"

"ఇప్పుడే వచ్చాను. నువ్వు వస్తావని పేపరులో చూచాను. ఆదివారం తెమిలేసరికి ఈ వేళ అయింది" అన్నది.

తనకున్న అసలయిన స్నేహితురాలు, తన పేరు చూచి వస్తుంది.

"మీవారేం అంటారు?"

"యెప్పుడూ ఉన్నదే, మారటానికిదేం సినిమా కాదు. ఒకసారి రాకూడదూ!" అన్నది.

"ఇప్పుడే వస్తాను పద."

"అమ్మమ్మ. నన్ను తిట్టించాలంటే ఇప్పుడు వెంటనే రా. మా ఆయన సంగతి పూర్తిగా తెలియదే, తన ప్రతాపమంతా నీ వెనుకాలే చూపుతారు. మళ్ళీ నీ హోదాకి, నీ డబ్బుకి తగిన గౌరవమివ్వాలి. ఈరోజు కందిపచ్చడి, చారు తప్ప ఏం లేవు" అన్నది.

"అబ్బా! నోరూరిస్తున్నావే..."

ఆమె మాట పూర్తికాకముందే ఓ పదిమంది యువతులు వచ్చారు.

"మేడమ్! మీతో రెండు విషయాలు మాట్లాడాలి."

"చెప్పండమ్మా."

"ఇలాంటి ఫ్లవర్ షోస్ ప్రారంభించే బదులు, సమాజంలో మార్పు వచ్చే కార్యక్రమము చేపట్టకూడదూ!" ఒకమ్మాయి తీవ్రంగా అన్నది.

"ఏం చేస్తే సమాజంలో మార్పు వస్తుందో చెప్పరాదూ?" అన్నది కోపంగా భవాని.

"భవానీ..." వారించింది జయప్రదాదేవి.

"అధిక ధరలు, అంగ ప్రదర్శన చేస్తూ కనిపించే వాల్ పోస్టర్స్ చూస్తే మీకేం అనిపించలేదా?" అన్నదో అమ్మాయి.

జయప్రదాదేవి ఒక్కసారి తల విదిలించింది. నిజమే. ప్రతిరోజూ కార్లో వెళ్తూ నానా గొడవగా ఉండే, బిజీ సెంటర్లో పోస్టర్స్ చూస్తే ఒళ్ళు జలదరిస్తుంది. కాని ఆ క్షణమే దాని గురించి మరిచిపోయేది.

"మీకు కోపం వచ్చినా సరేనండి. మీకు కావలసినంత సమయముంది. దాన్ని సద్వినియోగం చెయ్యటం లేదు." ఇంకో అమ్మాయి అన్నది.

"మీలాంటివారు ఏ మార్పు కోరినా సంచలనం కల్గుతుంది. మేము ఏది చెయ్యాలన్నా ఆర్థిక బలం లేదు" అన్నది మరో అమ్మాయి.

"నిజమేనమ్మా! మీరన్న విషయం ఆలోచించాలి. నా అడ్రసు ఇస్తాను ఒకసారి ఇంటికి రండి" అని ఆమె వారికి అడ్రసు ఇచ్చింది.

"థాంక్స్... మేము కాస్త దురుసుగా మాట్లాడాము" నొచ్చుకున్నది వారిలో ఒకమ్మాయి.

"మరేం ఫరవాలేదు. నాకు అంత ఆలోచన రాలేదు" అన్నది.

ఆ అమ్మాయిలు వెళ్ళిపోయారు.

"అయినా అడ్డమయిన వారిని నెత్తిన ఎక్కించుకుంటే ఇదే గొడవ. నీకు డిగ్నిటీ మేంటెన్ చెయ్యటం రాదు జయా!"

"భవానీ! ఏమిటే నీ మాటలు, పిల్లలు ఏదో అన్నారు. వారన్న దాంట్లో నిజం ఉన్నది" అన్నది.

ఇద్దరూ కలసి ఇంటికి వచ్చారు. భవాని తన స్కూలు విషయాలు చెప్పి వెళ్ళిపోయింది.

జయప్రదాదేవి మెల్లగా క్రిందికి దిగింది. రత్నమ్మ బలవంతంగ బాబ్జీని వదిలింది. అదొకందుకు బాగానే వుంది. ఇంట్లో కాస్త సందడిగా ఉంది. ఆ సంవత్సరమే పదవ తరగతిలోకి వచ్చిన బాబ్జీ అన్ని సబ్జెక్ట్సులో వీకే. అతనికి ట్యూషన్ ఏర్పాటు చేసింది. అతనికి మార్కులు యెలా వస్తున్నాయో చూడాలి అనుకుంది.

"వెంకటమ్మా! అబ్బాయి లేడా?"

"లేదమ్మా! సినిమాకు వెళ్ళారు" అన్నది. అతని గదిలోకి వెళ్ళి డ్రాయర్ లాగి పుస్తకాలు తీసింది. ఆ పుస్తకాలలో వెలువడిన మాగజీన్స్ చూచి, ఆమె మతి పోయింది. అవి తీసుకుని పైకి వచ్చింది. పదహారు సంవత్సరాలు పూర్తిగా నిండని బాబ్జీకిదేం అలవాటు. మొదటి పేజీ తిప్పింది.

నగ్నంగా పడుకున్న స్త్రీమూర్తి. రెండు చేతులెత్తి తలక్రింద పెట్టుకుంది. బాహుమూలాలు స్పష్టంగా కనిపించాయి. కళ్ళు మూసుకుంది. ఆ స్త్రీ నగ్న చిత్రం చూస్తే స్త్రీ అయిన తనకే మతిపోతుంది.

అన్నీ అలాంటివే. కొన్ని చోట్ల స్త్రీ నగ్న సౌందర్యం అన్ని కోణాల నుండి ప్రదర్శనకు పెట్టారు. ఏమిటీ వింత మనస్తత్వం. మరో పత్రిక తీసింది. 'సెక్స్ టానిక్' అంటూ వ్యాసం ప్రచురితమయింది. ఆరోగ్యరీత్యా సెక్స్ అవసరం వర్ణించాడు. అంతవరకు బాగానే ఉంది. మరో పేజీ తిప్పింది.

ఆమె శరీరంలో సన్నని వణుకు ప్రారంభం అయింది.

లైంగిక చర్యలకు సంబంధించిన ఫొటోలు, చిత్రాలు గీయలేదు, సజీవమైన ఫొటోలు. ఫొటో తీసేవాడు యెలా తీశాడో గాని, ఫోజు ఇచ్చిన వారు యెలా ఇచ్చారో అర్థం కాలేదు.

నగ్నంగా పడుకున్న స్త్రీ, ఆమె పైకి వంగిన పురుషుడు, తన అధరాలతో ఆమె అధరాలు ఒత్తిపట్టాడు.

రెండవ బొమ్మలో ఆమె స్థనాలను రెండు చేతులతో నొక్కిపట్టి, అరమోడ్పు కన్నులతో చూస్తున్నాడు. ఆమెకు మతిపోయింది.

మూడవ బొమ్మను చూడలేక కళ్ళు మూసుకుంది.

"మేమ్ సాహిబా! ఏం చేస్తున్నారు?" అంటూ వచ్చాడు సాహిర్.

"సాహిర్..." పుస్తకాలు జార విడిచి అతడిని పెనవేసుకు పోయింది. ఆమె శరీరం కంపించసాగింది.

"సాహిర్! నన్ను... నన్ను... ఎక్కడికయినా తీసుకువెళ్ళు... ప్లీజ్... నన్ను... ఓ ... ఈ బాధ,.... ఈ.... భరించలేను..." అన్నది.

ఊహించని ఈ పరిణామాలకు సాహిర్ ఒక్క క్షణం తెల్లబోయాడు. అర్థంగానట్టు చూచాడు.

"జయా..." ఆమెను జరిపే ప్రయత్నం చేశాడు. ఆమె అతడిని మరింత హత్తుకుపోయింది.

"నో సాహిర్.... అయివాంట్ టు డై...." ఆమె ఊపిరి వెచ్చగా తగిలింది. ఆమె యెదలో అలజడి అర్థం అయింది. ఆమె స్పర్శ అతడిని రెచ్చగొట్టింది. ఏదో లోకాలకు తీసుకువెళ్ళింది. అతనిలో ఆవేశం పుంజుకున్నది. తన రెండు చేతులు ఆమె చుట్టూ వేశాడు. అతని చేతులు ఆమె శరీరాన్ని వీణను చేసి మీటుతున్నాయి.

"సాహిర్..." ఆమె గొంతులో ఆర్ధ్రతకు కరిగిపోయాడు. ఆమె రెండు బుగ్గలు చుంబించాడు. మెల్లగా ఆమెను పడక దగ్గరకు తీసుకువచ్చి, తను వాలి, ఆమెను లాక్కున్నాడు.

జయప్రదాదేవి ఒక్కసారి స్పృహలోకి వచ్చినట్టు ఉలిక్కిపడి అతని చేతులు దూరం త్రోసి లేచింది.

"జయా...."

"సాహిర్....ప్లీజ్ వెళ్ళిపో... వెళ్ళిపో..." అని ఆమె బాత్‌రూమ్‌లో దూరింది. అలాగే షవర్ విప్పుకుని కూర్చున్నది. సాహిర్ పిలుపు వినిపించింది. ఆమె కదలలేదు, మెదలలేదు. అరగంట తరువాత తుండు చుట్టుకుని వచ్చి, మంచంలో వాలిపోయింది. ఆమెకు జరిగింది తలుచుకుంటే సిగ్గు వేసింది. తను ఒక వివాహితుడిని రెచ్చగొట్టింది.

"అమ్మగారూ! యువతరంగిణి సెక్రటరిగారట" అన్నది.

"ఓ రెండు గంటల వరకు ఎవరు వచ్చినా లేనని చెప్పు" అన్నది దుప్పటి లాక్కుని.

అలా ఫ్యాన్ క్రింద పడుకుని నిశ్చలంగా కాసేపు గడిపాక ఒంట్లో వేడి తగ్గింది. లేచి బట్టలు మార్చుకున్నది. ఆమెకు బల్లమీద ఆంగ్లంలో వ్రాసిన చీటీ కనిపించింది.

"జయా! నువ్వు చాలా కఠినాత్మురాలివి. నీ పట్ల స్పందించే నా హృదయగత భావాలు నాలోనే దాచుకుంటే ఈరోజు నువ్వు రెచ్చగొట్టి నన్ను పశువును చేశావు. నన్ను ఒక్కసారి కొండ శిఖరం నుండి అగాధంలోకి త్రోశావు. నీవు పిరికిదానవు. డబ్బుకోసం ఒళ్ళమ్ముకుంటే పాపం, పదవి కోసం హొయలు ఒలికిస్తే నీచం... మళ్ళీ ఏ మగాడిని ఇలా పావులా వాడుకోకు. నీ వంటే నాకు గౌరవం, ఆరాధన వున్నాయి. మరొకరయితే తలుపు విరగగొట్టి నా కోరిక తీర్చుకునే వాడిని ఉంటాను" అని ఉంది. సాహిర్ చేతి వ్రాత అంటే చాలా ఇష్టం. పొందికగా అందంగా వ్రాస్తాడు ఇంగ్లీషులో.

అలాగే ఆ ఉత్తరం చేత పట్టుకుని నిల్చుంది. మెల్లగా అతనికి ఫోన్ చేసింది.

"మేడమ్... సాబ్ ఇంకా రాలేదు. రాగానే నువ్వు.. అదే మీరు చేశారని చెబుతాను" అన్నాడు గుమస్తా.

ఆమె ఆలోచిస్తూ కూర్చుంది. ఈ కోరికల వలయం నుండి తనెలా బయటపడగలదు! సన్యాసం స్వీకరించాలా! సన్యసించినంత మాత్రాన మనస్సుకు శాంతి లభ్యం అవుతుందా! నిట్టూర్చింది.

"నేను రావచ్చా?"

"ఓ యస్‌గా రావచ్చు.... అరెరే... నేను చూస్తుంది కోమలేనా?" ఆశ్చర్యంగా తల ఎత్తింది జయప్రదాదేవి.

"నేనే... మేడమ్..." కోమలి వచ్చి కూర్చున్నది.

చక్కగా జుట్టు దువ్వుకుని, ఒదులుగా జడ అల్లుకుంది. పూనమ్ వాయిల్ చీర ఒద్దికగా కట్టుకుని, పల్చగా పౌడరద్దుకొని, చిన్న బొట్టుతో అందంగా కనిపించింది.

"అందం దేవుడిచ్చే వరం కోమలా! ఆకర్షణీయంగా ఉండటం అన్నది మన చేతిలో ఉంటుంది" అని తనే ఒకనాడు అన్నది.

"మేడమ్... నేను... నేను ట్యుటోరియల్ కాలేజీలో జాయిన్... సారీ చేరాను" అన్నది.

"గుడ్..." అంటుండగానే ఫోన్ మ్రోగింది.

ఆమె లేచి వెళ్ళి రిసీవ్ చేసుకుంది.

"ఓ... నో... రఘూ! ప్లీజ్ అబద్ధం అని చెప్పు" అరిచిందామె.

"....."

"వస్తున్నాను..." అని ఫోన్ పెట్టేసింది. కంగారుగా డేవిడ్‌ను పిలిచింది.

"మేడమ్! ఏం జరిగింది?"

"సాహిర్ అని ఓ స్నేహితుడు, ఇక్కడకు వచ్చి వెళ్తూ యాక్సిడెంట్ చేశాడు" అంటూనే బయటికి వెళ్ళి కారెక్కింది.

"ఒక గంటలో వస్తాను కోమలా!"

"మీరు వచ్చేవరకుంటాను మేడమ్! నా జీవిత సమస్య చర్చించాలి" అన్నది.

"వెంకటమ్మా! అమ్మాయిగారు ఏం కావాలంటే అవి ఇవ్వు..." అంటుండగానే కారు కదిలింది.

తలకు, చేతులకు కట్లున్నాయి. కాళ్ళు ఫెయిట్ వేసి పెట్టారు. అది చూడగానే జయప్రదాదేవి హృదయం కదిలిపోయింది.

"దేఖో ఆపా!" అంటూ, తాహిర్ భార్య ఆమె చేతులలో వాలిపోయింది.

"ఊర్కో జాయిదా... ఊర్కో..." అన్నది. తన మూలంగా అతను అలా తయారయ్యాడని తెలిస్తే తన ముఖానే నానా మాటలంటుందని తెలుసు.

స్పృహ లేనట్టు పడిఉన్న తాహిర్‌ను చూచి కదిలిపోయింది. అక్కడి నుండి రఘువీర్ గదికి వెళ్ళింది.

"సీరియస్ ఇంజరీస్ కావు" అని అతను హామీ ఇచ్చాక ఇంటికి వచ్చింది. వచ్చేసరికి వంటింట్లో కేకలు, అరుపులు వినిపించాయి.

కోమల ఏడుస్తూ నిల్చుంది.

బాబ్జీ ఒక మూలకు ఒదిగి నిల్చున్నాడు. వెంకటమ్మ, మాలి, పనిపిల్ల నిల్చున్నారు.

"ఏమిటి వెంకటమ్మా? ఏం జరిగింది?"

"ఆంటీ... ఆంటీ! వెంకటమ్మ దిస్ మంకమ్మ ఈజ్ బిచ్" ఒగరుస్తూ జవాబు ఇచ్చాడు బాబ్జీ.

"ఏమయింది?"

"అమ్మా! పది నిమిషాల నుండి చిచ్చు, రాసెల్.... ఈడి.... ఏందో అంటున్నాడమ్మా. ఆయమ్మ కాఫీ అడిగితే వంటింట్లోకి వెళ్ళాను. ఆయమ్మ ఏడ్పు వినిపించింది. వచ్చి రెండో తలుపు తీసిన, అంతేనమ్మా!" అన్నది.

జయప్రదాదేవికి అంతా అర్థం అయింది. ఆమె బాబ్జీని ఏమీ అనలేదు. మెల్లగా, ఓదార్పుగా కోమలి భుజం తట్టి బయటికి తీసుకుని వచ్చింది.

తనను తాను పరిణితి చెందిందని, మహా మేధావి అనుకోకపోయినా ప్రపంచాన్ని అన్ని కోణాలనుండి అర్థం చేసుకున్నదని భ్రమపడిన తానే, ఆ బొమ్మలను చూచి తాత్కాలికమైన ఆవేశానికి లోనయింది. బాబ్జి పసిపిల్లడు. కోమలను ఇంటికి పంపి, ఆలోచిస్తూ కూర్చుంది.

17

గోపీచంద్‌కు ప్రపంచమంతా పచ్చగా కనిపిస్తుంది. అమూల్య ఎదురుగా ఉంటే అతనికి ప్రపంచములో ఏమీ అక్కర లేదనిపిస్తుంది.

అమూల్య మామగారిచ్చిన డబ్బు, శ్రవణ్ ఇన్సూరెన్స్ డబ్బు, అమూల్య పేరున బ్యాంకులో వేశాడు. ఆస్తిహక్కు కోసం కోర్టుకు వెళ్ళాలని అమూల్య పట్టుపట్టింది. కాని లాయర్ స్పష్టంగా చెప్పాడు – శ్రవణ్ తండ్రి స్వయంకృషి

వల్ల సంపాదించాడని, ఆయన ఇష్టం లేనిదే ఒక్క పైసా రాబట్టలేరని. దాంతో అమూల్యకు ఏడ్పు వచ్చింది.

"అమూల్య! డబ్బే జీవితం కాదు. అదృష్టం బావుంటే అంతకంతా సంపాదించవచ్చు" ఓదార్చాడు.

"ఏమో నాయనా!" నిట్టూర్చింది ఆమె తల్లి. ఆ విషయం వదిలివేశారు.

"గోపీ! మనము రేపు సాయంత్రం ఆంధ్రక్లబ్‌లో తంబోలా ఉంది వెళ్దామా!" అమూల్య ఉత్సాహంగా అడిగింది.

"అలాగే వెళ్దాం" అతను ప్రయాణం అయ్యాడు.

సువాణి నుండి సామ్యూల్ వచ్చాడు.

"ఈ రోజు సాయంత్రం రిహార్సల్స్ వున్నాయి, రమ్మన్నారు" అన్నాడు.

"నేను పాడటం లేదు."

"ఏమప్పా! ఏం కథ! అలా పాడటం ఎంతమందికి కుదురుతుంది! సువాణి వాళ్లకు నీవంటే నిండా అభిమానం, అందుకే..."

"బావుందండీ, నాకిష్టం లేదన్నాను కదా" అన్నాడు.

"అది కాదప్పా! అందరూ హాలు బుక్ చేసుకుని, గెస్టలను పిలుచుకుని, తను పాట వింటేనే చాలు అనుకుంటారు. ఈ ప్రోగ్రామ్‌లో నిండా డబ్బు వచ్చును" అన్నాడు.

ఒక్క నిముషం ఆలోచించాడు. డబ్బు ఎంతో అవసరముంది. కాని అమూల్య తంబోలా ఎలా వదిలి వేస్తాడు. అమూల్య డబ్బు తనది కాదా!

"రాను.... రాను... రాను..." అన్నాడు విసుగ్గా. సామ్యూల్ వెళ్ళిపోయాడు.

అమూల్య నీలిరంగు మాక్సీలో అందంగా, ఆనందానికి నిర్వచనంగా ఉంది. మొదటిసారి తను కళ్ళు తిప్పుకోలేకపోయాడు... ఎక్కడ!

ఎక్కడ?

ఆ రోజు స్వర విరించి వారి యానివర్శరీలో పాడుతున్నాడు. అప్రయత్నంగా ముందు వరుసలో ఉన్న వారిని చూచాడు. అందం అంతా ఒక కుప్పగా పోశారా అనుకున్నాడు. అందం కంటే ఎక్కువ ఆకర్షణ, ఆ ఆకర్షణకు లోనయి తప్పు పాడి, కార్యకర్తలతో నానా మాటలు తిన్నాడు.

ఆమె ఎవరు? ఎవరన్నా ప్రశ్న తప్ప కార్యకర్తల మాటలు గుర్తుకు రాలేదు. మళ్ళీ పాట పాడుతుండగా పిలుపు వచ్చింది.

అక్కడ అందాలరాశి, ఆకర్షణల కేంద్రాన్ని చూచి ఆశ్చర్యపోయాడు.

ఆమె జయప్రదాదేవి!

ఆమె గంభీరంగా ప్రవహించే నది.

అమూల్య గల, గల పారే సెలయేరు!

ఆమె చిరునవ్వుతో హృదయం లయ తప్పిస్తుంది.

అమూల్య గల, గల మనే నవ్వుతో ఏదో లోకాలకు తీసుకు వెడుతుంది.

ఆమె అందని చందమామ.

అమూల్య అందుబాటులో వున్న అప్సరాలు. అవును తన కన్ని విధాలుగా తగిన వ్యక్తి.

ఈ కాలంలో వివాహితురాలు అన్న పట్టింపు యెవరికి ఉన్నది. తల్లి కాస్త నస పెట్టినా, తనే సర్దుకుంటుంది.

అతని హృదయయో తరాజు అయితే, ఒక ప్రక్క జయప్రదాదేవి మరో ప్రక్క అమూల్య నిలబడ్డారు.

అందం! ఇద్దరూ సమానస్తులే.

ఒకరికి ఈడు, జోడు అన్న పదం ఎస్పెక్ట్ అయితే మరొకరికి ఆత్మీయత, అనురాగం అన్న పదాలు వర్తిస్తాయి. జయప్రదాదేవి ఆత్మీయత ముందు యెవరూ నిలబడలేరు.

హెూదా, స్థాయి తీసుకుంటే జయప్రదాదేవి తన కందనంత స్థాయిలో ఉన్నది.

అమూల్య ఉన్న భాగమే క్రిందికి మొగ్గింది.

అమూల్యకు తన అవసరం ఎంతయినా ఉన్నది. జయప్రదాదేవి హృదయం ఏమిటో తనకు తెలియదు. అతని హృదయం నుండి ఆమె బొమ్మ తొలగిపోయి, క్రమంగా ఆ స్థానం అమూల్య బొమ్మ ప్రతిష్ఠాపన జరిగింది. నిజానికిప్పుడతను యెవరిని గుర్తుంచుకోలేదు.

శారదమ్మ, తండ్రి, అన్నలు, వదినలు, అక్క తొలిగిపోయారు. ప్రతి నిమిషం అమూల్య, ఆమెతో గడపబోయే జీవితమే గుర్తుకు తెచ్చుకుంటాడు.

"గోపీ! నా ఐ లైనర్ పాడయింది" అమూల్య అడిగింది.

"వెళ్దామా! నన్ను వెళ్ళి తెమ్మంటావా?" ఆజ్ఞ అన్నంత నమ్రతగా వినయంగా అడిగాడు.

"ఇద్దరం వెళ్తే టాక్సీ డబ్బులు దండుగ. నువ్వే వెళ్ళు."

"అందుకే ఓ స్కూటరు కొనుక్కుందాము."

"నువ్వా సువాణి ఉద్యోగం చేసినంత కాలం రెండు పూటలా తిండి కూడా తినలేవు" అన్నది.

"నిజమే అమూల్యా! ప్రయత్నిస్తాను" అన్నాడు.

యెందుకో అతని అహం దెబ్బతిన్నట్టు ఫీలయ్యాడు. మన డబ్బుతో కొందాం అంటుంది అమూల్య అని ఆశించాడు, అదే నిరసనతో బయటికి వచ్చాడు. అతని నిరసన నీరయిపోయింది.

"ఛ... పిచ్చిపిల్ల! అనవసరంగా తను కోపగించుకున్నాడు. వివాహం కానిదే తన సర్వస్వం యెలా అప్పగిస్తుంది. తను మంచివాడన్న నమ్మకం కలుగ వద్దూ' అనుకుని ఐలైనర్ ఓ పెన్సిల్ కొన్నాడు. దార్లో యాపిల్ పళ్ళు కనిపిస్తే ఓ రెండు కొని ఇంటికి వచ్చాడు.

'మమ్మీ' యెదురు వచ్చింది. అమూల్య తల్లిని ఇద్దరూ మమ్మి అనే పిలుస్తారు.

"పండ్లు తెచ్చావా నాయనా! ఒంట్లో నీరసం. ఏదయినా రసం త్రాగితే ఈ నీరసం పోతుంది" అని సంబరంగా కడక్కుండానే కొరికి తినటం మొదలుపెట్టింది.

"మమ్మీ! దుమ్ము ధూళి ఉంటాయి..." కోపంగా చూచి, రెండో పండు తీసుకుని కడిగింది అమూల్య.

గోపీచంద్ చాకు వెతుక్కొచ్చే లోపలే పళ్ళతో కొరుక్కుని తింటుంది. అతను ఒక్క క్షణం అలా నిలబడి పోయాడు. ఎన్నోసార్లు రుచికరమైన పదార్థాలు పండ్లు జయప్రదాదేవి ముందు పెట్టేవారు, ఆమె ఆశ్రిత జనము. ఆమె యెదుటివారికి మొదట పెట్టకుండా ఏనాడు తిని యెరగదు.

ఆ ఉదాత్తత వేరు! ఆ సభ్యతే వేరు.

ఆమెకుత్తరం వ్రాయాలి. అతను వెళ్ళి బల్లదగ్గర కూర్చున్నాడు.

"గోపీ! తెలుగు సినిమా వచ్చింది" అన్నది గుఱుపుగా.

"వెళ్దామా!" అన్నాడు. అమూల్య కళ్ళల్లోకి చూడగానే తనను తాను మరిచి పోతాడు.

"వెళ్దామనే కదా!" స్లీవ్‌లెస్ బ్లౌజుతో, లిప్‌స్టిక్ దిద్దుకుంటూ వచ్చింది మమ్మి.

గోపీచంద్ గుండెల్లో రాయిపడింది. తను అమూల్య వెడితే రిక్షాలో వెడతారు. ఆవిడ వస్తే టాక్సీ కావాలి.

"గోపీ! మమ్మీకి బోరుగా ఉందట..." అన్నది అతని భావాలు గ్రహించినట్టే. వెళ్ళి టాక్సీతెచ్చాడు. ముగ్గురు బయలుదేరారు.

ఇంటర్‌వెల్‌లో చిన్న పిల్లలా పాప్‌కార్న్, కూల్ డ్రింక్స్ అంటూ మరో అయిదు రూపాయలు ఖర్చు చేయించింది.

"నీకు కూల్‌డ్రింక్స్ వద్దా గోపీ?" అమూల్య అడిగింది.

యెవరన్నా ఖర్చు చేసి త్రాగిస్తే త్రాగాలి అనబోయాడు. నోరు మెదపలేక పోయాడు.

సినిమా చూచి ఇంటికి వచ్చేశాడు. ఇంటిమూలకు మూరెడు కదంబ మాల కొన్నాడు.

ఆకలికూడా అనిపించలేదు గోపీకి.

"భోజనం చేయవా గోపీ?"

"ఆకలి లేదు..."

సినిమా కబుర్లు చెప్పుకుంటూ తల్లి కూతురు భోజనాలు చేశారు. ఎందుకో పడీ, పడీ నవ్వుతున్నారు.

'ఆ మమ్మి లేకపోతే అమూల్య చాలా మంచిది' అనుకున్నాడు.

"మమ్మీ! ఆ శ్రవణ్ ఇల్లు చూడవలసినది" అన్నది.

"ఆ ముసలాడు పోగూడదూ!" అన్నది తల్లి.

"ఇప్పుడేం జరిగినా మనకేం లాభం!" అన్నది అమూల్య.

గోపీచంద్ అటు తిరిగి పడుకున్నాడు. ఒకరోజు ఎందుకో ఇంట్లో కోపంతో ఉపవాసం ఉన్నాడు. గోపీ ముఖం చూచి గ్రహించిందేమో.

"చెందూ! నాకు ఆకలిగా ఉన్నా తోడు యెవ్వరూ లేక తినలేదు. భోజనం చేద్దాం రా" అన్నది జయప్రదాదేవి.

"వద్దండీ... ఆకలిలేదు" అన్నాడతను.

"పళ్ళెంలో పదార్థాలను చూస్తే ఆకలి దానంతట అదే వేస్తుంది. మా వెంకటమ్మ చేతి మహత్యం" అన్నది.

తప్పదన్నట్టు వెళ్ళాడు. ఆమె అన్నట్టే అక్కడి పదార్థాలు చూడగానే ఆకలి గుర్తుకు వచ్చింది. సుష్టుగా భోజనం చేశాడు. అప్పుడు చూచాడు.

జయప్రదాదేవి చిక్కుడు ముక్కలు వేసుకుని తింటుంది.

"అదేమిటి! మీరు ఆకలన్నారు?"

"ఆకలి నీకు, నాకు కాదు."

"ఆకలి అని ఎలా తెలుసు?"

"అది చెప్పను" నవ్విందామె. ఆ సౌజన్యం, ఆర్ధ్రత అమూల్యలో ఎందుకు లేవు?

అమూల్య వయసులో చిన్నది, అన్న జవాబు దొరికింది.

అతని ఊహలు చెదరగొడుతూ అతని ముందు నిలిచాయి కొన్ని ఘట్టాలు.

రఘువీర్‌కు కాఫీచేసిన ఘట్టం గుర్తుకువచ్చింది.

సాహిర్ దోసె వేసిన విషయం గుర్తుకు వచ్చి నిట్టూర్చాడు.

మర్నాడు ఆంధ్రక్లబ్బులో పలుకరించిన వారంతా ఈర్ష్యగా చూచారు గోపీచంద్ వంక.

తెల్లని దుస్తులతో శాంతి దూతలా ఉందామె.

నిజంగా అమూల్యవెంట అలా వెళ్ళటం తన అదృష్టంగా భావించాడు. ఆమె పట్ల అభిమానం అధికం అయింది. రాత్రి తనను వదిలి భోజనం చేసిందన్న రవ్వంత కోపం కూడా కరిగిపోయింది.

'మరెప్పుడు ఆమెపట్ల నిరసన చూపకూడదు. ఆగ్రహం పెంచుకోరాదు' అనుకున్నాడు.

"గోపీ! ఆ నీళ్ళలో కాయిన్ వేద్దామా!" వచ్చి అతని భుజం పట్టుకుంది.

"ఓ...యస్!" ఆమె నడుము చుట్టూ చేయి వేసి ముందుకు నడిచాడు. ఉత్సాహానికి నిర్వచనం అన్నట్టు తిరిగారు ఇద్దరూ.

"ఈరోజు తంబోలాలో నాకు పది రూపాయల లాభం" అన్నది అమూల్య.

పసి పిల్లలా అమాయకంగా మురిసిపోతున్న యువతిని ఎత్తి ముద్దు పెట్టుకోవాలని ఉన్నా, వెనుకే ఉన్న 'మమ్మి'ని చూచి ఊరుకున్నాడు. అతనికి మమ్మిని చూస్తే విసుగ్గా వుంది.

"గోపీ! నేను బస్సు వరకు నడువలేను" అన్నది కాళ్ళు నొక్కుకుంటూ.

గోపీ గుండెల్లో రాయి పడింది. అతని దగ్గర టాక్సీకి ఖర్చుచేసే డబ్బు లేదు.

"బయట టాక్సీ దొరికితే చూద్దాం."

"ఏమిటయ్యా! చూద్దాం, చేద్దాం అంటావు. మా వారు నన్నక్కడ కూర్చోబెట్టి టాక్సీ తెచ్చేవారు" అన్నది మమ్మి.

"మమ్మీ! కాసేపు నీ గత వైభవం వర్ణించటం ఆపుతావా!" కసురుకున్నది అమూల్య.

ముగ్గురూ బయటికి వచ్చారు. గోపీచంద్ టాక్సీ కోసం చూచాడు.

"మే ఐ గివ్ యు లిఫ్ట్..." ఓ కారువచ్చి అమూల్య ప్రక్కన ఆగింది. స్టీరింగ్ ముందు ఓ మధ్య వయస్కుడు కూర్చుని ఉన్నాడు.

"మీరెటు వెళ్తున్నారు?"

"మీరెటు వెళ్ళాలో చెప్పండి" అన్నాడు అతను నవ్వుతూ.

మమ్మి చెప్పింది.

"గెటిన్..." అతను ముందు తలుపు తీశాడు. అమూల్య ఎక్కింది. మమ్మి వెనుక తలుపు తీసి, ఎక్కి గోపీని పిలిచింది. అతను తటపటాయిస్తూ ఎక్కేశాడు.

అమూల్యను అతను వివరాలు అడుగుతున్నాడు.

"మీరు తెలుగువారా?"

"నేను ఎక్కడుంటే అక్కడి వాడను. నేను తెలుగు వాడిని కాకపోతే నా కార్లో ఎక్కరా!" అన్నాడు.

"అదేం లేదు. ఫన్ కోసం అడిగాను" అన్నది.

అతను అమూల్య ఇంటిముందు కారాపి, దిగుతూ తన పేరు పార్థసారధి అని చెప్పి, తన విజిటింగ్ కార్డు ఇచ్చి వెళ్ళాడు.

"థాంక్యూ...." అన్నది.

"వెల్‌కమ్... ఇట్స్‌మైలక్..." అతని కారు వెళ్ళిపోయింది.

"గోపీ ! నిముషంలో వచ్చేశాం కదూ ! కారుంటే ఎంత హాయిగా ఉంటుందో..."

"అమూల్యా! నాకు ఆకలి వేస్తుంది."

గోపీచంద్ వెళ్ళి కాళ్ళు, చేతులు కడుక్కుని కంచాలు పెట్టాడు.

"అది ఏ కారు బేబీ!"

"ఇంపోర్టెడ్ కారే."

పాపం పిచ్చి అమూల్య అనుకున్నాడు గోపీచంద్. అతను మరోసారి పిలిచాక భోజనానికి వచ్చింది అమూల్య. భోజనం చేసి తన గదికి వచ్చాడు. 'సువాణి' వారి కవరు ఉంది. ఆ కవరులో తనకు వచ్చిన పోస్ట్ ఉంది.

ఉత్తరాలు తీశాడు. ఒకటి తల్లిది, మరొకటి జయప్రదాదేవిది. అవి చదవాలనిపించలేదు. డ్రాయర్ సొరుగులో పడేశాడు. అతని కళ్ళ ముందు అందమైన అమూల్య, ఆమెతో గడపబోయే జీవితం గురించే ఆలోచించాడు. రంగు, రంగుల కలలు వస్తున్నాయి. అతను కనిపించిన ఉద్యోగానికల్లా అప్లై చేశాడు. మంచి ఉద్యోగం దొరకగానే జీవితంలో స్థిరపడాలని నిశ్చయించుకున్నాడు.

18

జయప్రదాదేవి అలసటగా వెనక్కు వాలింది. వెంకటమ్మ తెచ్చిన పళ్లరసం త్రాగింది.

రత్నమ్మ రుస, రుసలాడుతూ పైకి వచ్చింది.

"జయా... అమ్మాయ్ జయా!"

"ఏమిటత్తయ్యా?"

"ఇదేమన్నా బావుందంట... బావుందా అసలు!"

"ఏమిటత్తయ్యా! అసలేం బావుండలేదు."

"ఈ శిశు నివాస్ ఎందుకు స్థాపించినట్టు?"

"నాతోటి స్త్రీలకు తోచిన సహాయం చేద్దామని. చూడత్తయ్యా, కాలం మారిందా! ఉమ్మడి కుటుంబాలు విడిపోయాయి. ఈ కాలంలో కోడలంటే అత్తకు కొరివి, అత్తలంటే కోడలికి చెత్త. మగాడు ఉద్యోగం చేస్తే ఇల్లు గడవదు. అందుకు స్త్రీలు చేస్తున్నారు. ఉద్యోగాలు చేసే స్త్రీ తన బిడ్డలు ఎక్కడుంచాలని బాధపడకూడదని 'ఈ శిశు నివాస్' పెట్టాను."

"ఊళ్ళో వారు ఎవరో బాధపడితే నీకేం?"

"మీ ప్రశ్నకు జవాబు చెప్పలేను..." అన్నది. తెలిసీ తెలియని మనుష్యులతో మాట్లాడటం తలనొప్పి.

"మరి ఆ 'యువజన హాస్టల్'కు అర్థం ఏమిటి?"

"డబ్బుండి లక్షలకు లక్షలు డొనేషన్లు కట్టినా చదువులేని పిల్లలు యెందరో ఉన్నారు. తమకు సీటు వచ్చినా. ఆర్థికంగా ఆదుకునేవారు లేక చాలీ, చాలని తిండితో చదువులేని వారు మరెందరో ఉన్నారు. వారిని ఆదుకుందామని..."

"వాళ్ళంతా నిన్ను ఉద్ధరించుతారా!"

"యెవర్ని యెవరూ ఉద్ధరించరు అత్తయ్యా! మన ఖర్మకు మనము ఏడ్వాల్సిందే. నా పరిస్థితి చూడు. కన్న తండ్రేం ఉద్ధరించాడు! కట్టుకున్న వాడేం చేశాడు!"

"ఏం?... ఏం చేయాలే! అంతా నీకే వ్రాసి పోయారుగా."

"అవును - వ్రాసి, నీలాంటివారిని నాకు అంటగట్టి పోయారు. డబ్బులోనే సుఖం ఉంటుందా!"

"మరి! ఇంకేం కావాలే. ఇష్టా రాజ్యంగా ఏలుతున్నావ్..." ఆవేశంగా ఏదో అనబోయి మాట మింగేసింది.

"ఆగిపోయావేం? అను, నల్గురు మగాళ్ళు వస్తారు, అందరితో కులుకుతున్నావని అనవేం?" అన్నది వెటకారంగా.

"గుమ్మడి కాయల దొంగ శాస్త్రమే తల్లీ."

"శాస్త్రాలు పురాణాలు అన్నీ తెలిసి యెందుకు నాతో వాదిస్తావ్, మీ మనవడిని ఇక్కడ ఉంచుకున్నది బంధువులని కాదు, ఒక విద్యార్థి అని. బుద్ధిగా ఉంటే సరే సరి, లేకపోతే తీసుకువెళ్ళు" అన్నది.

జయప్రదాదేవికి మనశ్శాంతి కరువయింది. వీళ్ళకెందుకీ దుగ్ధ, తనకా పసివాళ్ళ దగ్గర లభ్యమయ్యే అనుభూతి వీళ్ళకేం తెలుసు!

రత్నమ్మ కారాలు, మిరియాలు నూరుతూ వెళ్ళి సత్యవతికి ఉత్తరం వ్రాసింది.

జయప్రదాదేవి భోజనం చేస్తుండగా బుచ్చిరాజు వచ్చాడు.

"జయమ్మా! మీకు దూరపు బంధువు అవుతాడమ్మా శ్రీనివాస్ అని, నాన్నగారుండగా అతని చదువుకు సహాయం చేశారు. అతను మీతో మాట్లాడాలని వచ్చాడు" అన్నాడు.

జయప్రద లేచి వచ్చి డ్రాయింగ్ రూమ్‌లో కూర్చుంది. డ్రాయింగ్ రూమ్‌లో కూర్చుంటే పిలువమని అర్థం.

"నమస్తే...." అతను వచ్చి నమస్కరించాడు.

"నమస్తే... కూర్చో బాబూ!"

"పెదనాన్నగారు పోయాక ఎన్నోసార్లు రావాలనుకున్నాను, రాలేక పోయాను..." అన్నాడు.

"ఫరవాలేదు" అన్నది యెవరో గుర్తుకు చేసుకునే ప్రయత్నం చేస్తూ.

"మీరు నాకు అక్క వరస అవుతారు."

"అలాగా!"

"అవునండీ. మీ తాతగారు, మా తాతగారు అన్నదమ్ముల బిడ్డలు."

వెంకటమ్మ కాఫీ తెచ్చింది.

అతను కాఫీ త్రాగాడు.

"నాకు సూటిగా మాట్లాడటం అలవాటు" అన్నాడు.

"నాకు ఇష్టమే, చెప్పు ఏం కావాలో" అన్నది. ఏముంది హాస్టల్లో సీటో, ఆర్థిక సహాయమో అనుకుని.

"మీకు జీవితాంతం పొట్ట, బట్ట పోను, ఆస్తంతా నాదే. దావా వేసేకంటే ముందు మీతో మాట్లాడటం నా ధర్మంగా భావించాను.

"నా మీద దావా వేస్తావా?" నమ్మలేనట్టు చూచింది.

"అవును. మీ అత్తగారిచ్చిన ఆస్తి కోసం కాదు. మా. పెదనాన్న ఆస్తి కోసం."

"నీకు మతి స్థిమితం ఉందా!" తీవ్రంగా ప్రశ్నించింది.

"స్థిమితంగా ఉంది. లాయర్‌ను కన్‌సల్ట్ చేశాము. నీకు బిడ్డలుంటే తప్ప మా పెదనాన్న ఆస్తి ఆయన వారసులకు చెందాలి తెలుసా!"

"ఓహో! అయితే ఇప్పుడేమంటావ్?"

"అనటానికేముంది నీకు బిడ్డలు లేరు. ఊరి వారంతా తినటానికి కాదు, మా పెదనాన్న ఆస్తి, మేమున్నాము తినటానికి. మీరు విషయాలు సావకాశంగా ఆలోచించి, ఆస్తి సగం ఇస్తే పేచీయే లేదు. లేదంటే కోర్టుకు వెళ్తాం" అన్నాడు.

"ఈ విషయం చెప్పటానికి ఇంతదూరం రావాలా?" జయప్రద చటుక్కున లేచింది.

"జయమ్మా! ఏదన్నా సహాయం అడుగుతాడనుకున్నానమ్మా. ఇంతకు తెగిస్తాడనుకోలేదు" అన్నాడు బుచ్చిరాజు.

"మా హక్కు మేమడిగితే తెగింపా?"

"ఏమిటయ్యా మీ హక్కు! ఏమిటి! అమ్మాయి గారి తండ్రి పోయి ఇన్ని సంవత్సరాలయింది. ఒక్కనాడయినా వచ్చి పలుకరించావా! ఇప్పుడు హక్కు గుర్తుకు వచ్చిందా, హక్కు" కోపంగా అడిగాడు బుచ్చిరాజు.

"అవసరం రాలేదు కాబట్టి రాలేదు."

"అవసరాలకు అక్కరకు రానివారు ఆస్తికెలా వారసులవుతారు?"

"యెలా అవుతామో కోర్టు నిరూపిస్తుంది" అతను హూంకరిస్తూ వెళ్ళిపోయాడు.

"యెంత వినయంగా, యెంత విధేయతగా అడిగాడమ్మా, బావుంది వరస."

"నా కెప్పుడూ చూచినట్టు గుర్తులేదండీ."

"నేను మాత్రం చూచానా అమ్మా! మనియార్డర్ పంపేవాడిని కదా. ఆ పేరు గుర్తుంది. వీళ్ళ నాన్న 'అన్నయ్యా' అంటూ వద్దన్నా, నాన్న పాదాల చెంత కూలబడేవాడు" అన్నాడు.

"నిజంగా ఇతను నాన్నగార్కి దాయాదా!"

"అవును. తాతలు అన్నదమ్ములట. అయినా ఇతనికేం హక్కు ఉంది! నేనిప్పుడే వెళ్ళి లాయర్ని కన్‌సల్ట్ చేస్తాను" అన్నాడు.

జయప్రద మాట్లాడలేదు. ఆమె తల తిరిగిపోయింది. ఆస్తితో పాటు ఇన్ని తలనొప్పులుంటాయని తెలిస్తే అదంతా యే సాంఘిక సేవా సంస్థకో దానం ఇచ్చేది.

"మేడమ్..." కోమలి వచ్చింది.

"రా కోమా! నల్లపూసవయి పోయావేం?"

"క్లాసులు, పాఠాలు తీరికేది మేడమ్, పెయింటింగ్ క్లాసుకు వెళ్తున్నాను" అన్నది.

నల్ల పలకపై నిర్మల్ పెయింటింగ్ వేసి తెచ్చింది.

బుద్ధుడి ముందు మోకరిల్లిన ఆమ్రపాలి. కమనీయంగా చిత్రించింది. నల్ల పలకపై బుద్ధుడి కాషాయరంగు దుస్తులు, ఆమ్రపాలి గంధం రంగు దుస్తులు అందంగా హుందాగా ఉంది.

"యెలా ఉంది మేడమ్!"

"సింప్లీ సూపర్బ్ కోమలా!"

"థాంక్యూ..." అన్నది సంబరంగా.

తిప్పి చూచింది జయప్రద. 'నా గురువు, దైవం, సర్వం అయిన జయప్రదా దేవికి ప్రేమతో కోమలి' అని వుంది.

"ఇదేమిటి కోమా !"

"అబద్ధం, అతిశయోక్తి లేవు మేడమ్! అంతా నిజమే వ్రాశాను. ప్రతి మనిషిలో నిబిడీకృతమైన శక్తి వుంటుంది. అది అర్థం చేసుకోక అవహేళన చేస్తారు..."

జయప్రదాదేవి పక, పక నవ్వింది. ఆమెకు కోమలను చూస్తే ముచ్చటగా వుంది.

"కోమా! నువ్వు మంచి టీచరువు అవుతావు." అన్నది నవ్వు ఆపి.

"మీ ఆశీస్సులుంటే తప్పక అవుతాను" అన్నది, సగర్వంగా ఆత్మ విశ్వాసముతో.

ఆమెకే ఆశ్చర్యంగా వుంది. పెద్ద బ్రష్తో, అస్తవ్యస్తంగా కట్టిన బట్టలతో సగం ఇంగ్లీషు పదాలతో, తెలుగు భాషను ఖూనీ చేసే అమ్మాయా! అనిపించింది.

"కోమా! గోపీచంద్ ఉత్తరాలు వస్తున్నాయా?"

"మరిచేపోయాను మేడమ్! అత్తయ్య మిమ్మల్ని మరీ, మరీ అడగమన్నారు. డబ్బు పంపటం లేదుట. ఉత్తరం కూడా వ్రాయటం లేదు" అన్నది దిగులుగా.

"నాకు వ్రాయటం లేదు. 'సువాణి'కి ఫోన్ చేస్తే వారి పని అయిపోయిందిట. రెండు మూడు అడ్వటైజ్‌మెంట్లకు పాడిన తరువాత పంపుతామన్నారు" అన్నది.

"మీకు వ్రాయటం లేదా!"

"నాకు అని ప్రత్యేకంగా అడుగుతావేం? నేను వాళ్లమ్మకంటే ఎక్కువా?"

"అతనికి అవునో, కాదో చెప్పలేను గాని నాకు మాత్రం మీరు తల్లికంటే ఎక్కువే. పిల్లలను కని, గారాబం చేసి, వాళ్ళడిగింది ఇవ్వటమే కాదు. బాధ్యత గల పౌరులుగా తీర్చిదిద్దాల్సిన బాధ్యత తల్లిదండ్రులదే" అన్నది. గతం గుర్తుకు తెచ్చుకున్నది.

ఆ రోజు కోమలతో కలసి సినిమాకు వెళ్ళింది. ఆ అమ్మాయిలో కల్మషం లేదు. కపటం లేదు. ఆ కంపెనీలో హాయిగా ఫీలయింది.

"గోపీచంద్ తల్లిదండ్రులు డబ్బుకు ఇబ్బంది పడుతున్నారా!"

"ఇల్లు మారారు మేడమ్! మా ఇంటి ప్రక్కన రెండు చిన్న గదులున్నాయి. అయినా మా వదిన కూతురు కాదులెండి. పసంతా ఆవిడ నెత్తిన కొట్టి ఊరుమీద తిరుగుతుంది. ఇంటిపని, పిల్లలను అత్తయ్యకు వదులుతుంది" అన్నది.

జయప్రదాదేవి నిట్టూర్చింది. తన జీవితానికి అమ్మ అన్నది ఓ కమ్మని మాట. అమ్మ ఆలనా, పాలనా ఎరుగదు. ఈనాడు అమ్మ, నాన్న ఎవరున్నా పువ్వుల్లో పెట్టి చూచుకునేది తాను. కాని అనుభూతి కూడా మిగలలేదు. సాయంత్రం కోమల వెళ్ళిపోయింది.

సత్యవతమ్మ వారం రోజులకు జవాబు వ్రాసింది. 'మంచి, చెడు అంతా అమ్మాయికే వదిలాను. నాకీ ప్రాపంచిక విషయాలపట్ల ఆసక్తి లేదు. జయ నిర్ణయాలపట్ల నాకు పూర్తిగా విశ్వాసం, గౌరవమున్నాయి' అంటూ వ్రాసింది.

దాంతో రత్నమ్మ తోక తొక్కిన త్రాచులా అయింది. సత్యవతి తనకు వరసకు చెల్లెలే కాదు, సత్యవతి భర్త, రత్నమ్మ భర్త దాయాదులు. అందుకే ఆమె వెళ్ళి లాయర్ నోటీసు ఇప్పించింది. అది చూచి జయకు మతిపోయింది.

ఒకవైపు శ్రీనివాస్, రెండోవైపు రత్నమ్మ! ఆమెకు ఆస్తి, ఆ బంగళా వదిలి పారిపోవాలని ఉన్నది కాని పారిపోయి ఏం సాధిస్తుంది! స్వార్ధపరులకు ఆస్తి అప్పగిస్తుంది.

మర్నాడు ఆమె తలనొప్పితో పడుకుని ఉండగా బుచ్చిరాజు వచ్చాడు. బయటి నుండి ఘోరాతి ఘోరంగా తిట్లు వినిపిస్తున్నాయి.

"రమ్మను... నాకేం భయమా! పదివేలకని ఇక్కడ స్పష్టంగా వ్రాసి ఉంటే మీరేమో భిక్షం ఇస్తున్నట్టు చేస్తున్నారేం? ఆవిడకెంత ఆస్తి వున్నా కోడలిదే..." అంటున్నాడు ఒకాయన.

జయప్రద క్రిందికి దిగి వచ్చింది. వచ్చినతను తండ్రికి అత్తకు దూరపు బంధువట.

"నమస్తే మామయ్యా!"

"నమస్కారాలు, నక్క వినయాలు నాకేం అక్కరలేదు. ఆ అన్నా, చెల్లెలు ఎంత ఉదారులు..." అంటున్నాడు.

"ఏమయింది బుచ్చిరాజుగారూ!"

"వీరి అమ్మాయి పేర ఇరవై సంవత్సరాలకు పదివేలు వచ్చేలా ఫిక్స్డ్ డిపాజిట్ చేశారు నాన్న. అది మెచ్యూర్ కావటానికి ఇంకా ఎనిమిది సంవత్సరాలుంది..."

"నా అవసరానికి వాడుకుంటాను. రేపు నా కూతురు పెళ్ళి నేనే చేసుకుంటాను. మీరు జాలి తలిచి ఇవ్వవద్దు" మధ్యలోన కయ్‌మన్నాడు అతను.

"అది కాదండీ! ఇరవై ఏళ్ళ తరువాత అయితే పదివేలు వస్తాయి. మధ్యలో తీసుకుంటే మొత్తం రావండీ. మీరు బ్యాంకు వాళ్లను అడగండి" అన్నది సౌమ్యంగా

"కాకర, బీకరంటూ మీరు, వాళ్లు ఇంగ్లీషులో మాట్లాడుకుంటారు. మీరు చెప్పింది వాళ్ళు నాకు చెప్తారు" అన్నాడు.

"వేరే బ్యాంకులో ప్రయత్నం చెయ్యకపోయారా?"

"అన్ని బ్యాంకులు డబ్బు పెట్టేవారి తొత్తులు..."

ఏమీ తెలియని వాడికి చెప్పవచ్చు. అన్నీ తెలిసిన వాడు అర్థం చేసుకుంటాడు. ఈ తెలిసీ, తెలియని మూర్ఖులకు చెప్పటం కష్టం. అతను బయట నిలబడి నానా మాటలు అనుకుంటూ శాపనార్థాలు పెడుతూ వెళ్ళిపోయాడు.

జయప్రదాదేవికి మతిపోయింది. డబ్బుతో ఇన్ని సమస్యలుంటాయని ఊహించనయినా లేదు. అశాంతిగా అటు, ఇటు తిరిగింది. ఆ క్షణంలో ఆమె కెవరో తోడు కావాలనిపించింది. కనీసం మాట్లాడి, తన బాధ వినగలిగే వారుండాలనిపించింది.

వెళ్ళి రాజరాజుకు ఫోన్ చేసింది.

"ఏమిటి జయా! ఏం జరిగింది?"

"ఏం లేదు రాజూ! ఏదో అశాంతి, ఆరాటం, రాకూడదూ!"

"ఇప్పుడు ఏం అనుకోకు, అర్జంటుగా మీటింగ్‌కు వెళ్ళాలి. రేపు వస్తాను. బుచ్చిరాజుగారు కలిశారు జయా, ఆస్తి గురించి తగాదా అటకదా!" అన్నాడు.

"అవును రాజూ! ఈ ఆస్తి కావాలని యెవరు ఏడ్చారు?"

"నీవు కావాలనుకున్నవి దొరకవు. వద్దనుకున్నవి వెంటబడతాయి - అదే జీవితం. ఒక పని చేస్తావా?"

"చెప్పు."

"నీ సంకోచాలు, అనుమానాలు వదిలి వివాహం చేసుకో జయా, నీకు తోడు దొరుకుతుంది. ఆస్తికి వారసులు కల్గుతారు. స్నేహితుడిగా నేనిచ్చే సలహా అదే" అన్నాడు.

"ఏడ్చావ్..." ఫోన్ పెట్టేసింది.

తన వివాహమొక విద్దూరం అవుతుందని రాజరాజు ఊహించలేడా!

ఆమె గదిలోకి వెళ్ళి కూర్చుని టేప్‌రికార్డర్ ఆన్ చేసింది. 'రాధామాధవ ప్రణయం' అన్న గీతం యెన్నిసార్లు విన్నా తనివితీరదు.

"చెందూ! నీ గొంతులో మగసిరికి అందరూ గులామ్ అనవలిసిందే.." అనుకుని, గోపీచంద్‌కు ఉత్తరం వ్రాసింది.

19

అమూల్య తోడిదే గోపీచంద్ లోకం అయింది. అతను సువాణి నుండి వస్తూనే మరో చోట అకౌంటెంటుగా పని ప్రారంభించాడు. సువాణి వారిచ్చే జీతం మొదటి వారంలోనే అయిపోతుంది.

"గోపీ! నాకు చెప్పులు కావాలి."

"గోపీ, హేర్ ఆయిల్ తెచ్చి పెట్టవూ!" అంటూ అమూల్య అడిగితే అతని కెంతో ఆనందంగా ఉంటుంది. ఇవ్వడంలో ఉన్న తృప్తి తీసుకోవటంలో లేదేమో!

ఉదయం, సాయంత్రం దొరికే కొద్దిపాటి సమయంలో అమూల్యతో యెన్నో అనుభూతులు పొందేవాడు. రాత్రి సెకండ్ షో సినిమాలు చూడటం జరిగేది, మార్నింగ్ షోస్ అయితే తల్లీ కూతురే వెళ్ళేవారు.

మరో ఆలోచన లేదు గోపీచంద్‌కు.

ఆ రోజు అతను వచ్చేసరికి అమూల్య బుంగమూతి పెట్టుకుని కూర్చుంది.

"ఏమయింది అమూల్యా?"

"ఏం లేదు" అన్నది గోడవైపు తిరిగి.

"ఈ రోజు పార్ధసారథి పుట్టినరోజు బాబూ!అక్కడికందరూ లేటెస్ట్ ఫ్యాషన్ చీరలతో వస్తారట" అన్నది.

"పార్ధసారధా! ఆయనెవరు?"

"అప్పుడే మరిచిపోయావా! మొన్న మనకు లిఫ్ట్ ఇవ్వలేదూ!"

"ఓహో! అతను మీకెలా తెలుసు!" ఆశ్చర్యంగా చూచాడు.

"అమ్మాయికి లిఫ్ట్ ఇచ్చాడు మరోసారి" అన్నది.

"అవును గోపీ! అతను ఇంటికి ఆహ్వానించాడు. పుట్టినరోజట, శ్రవణ్ కూడా పెళ్ళికి ఎక్కువ చీరలు కొనలేదు. ఉన్నది ఉతుకులు బడి పాతపడి పోయాయి" అన్నది దిగులుగా.

"ఉన్న ఫళాన ఎలా వస్తుంది! ఒక్కరోజు ముందయినా నేను ప్రయత్నం చేసేవాడిని" అన్నాడు.

"పార్టీ అని ఈ రోజు చెప్పాడు" అన్నది.

"ఎనిమిది దాటింది. నేను బజారుకెళ్ళి తెచ్చేలోపల సమయం అయిపోతుంది. మరోసారి వెళ్దువులే" అన్నాడు.

"నువ్వెప్పుడూ ఇంతే..."

ఆ అలకలో అమూల్య అందం ద్విగుణీకృతం అయింది.

"ప్రతిసారి పార్టీ అంటూ అది అడగటం నువ్వేదో చెప్పటం బావుండ్లా! రేపే ఓ అరడజను కొత్త మోడల్ చీరలు తెచ్చి పడెయ్యి" మమ్మి సలహా ఇచ్చింది.

"అలాగే మమ్మీ." అన్నాడు.

"అసలా చీరలు వచ్చేవరకు అన్నం తినను" అన్నది అమూల్య.

"మరీ చిన్నపిల్లలా చేయకు. అనగానే బజారుకెళ్ళి తేవటానికి లక్షాధికార్లము కాదు" అన్నాడు మందలింపుగా.

"నాకేం వద్దు" మంచంలో బోర్లా పడుకుని ఏడ్వటం మొదలుపెట్టింది.

"అమూల్యా.... నువ్వెప్పుడూ నవ్వుతూ ఉండాలి" మళ్ళీ కిత కితలు పెట్టాడు.

అమూల్య లేచింది. ఆ అలకలో ఎంత ఆనందం, ఎంత నిండుతనం! అమూల్య కోసం ప్రాణం ఇచ్చినా తక్కువే. ఆ రాత్రి హడావుడిగా వెళ్ళి ఓ తెలిసిన వారి కొట్టు తెరిపించి నాల్గు చీరలు ప్యాక్ చేయించి తీసుకువచ్చాడు. పద్దు వ్రాయించాడు.

దార్లో పూలు కొని తెచ్చాడు.

అమూల్య భోజనము చేస్తుంది. తల్లి పండ్లు ఒలుచుకుని తింటుంది.

"గుడ్! భోజనం చేస్తున్నావన్నమాట" అన్నాడు. చీరల ప్యాకెట్టు బల్లమీద పెడుతూ.

"ఇప్పుడు పార్టీ అయిపోయి ఉంటుంది" అమూల్య నిట్టూర్చింది.

గోపీచంద్ కాళ్ళు, చేతులు కడుక్కుని వచ్చి కూర్చుని అన్నం పెట్టుకున్నాడు. కూర, నెయ్యి లేవు. చారు, మజ్జిగ మాత్రం వున్నాయి.

అమూల్య పెరుగు అన్నంతోపాటు కూర పెట్టుకుని నంజుకుంటుంది.

ఆ క్షణంలో అతని కళ్ళ ముందు జయప్రదాదేవి మెదిలింది.

ఓ రోజు ఇద్దరు భోజనం చేస్తున్నారు.

"వెంకటమ్మా! పెరుగు లేదా?"

"నిన్న పాలు విరిగిపోయాయి అమ్మగారూ!" అన్నది. ఆ పెరుగు గోపీచంద్ కంచంలో వేసింది.

"మీకు!" కంగారుగా అడిగాడు.

"ఎదుటివాళ్ళకు ఒడ్డించడంలోని ఆనందం నువ్వెరుగవు చెందూ!"

"ఉహూ! ఎంగిలి అయింది. లేకపోతే సగం ఇచ్చేవాడిని."

"యంగర్స్ మస్ట్ గెట్ ప్రెఫరెన్స్..." అన్నది.

అతని పెదవులపై విచిత్రమైన చిరునవ్వు వెలిసింది. అమూల్య తనకన్నా చిన్నది. ఆ ఊహ రాగానే గబ, గబ భోజనానికి ఉపక్రమించాడు.

"గోపీ! ఇవి... ఇవి చీరలా!" ధమ్మున నేలకేసి కొట్టింది.

గోపీ ఉలిక్కిపడ్డాడు. తను ఎంతో అపురూపంగా తెచ్చిన చీరలు నేలమీద పడి అతని వంక జాలిగా చూచాయి.

ఒకరోజు ఇలాంటి సంఘటనే జయప్రదాదేవి ముందు జరిగింది. వాళ్ళ బంధువులమ్మాయి తల్లి తెచ్చిన బట్టలు నేలకేసి కొట్టింది.

ఎంత సున్నితంగా మందలించింది.

"నీ అయిష్టాన్ని వ్యక్తం చేసే పద్ధతి అదికాదమ్మా! తెచ్చింది పరాయివారు కారు. రసీదు తీసుకుని నీకు నచ్చినవి తెచ్చుకో..."

ఈరోజు అమూల్య నచ్చలేదని సున్నితంగా చెప్పవచ్చు.

"ఏమిటి గోపీ, మాట్లాడవు."

"నిన్ను తీసుకు వెళ్ళవలసిందమూల్యా"

"నీ టేస్టు తగలడినట్టే వుంది."

"నేను చీరలు కట్టుకోలేదు."

"నేనొకసారి పెళ్ళి చేసుకోలేదు, అనుభవం లేదని ఓ అవిటిపిల్లను పెళ్ళాడేవ్" అన్నది.

"ఏమిటమ్మా ఆ మాటలు. రేపు అవి తిరిగి ఇచ్చి తెచ్చుకో" అన్నది మమ్మి.

"ఒక మెచ్యూర్డ్ లేడీతో అమూల్యను పోల్చటం ఏమిటి!" అనుకున్నాడు.

"అమూల్యా, రేపు వెళ్ళి నీ ఇష్టం వచ్చిన బట్టలు తెచ్చుకో."

"థాంక్యూ గోపీ థాంక్యూ" అన్నది.

ఆ రాత్రి గోపీ కలలో నిదురపోయాడు. మర్నాడు లేచి పేపర్ చూస్తుంటే రెండు ఉత్తరాలు కనిపించాయి. ఒకటి తల్లి వ్రాసింది. రెండవది జయప్రదాదేవి.

తల్లి ఉత్తరంలో తండ్రికి బి.పి. ఎక్కువయింది రమ్మని వ్రాసింది. జయప్రదాదేవి ఉత్తరం విప్పాడు.

"డియర్ చెందూ!

ఈ ఉత్తరం ఎందుకు వ్రాస్తున్నానో తెలుసా, నిన్నో కోరిక కోరాలని..."

"ట్రాష్!" ఆమె ఉత్తరం డ్రాయర్లో పడేశాడు. తనకు తెలుసు. ఆమె దాని నిండా నీతులు వ్రాస్తుంది. అది సోదిలా అనిపించింది. ఆమె జీవితంలో అన్నీ పోగొట్టుకున్న మనిషి. ఆమెతో పాటు తను సన్యసించలేడు. తనకు జీవితం కావాలి.

అయినా నీతులు చెప్పటానికి తనేం కాని పనులు చేస్తున్నాడు.

"నాదో కోరిక అంటూ' మనుషుల్ని బాగా బుట్టలో వేస్తుంది.

"ఎవరు వ్రాశారు గోపీ?" అమూల్య వచ్చింది తల తుడుచుకుంటూ.

"అమ్మ వ్రాసింది నాన్నగారికి బాగా లేదుట."

"వెళ్తావా!"

"వెళ్ళమంటావా!"

అతని హృదయంలో ఒక వైపు 'నువ్వెళ్ళితే నేనుండలేను గోపీ' అని అమూల్య అనాలని ఉంది.

"వెళ్ళిరా గోపీ, మీ అమ్మ బాధపడదూ." అన్నది.

మధ్యాహ్నము వెళ్ళి అమూల్య వెయ్యి రూపాయల బట్టలు కొన్నది. గోపీ గుండెల్లో రాయి పడింది.

"యెప్పుడూ ఆ నాల్గే చొక్కాలా! నువ్వో నాల్గు కొనరాదూ!" అన్నది.

"ఇప్పుడేం వద్దు అమూల్యా! హైద్రాబాద్ వెళ్ళాలి కదా" అన్నాడు. ఇద్దరు ఇంటికి వచ్చారు.

అతను ఆమెను వదిలి సుహాణికి పోదామంటే, ఫాన్సీ షాప్ నుండి కుర్రాడు వచ్చాడు.

"అమ్మగారు తెమ్మన్నవి అన్నీ తెచ్చాను. ఒక్క నేల్ పెయింట్ మాత్రం వేరే కంపెనీది..." అంటూ ప్యాన్ కేక్, ఫేస్ ఫౌడరు, కోల్డ్ క్రీమ్, రంగుల, రంగుల బొట్లు, నేల్ పెయింట్, అయిబ్రోస్ దిద్దే పెన్సిల్, లిప్ స్టిక్, హేర్‌పిన్స్, హేరాయిల్, స్ప్రే, రెండు ఇంటిమేటు సెంట్ బాటిల్స్. కునేగా కర్‌చీఫ్ సెంటు బయట పెట్టి, రెండువందల నలభైమూడు రూపాయల బిల్లు గోపీచంద్ చేతిలో పెట్టాడు.

గోపీ తేరుకునే లోపలే అతను వెళ్ళిపోయాడు.

"అబ్బా! వీడికి కష్టమర్స్‌ను ఎలా ఆకర్షించాలో తెలుసు. అలా నోట్లో మాట బయటికి వచ్చిందో లేదో, అన్ని వస్తువులు పంపాడు" సంబరంగా అన్ని యెత్తి జాగ్రత్తగా డ్రస్సింగ్ టేబుల్‌పై అమర్చింది.

గోపీచంద్ మాటలు నోట్లోనే ఉండిపోయాయి. ఆనందంగా ఉంటే అమూల్య యెంత అందంగా ఉంటుంది!

అతను బయటికి వెళ్ళాడు.

ఏదయినా... ఏ కష్టపడి అయినా తనొక పెద్ద ఉద్యోగం సంపాదించాలి. యెలా!

ఒకే ఒక వ్యక్తి వల్ల అవుతుంది. జయప్రదాదేవి తలుచుకుంటే తనకు తప్పక ఉద్యోగం దొరుకుతుంది కాని.... జయప్రదాదేవి అమూల్యతో తన వివాహం అంగీకరించదు.

అమూల్య విధవని కాదు. యెందుకో ఇద్దరిని చూచిన తరువాత తనే ఆ నిర్ణయానికి వచ్చాడు.

"సామ్యూల్ భాయి! నాకు ఏదయినా మంచి ఉద్యోగం చూపించవూ."

"అమూల్యాదేవిని సేవించు, తరిస్తావు."

"వెక్కిరిస్తున్నావా?"

"మరి లేకపోతే ఏమిటి! మా ట్రూప్‌లో పాడరా నాయనా, కచ్చేరికి వందో యాభై రూపాయలు ముడతాయి. ఆ డబ్బు ముఖ్యం కాదు. రేడియోలో, టి.విలో పాడే ఛాన్స్ వస్తుందంటే వినవేం?" అన్నాడు.

"లేదు బ్రదర్! ఈసారి తప్పక పాడతాను" అన్నాడు.

సువాణిలో ట్రాన్సలేషన్ వర్క్ ఉంటే కూడా రోజూ ఉదయం యెనిమిది గంటలకు ఇంట్లో నుండి బయలుదేరితే రాత్రి పదిన్నర గంటలు అవుతుంది.

అతను లేచి తయారవుతుంటే, ఒక్కొక్కసారి అమూల్య లేస్తుంది. ఒక్కొక్కసారి నిదురబోతుంటుంది. మమ్మి మాత్రం కుక్కర్ పెట్టి అన్నం, ఏదో ఒక ఆధరువు చేస్తుంది. రాత్రి వచ్చేసరికి వారు నిదురబోతుంటారు. తనే తలుపు

తీసుకుని వడ్డించుకుంటాడు. చేరవేసిన తలుపులు తీసుకుని వెళ్ళి ఒక్కసారి అమూల్యను చూచి తన గదిలోకి వెళ్ళిపోతాడు. నిదురబోతున్నప్పుడు మరీ అందంగా కనిపిస్తుంది. అలాగే నిలబడాలనుకుంటాడు కాని కాళ్ళు లాగుతాయి.

తను వచ్చేవరకు అమూల్య యెదురుచూస్తే ఇద్దరూ కలిసి తింటే! యెంత మధురమైన భావన! యెంత అందమైన అనుభవం! కాని ఏ అధికారంతో అడగ గలడు!

అమూల్యకు తన కోసం ఆగాలనిపించదా?

"స్త్రీలో తల్లి, బిడ్డ, అప్పురాలు, ప్రియురాలు ఇన్ని రూపాలు దర్శిస్తాడు పురుషుడు" జయప్రదాదేవి మాటలు గుర్తుకు వచ్చాయి.

తనది పూర్తిగా కాలేదు కదా. అమ్మతో చెప్పి, మొదట వివాహం చేసుకోవాలి. యెలా! యెలా!

అతనాలోచిస్తుండగానే సామ్యుయేల్ పిడుగులాంటి వార్త చెప్పాడు.

"మిస్టర్ గోపీచంద్! మీరు సోమవారం హైద్రాబాద్ బ్రాంచికి వెళ్ళాలి" ఆర్డరు తీసి చూపించాడు.

అతను కాదని అనలేదు. అమూల్యను ఏం చేయాలి? అతనికి అర్థం కాలేదు.

"మమ్మీ! నేను హైద్రాబాద్ వెళ్ళాలి."

"అదేమిటి బాబూ!" ఆశ్చర్యపోయింది మమ్మి. తనెలా వచ్చింది, తను పాడిన పాటలు రికార్డు అయ్యాయని చెప్పాడు.

"మా సంగతి బాబూ."

"అదే మీరెట్లా అంటే అలాగేనమ్మా, హైద్రాబాద్ వస్తే మంచిదే రాలేమంటే..." ఆగిపోయాడు.

"రాక ఇక్కడుండి చేసేది ఏముంది బాబూ! బేబీ... అమూల్యా నువ్వేమంటావే" అన్నది.

"అంతా వింటున్నానమ్మా, సాయంత్రం చెబుతాను" అన్నా, ఆమె ముఖం అప్రసన్నంగా మారింది.

"ఇక్కడుండి చేసేది ఏముందే. లాయరు చెప్పనే చెప్పాడు, ఆస్తంతా ఆ ముసలాడి స్వార్జితం అని. మనదేశం, మన మనుషుల మధ్య ఉంటాము."

"సాయంత్రం వరకు ఆగలేరా!" అన్నది విసుగ్గా.

"అమూల్యా! యు టేక్ యువర్ ఓన్ టైమ్. నీవు తరువాత వచ్చినా నేను స్వాగతం చెబుతాను" అన్నాడు. అనురాగం ఉట్టిపడే కంఠముతో. అతను అత్యంత ప్రేమతో ఆమె చేయి పెదవులకు తాకించుకుని చుంబించాడు.

"ఐ లవ్ యూ అమూల్యా.... ఐ లైక్ యూ..." అన్నాడు.

ఆమె గర్వంగా తలెత్తింది.

'వీళ్లిద్దరూ ఒకటయి నాకింత ముద్దపెడితే చాలు'. అనుకుంది మమ్మి. వెళ్ళేముందు చీరల కొట్లో, ఫ్యాన్సీషాపులో అప్పు తీర్చాలి. యెలా! ఇలాంటి విషమ సమస్య వస్తే జయప్రదాదేవి ముఖానే సమస్య చదువగల సమర్ధురాలు. అమూల్య పిచ్చిది.

"ఏమిటి గోపీ!"

"ఏం లేదు..." 'నీ డబ్బుంది ఇవ్వు' అని అడగలేకపోయాడు. అతను ఫాదర్‌ను కలుసుకున్నాడు.

"ఫాదర్! నాకు ఓ రెండువేల రూపాయలు కావాలి. హైద్రాబాద్ వెళ్ళగానే పంపిస్తాను' అన్నాడు.

అతను ఒక్క నిముషం గోపీచంద్ వంక చూచాడు.

"ఒక్క నిముషం..." ఫోన్ డయల్ చేసి, విషయం చెప్పాడు.

"అలాగే మేడమ్.. గాడ్ బ్లస్‌యు..." ఫోన్ పెట్టేశాడు. అతను డ్రాయర్ లాగి, రెండువేల రూపాయలు ఇచ్చాడు.

"మీరు జయప్రదాదేవికి ఫోన్ చేశారా?"

"మిస్టర్ గోపీచంద్! బి ఫ్రాంక్. మాకు మీరు తెలియదు. మీ వ్యక్తిత్వం, గత చరిత్ర తెలియదు. మేడమ్ చెబితే..." అన్నాడు.

గోపీచంద్ ముఖం వివర్ణమయింది. మేడమ్ ప్రమేయం లేకుండా తను ఏమీ చెయ్యలేడా!

కాళ్ళీడ్చుకుంటూ బయటికి వచ్చాడు.

20

జయప్రదాదేవి డాక్టరు దగ్గరకు వెళ్ళి వచ్చింది. ఆమెకు సన్నగా కడుపులో నొప్పి ప్రారంభం అయింది. నెల, నెల వచ్చే రుతుస్రావం కాక, నెల రోజులుగా అవుతూనే వుంది.

"అమ్మా! అశ్రద్ధ చేస్తున్నారు. ఒక్కసారి చూపించండి" వెంకటమ్మ పోరుతూనే వుంది.

జయప్రదాదేవికి మహా విసుగ్గా వుంది. తను ఎందుకు బ్రతకాలి? ఎవరి కోసం? ఎందరికో తను ఉన్నా, తన కోసం ఎవరూ లేరు.

తను ఎన్ని ఉత్తరాలు వ్రాసింది చెందుకు! సిగ్గు, అభిమానం విడిచి తన హృదయం తెలిపింది. 'అవును', 'కాదు' అని తెలిపే సంస్కారం లేదంటే ఆమెకు హృదయంలో మొండిబాకు దిగినట్టుంది.

చాలా రోజులకు డాక్టర్ రఘువీర్ వచ్చాడు.

"ఏమిటి దేవీ! పాలిపోయినట్టు కనిపిస్తున్నావు" అన్నాడు.

"చాలా రోజుల తరువాత చూచావు, అందుకే అలా అనిపిస్తుంది, ఇంత కోపం వచ్చిందా?"

"కోపమా! నీ మీదా!" నవ్వాడు.

"మరి కనిపించలేదేం?"

"నీకు దూరంగా ఉండగల్గిన మనోధైర్యం తెచ్చుకోవల్సి వచ్చింది" అన్నాడు.

"కాఫీ కలిపి ఇవ్వనా!"

"ఈరోజు బలహీనంగా ఉన్నావ్. వెంకటమ్మ తెచ్చిన కాఫీచాలు" అన్నాడు.

కాఫీ తెచ్చిన వెంకటమ్మ అమ్మగారి అనారోగ్యం సంగతి, అటు సత్యవతి దాయాదులు, ఇటు తండ్రి దాయాదులు దావా వేసిన సంగతి చెప్పింది.

"అలాగా.... దేవీ లే..." అన్నాడు.

"ఎక్కడికి?"

"లేడీ డాక్టరు దగ్గరకు."

"ఏడ్చినట్టుంది. ఆరోగ్యం అప్పుడప్పుడు చెడిపోతుంది."

"అందుకే డాక్టర్లు ఉన్నారు పద" అతను వచ్చి భుజంపట్టి లేపాడు. ఆ చిన్న చర్యకే జయప్రదాదేవి ఎంత సంతోషించిందో, ఆమె హృదయాన్ని అలముకున్న చీకటి చిన్నా, భిన్నం అయింది.

అతని వెంట వెళ్ళి పరీక్షలు చేయించింది.

"దేవీ! నీ మట్టుకు నీకు నిరాశా, నిస్పృహలు ఉండవచ్చు. కాని నీ జీవితం తీర్చి దిద్దే అధికారం ఉంది. అలక్ష్యం చెయ్యకు" అన్నాడు.

చిరునవ్వుతో విన్నది.

"ఏమంటాడు మీ చెందూ!"

"నాకు కనిపించి ఆరేడు నెలలు అయింది" అన్నది.

"ఆర్ యు కిడ్డింగ్!"

"అవును రఘూ! అతను మద్రాసు వెళ్ళటం తెలుసు. పదిహేను ఇరవై రోజుల క్రితం ఫాదర్ థామస్ ఫోన్ చేసి అతనికేదో అవసరం అన్నాడు. అంతకంటే నాకేం తెలియదు" అన్నది.

"ఐసీ. రాజు మరో రకంగా చెప్పాడే."

"ఏం చెప్పాడు?"

"గోపీచంద్ బాదర బందీ లేనివాడు, అతనంటే జయకు అభిమానము" అన్నాడు.

"అభిమానమో, ఆరాధనో తెలియదు రఘూ! నాకెవ్వరూ లేరని, కోర్టులు, బంధువులు వెంటబడ్డారు. అవి తప్పించుకుందామని గోపీచంద్ పాటలంటే నేను అభిమానిస్తాను. అది వన్‌వే ట్రాఫిక్ అయిందేమో" అన్నది.

రఘువీర్ ఆలోచిస్తూ కూర్చుండిపోయాడు.

"అక్కయ్యా..." హుషారుగా వచ్చిందో యువతి.

"రా కోమలా..." జయప్రదాదేవి ఆహ్వానించింది.

"మైగాడ్! ఈవిడ అయిగో... యు కమింగా!" అన్నాడు రఘువీర్. కోమలి పక పక నవ్వేసింది.

"అక్షరాలా ఆ కోమలనే, ఆ మట్టి ముద్దనే, ఆ ముద్దను జయప్రదాదేవి అనే కళాకారిణి రూపు రేఖలు దిద్దారు" అన్నది పక, పక నవ్వుతూ. రఘు గుడ్లు వెళ్ళబెట్టాడు.

"మాట్లాడింది నేనే డాక్టరుగారూ."

"అదే... అదే... కాళిదాసులా నాలుకపై అక్షరాలు వ్రాయించుకున్నావా లేక..."

"ఒట్టి అక్షరాలు కాదు, మంత్రాక్షరాలు."

"మై గుడ్ నెస్ నిజంగా మంత్రాక్షరాలే. దేవీ, నా మతి పోతుంది" రఘువీర్ లేచాడు.

"డాక్టరుగారూ! అంతలా ఆశ్చర్యపోయి, మూర్ఛపోకండి. వేమన ఏనాడో చెప్పాడు. సాధనమున పనులు సమకూరు ధరలోన..."

"నేను మార్చేస్తున్నాను. బోధనమున పనులు.." అని నవ్వేశాడు.

"యెలా అనుకున్నా ఫరవాలేదు. ఈ సంతోష సమయంలో నాచే ఒసంగబడిన సినిమా టికెట్టు చేపట్టి, సినిమా తిలకించి, తరించమని మా ప్రార్థన."

"తెలుగు సినిమా చూచి తరించమంటారా!"

"అహ! పొరుగింటి పుల్లకూర రుచని, హిందీలో ఏం మంచి సినిమాలు వస్తున్నాయి మహాశయా! రెండు ఇంగ్లీషు సినిమాలు చూచి, ఒక హిందీ కథ తయారవుతుంది. దాన్ని అటు, ఇటు మార్చి తెలుగువాళ్లు తీస్తున్నారు" అన్నది.

"ఫైన్..."

"ఏమిటి? వాళ్ళ కథ వంటకమా, నా కామెంటా!"

"మీ కామెంటే" అన్నాడు.

ముగ్గురూ సినిమా చూచి ఇంటికి వచ్చారు. భోజనం చేస్తుంటే కోమలి యెటో చూడసాగింది.

"ఏమిటి కోమా ఆలోచిస్తున్నావ్?"

"'అక్కయ్యా! నేను పిచ్చిగా మాట్లాడి, అయోమయంగా మాట్లాడినప్పుడు యెంతో ప్రేమగా పలుకరించేది వదిన. ఇప్పుడు మాట్లాడితే నిష్ఠూరం" అన్నది దిగులుగా.

"తనకంటే నువ్వు తెలివితేటల్లో ఆరిందానవు అవుతున్నావని భయం."

"నాకు తెలియదక్కా! పిల్లలను చావు దెబ్బలు కొడుతుంది. మొండిబారుతారు వదినా అన్నాను. అంతే. ఇంటికి యెవరు వచ్చినా 'నా పిల్లలు

చెడిపోతున్నారు. బెదిరిస్తే, పాపం అదిలిస్తే పాపం. ఆడబడుచు ఆదిశక్తి అవుతుంది' అంటూ చెబుతుంది" అన్నది దిగులుగా.

జయప్రదాదేవి నవ్వేసింది.

"అంత చిన్న విషయానికి నువ్వు బాధ పడవద్దు. వినేవారు ఇబ్బందిగానే వింటారు. ఆడబడుచు అధికారానికి లోబడి ఉండే స్వభావమా అని వారు ఆలోచించరా!"

"నన్నేం చేయమంటావు?"

"నవ్వి ఊరుకోవటమే" అన్నది. కోమలి వెళ్ళిపోయింది.

"నేను వెళ్తాను దేవీ..." లేచాడు రఘువీర్.

"నిన్నిక్కడ ఇంతసేపుంచటం భావ్యంకాదు. నా ఒంటరితనం... సారీ రఘూ!" అన్నది.

"బ్రెయిన్ అనే బ్యాటరీ రీచార్జి కావాలంటే నీ దగ్గర కొంతసేపు గడపాలి దేవీ!" అన్నాడు.

"మళ్ళీ మీ ఆవిడతో పోట్లాడావా!"

"తనే పోట్లాడింది దేవీ, మా చెల్లాయి, మా ఆవిడ పెళ్ళి అయిన కొత్తలో పోట్లాడుకున్నారట. మొన్న చెల్లాయి వస్తే ఆ విషయం యెత్తి ఇద్దరూ పోట్లాట."

"మధ్యవర్తిత్వం వహించబోయి ఖంగుతిన్నావు అవునా." నవ్వింది.

"అంతే అయింది. చెల్లెలు అంటే అంత అభిమానం ఉంటే ఆమెనే వివాహం చేసుకోక పోయావా అంటుంది."

"ఓ హెల్."

"మీ ఆవిడ కొంగు పట్టుకునేవాడివి, అసమర్ధుడివి మమ్మల్నెందుకు రమ్మంటావు అంటుంది చెల్లాయి. ఆమె అలిగి వెళ్ళిపోయింది.

"కోపగించుకోకు రఘూ! స్త్రీ పరిధి తక్కువ. ఆలోచనలు సంకుచితంగా ఉంటాయి. ఎంత దిగజారితే 'నీ చెల్లెలిని చేసుకోకపోయావా?' అంటుంది. ఒక నవ్వు నవ్వేసి ఊర్కో" అన్నది.

"ఓ.కె. దేవి..." ఆమె చేయి అందుకుని పెదవులకు తాకించుకుని వదిలి వేశాడు.

కారు సాగిపోయింది.

అలాగే నిలబడిపోయింది. ఇంటినిండా దీపాలున్నా, చుట్టు చీకటి ఆవరించినట్టు అనిపించింది. పగలు యెంతో అందంగా కనిపించే అశోక వృక్షాలు రాక్షసుల్లా, భీకరంగా కనిపించాయి. ఆ నీడలు కలగాపులగంగా ఉన్న వెలుతురు తన జీవితానికి సంబంధ, సామ్యం ఉందేమోననిపించింది.

మనిషిలో చైతన్యం యెందుకు చచ్చిపోతుంది? మానవత్వం యెందుకు మరిచిపోతాడు!

ఆత్మీయత, ఆప్యాయత యెందుకు కొరవడుతున్నాయి! మనిషి, మనిషిని యెందుకు ద్వేషిస్తాడు? ప్రేమించటం నేర్చుకోలేడా! గోపీచంద్ తనను యెందుకు మరిచిపోయాడు. తనొక ప్రతిపాదన అతని ముందుంచి పూర్తిగా స్వేచ్ఛనిచ్చింది. ఇష్టం లేదని వ్రాయవచ్చుకదా! తను ఆజ్ఞాపించలేదు - అభ్యర్థించింది, అంతే !

అతను మద్రాసు నుండి వచ్చి తనను చూడటానికి రాలేదన్న విషయం ఆమె హృదయంలో పుండులా సలుపుతుంది.

"అమ్మా! చాలా సేపయింది." వెంకటమ్మ హెచ్చరించాక, లోపలికి వచ్చింది. మనిషి యెందుకు ఒంటరితనం కోరుకుంటాడు! తను ఒక్క క్షణం ఉండలేదు. ఒక్కొక్క అడుగు వేస్తూ మేడ యెక్కింది.

ఆ గది ఒక జైలులా అనిపించింది. ఆ జైలు నుండి బయటపడి స్వేచ్ఛగా, ఆనందంగా ఎగిరిపోవాలనిపించింది. కాని యెక్కడికి?

సాంఘిక నియమాలు స్త్రీ అనే అబలత్వం తన అణువణువునా ఆవహించి బలహీనురాలిని చేస్తున్నాయి.

ఆమె వచ్చి కిటికీ దగ్గర కూర్చున్నది. మెల్లిగా టేప్ రికార్డర్ ఆన్ చేసింది. 'రాధామాధవ ప్రణయం' సుమధుర గంభీరంగా వినిపించింది. ఆ కమ్మని కమనీయమైన గొంతుకే తను దాసోహం అంటుంది.

"గోపీ! నువ్వు నన్ను మరిచిపోయినా నిన్ను నేను మరిచిపోలేను" అనుకుంది, గాఢంగా నిట్టూర్చింది.

"అందాలమేడలోనా! అలనాటి వాడలోనా!

అందమైన బొమ్మొకటి ఉందిరా!

ఆ బొమ్మ మనసు మూగదయిందిరా...

ఉలిక్కిపడింది. యాచక దంపతులు. ఒకరి చెయ్యి ఒకరు పట్టుకుని నడుస్తున్నారు. అర్ధనగ్నంగా ఉంది. ఆ క్షణంలో ఆ భిక్షకత్తె యెంతో అదృష్టవంతురాలిగా కనిపించింది.

సన్నగా కడుపులో సలుపుతుంది! ఆ నొప్పి ఎలా పోతుంది! డాక్టరు ఇచ్చిన మందు వేసుకుని మంచంపై పడిపోయింది. ఆమెకా నిముషంలో ఏమీ తోచలేదు, అశాంతి... అశాంతి... అశాంతి. లేచి మెల్లగా క్రిందికి దిగింది. అందరూ నిదురపోతున్నారు.

కడుపులో నొప్పికూడా తగ్గినట్టు అనిపించింది. మెల్లగా తలుపు తీసి కారు బయటికి తీసింది.

కారు తోట గేటుముందు ఆగింది. కారు హార్న్ వింటూనే మాలి పరుగెత్తుకు వచ్చాడు. గేటు తీశాడు.

కారు ఆగింది.

"అమ్మా!.... మీరా... ఇంత రాత్రి ఒంటరిగానా!" ఆశ్చర్యంగా చూచాడు అతను.

"నాకు తోడు ఎవరున్నారు.. ఎవరున్నారు తాతా..." బావురుమంది. అతను నిర్ఘాంతపోయాడు. గంభీరంగా ప్రవహించే నదిలా ఉండే జయప్రదాదేవి బేలగా ఏడ్వటం చూస్తే అతని హృదయంలో చెయ్యిపెట్టి కలియబెట్టి నట్టు అయింది.

"అమ్మగారూ...." అనగలిగేడు.

తలుపు తీసుకుని హాల్లోకి వెళ్ళి సతీష్ ఫోటోముందు కుప్పలా కూలిపోయింది.

"బావా!... నేను... నేను నీకేం అపకారం చేశాను! నన్నెందుకిలా ఒంటరిదాన్ని చేశావ్, చెప్పు బావా... ముందు కనిపిస్తున్న యాత్ర నా జీవన యాత్ర సుదీర్ఘమయినది. ఒంటరిగా ఎలా పయనించను! ఎలా పయనించను" ఉన్మాదిలా అరిచింది.

"అమ్మగారూ!" ఆమె బాధ అర్థమైన మాలి వచ్చి, ఆర్తిగా, ఆమె భుజాలు పట్టి లేపాడు.

"ఆ దేవుడు కఠినాత్ముడు తల్లీ..." కళ్ళు భుజానికి ఒత్తుకున్నాడు. కండువా తీసి ఆమె కళ్ళు ఒత్తాడు.

"మాలీ... నీకు పాటలొచ్చా!" అప్రయత్నంగా ప్రశ్నించింది.

"ఏవో పిచ్చి పాటలు, లొల్లాయి పదాలు వచ్చు తల్లీ..."

"ఏదో .... ఏదో ఒక పాట పాడు. పాడుతావా..." అన్నది. ఆమె అభ్యర్ధన కాదనలేకపోయాడు.

"ఓ గుర్రాల గోపిరెడ్డి దాచపల్లికి దానమయితివా!" అంటూ పాడాడు. ఆమెను కాస్త మైమరపింప జేసేది సంగీతం మాత్రమే. కళ్ళు మూసుకుని గాఢ సుషుప్తావస్థలోకి వెళ్ళిపోయింది.

"తాతా ! నీకొచ్చిన పాటలన్నీ పాడు. ఆపకు తాతా ఆపకు" కళ్ళు విప్పకుండానే అర్థించింది.

అతను నేర్చుకున్న పల్లెపదాలన్నీ పాడాడు! 'గోపాల కృష్ణుడూ' 'జోడు పయల ఓడమీద' 'ఎంకి'.. 'జాతర పోదాం' 'వస్తావటే నువ్వు వస్తావటే'. అంటూ పాడాడు.

దూరాన ఎక్కడో కోడికూత వినిపించింది. అతను తల ఎత్తాడు. కరంటు పోయిందేమో, సతీష్ తల దగ్గర వెలుగుతున్న బల్బ్ పోయింది. కిటికీ నుండి వచ్చిన వెన్నెల వెలుగు గదంతా వ్యాపించింది.

తను పాట మొదలు పెట్టినప్పుడు గోడను ఆనుకున్న జయప్రదాదేవి నేలమీదికి ఒరిగిపోయి, గాఢ నిదురలోకి జారుకుంది.

ఆమెను చూస్తుంటే అతను చిన్నప్పుడు చూచిన సినిమా గుర్తుకు వచ్చింది. శాపవశాత్తు దివినుండి భువికి దిగివచ్చిన దేవతా స్త్రీ అనిపించింది.

కిటికీ నుండి పడిన వెన్నెల కొంత ఆమె ముఖంపై పడింది. గమ్మత్తుగా అనిపించింది.

"ఏందయ్యా!" మాలి భార్య వచ్చి, ఆశ్చర్యంగా చూచింది.

"ఉష్...." మూతికి వేలు అడ్డంగా పెట్టి, బయటికి వచ్చాడు.

గగన వీధిన గంభీరంగా విహారం చేస్తూ, తన శీతల కిరణాలు భూభాగాన్ని తాకుతుండగా చిరునవ్వుతో సాగిపోతున్నాడు చందమామ.

"ఇంత చల్లగున్నావు సామీ. మా అమ్మగారి హృదయం చల్లబరచవేమి..." అన్నాడు.

"ఏందయ్యా అంటే చెందురుతోని మాట్లాడ్తవేందే." అన్నది, ఆవులిస్తూ అతని భార్య.

"ఏముందే! వయసులో ఉన్న పిల్ల. మనటువంటోల్లకు కులం, మతం అన్న భయం, భక్తి వుండవు. ఉన్నా ఓ కల్లు కుండతో కడిగేసుకుంటం పాపం..." అన్నాడు.

ఆమెకేం అర్థం కాలేదు.

"ఏందో సోది. పండుకోవా!"

ఇంత వయసు వచ్చినా తోడు కావాలనుకునే భార్యకు – తోటి స్త్రీ బాధ అర్థం కాలేదంటే చిత్రమనిపించింది.

"నువ్వు గేటు వేసుకో, ఆ పిట్రోలు బంకు దగ్గరకెల్లి, వెంకటమ్మకు ఫోన్ చేస్తాను, అమ్మగారు ఇక్కడే ఉన్నారని..." అతను బయటికి వెళ్ళాడు.

"ఇదిగోనేవ్! తెల్లవార వచ్చింది. నేను రావటం ఆలిస్యం అయితే పాలు తియ్యి" అని వెళ్ళిపోయాడు.

తలాడించి, నిదుర కళ్ళతో గేటు మూసింది.

21

గోపీచంద్ తల్లి, తండ్రి ఇద్దరూ శ్రీధర్ దగ్గరకు వరంగల్లు వెళ్ళారు. శ్రీధర్ భార్యకు ఆపరేషన్ అయిందట. అందుకని రెండు గదులలో వీళ్ళు ముగ్గురు ఉంటున్నారు. వచ్చినరోజే ప్రయాణం అవుతూ, శారదమ్మ అడిగింది.

"వాళ్ళెవరు గోపీ?"

"ఒక స్నేహితుని చెల్లెలు. అతను పోయాడు."

చిన్న అబద్ధం ఆడాడు. స్నేహితుడు పోయాడు. అతని భార్య అంటే ఆహ్వానించే సహృదయత ఎక్కడుంది మన వాళ్ళలో అనుకున్నాడు.

"ఎన్నాళ్ళుంటారు?"

"నీ కోసం జీపు వచ్చి వాకిట్లో ఆగింది. వెళ్ళిరండి. తరువాత వివరాలు చెబుతాను" అన్నాడు.

తండ్రి మాత్రం గంభీరంగా ఉండిపోయాడు.

"జీపు మీ అన్నయ్యకు మాపై ప్రేమ ఒలికిపోయి పంపించలేదురా నాయనా. వాళ్ళావిడ లేవకూడదట. నన్ను ఒక్కర్తినే రమ్మన్నాడు. నేనే సిగ్గు విడిచి అడిగాను. 'మొన్నటివరకు జబ్బుతో తీసుకున్న మనిషి మీ నాన్న, ఎలా వదలి రానురా, అంటే ఇద్దరిని రమ్మన్నాడు" నిట్టూర్చిందామె.

"పోనీ, నాన్నగారిని ఉంచిపో అమ్మా."

"ఎందుకురా మొహమొప్పు మాటలు, ఎన్ని ఉత్తరాలువ్రాసినా వచ్చావా, యెలా ఉందని అడిగావా! పరాయింటి బిడ్డలు కాబట్టి కోడలు మార్చింది అనుకుంటాము.... ఏమిటో అడ్డాలనాటి బిడ్డలు, గడ్డాలనాడు..."

"అమ్మా... అమ్మా! నిన్ను మరిచిపోదామని కాదు. నా స్నేహితుడు పోయాడు. అతని విషయాలు పరిష్కరించటంలో ఆలస్యం అయింది" అన్నాడు గారాలుపోతూ.

"సరేలే, జాగ్రత్త" ఆమె, తండ్రి వెళ్ళిపోయారు.

అమూల్యకు ఆ ఇల్లు నచ్చలేదు.

"ఇదా గోపీ మీ ఇల్లు?"

"మా ఇల్లా! కాదు మావాళ్ళు అద్దెకు తీసుకున్నారు" అన్నాడు.

"చాల్లే జోకులు!" అన్నది.

"క్రిష్టియన్స్ దగ్గర నేర్చుకోవాలయ్యా, మనకిచ్చిన ఇల్లు యెంత బావుందో" అన్నది మమ్మి.

"తేరగా విదేశాల నుండి వచ్చిన డబ్బు మమ్మీ. వాళ్ళదేం పోయింది" అన్నాడు కాస్త విసుగ్గా.

ఆవిడ ముఖం మాడ్చుకుంది. అతను ప్రతి రోజు అనుకుంటాడు. వెళ్ళి ఏదయితే అది అయింది జయప్రదాదేవిని చూడాలని. కాని చూడలేకపోతున్నాడు. ప్రతిరోజూ, రేపని వాయిదా వేస్తున్నాడు. అప్పుడే అతనికి ఓ కంపెనీలో పర్చేసింగ్ ఆఫీసరు పోస్ట్ వచ్చింది. అది సంవత్సరం క్రితం ప్రామిస్ చేసిన జాబ్.

అతనికి కొండెక్కినంత సంతోషంగా ఉంది. తను జయప్రదాదేవి ఆబ్లిగేషన్ నుండి బయటపడ్డాడు. అదే తనకు కావాలి. వెంటనే వెళ్ళి కొత్త జాబ్‌లో చేరిపోయాడు.

సువాణి వారికి నోటీస్ ఇవ్వాలనిపించలేదు. యెందుకో పెద్ద భారం వదిలినట్టు ఫీలయ్యాడు!

ప్రయివేటు కంపనీలో ఉద్యోగమంటే బానిసత్వం అని వారం రోజులలో తెలిసింది. ఒక్క క్షణం తీరటం లేదు.

'సువాణి వారి అప్పు తీర్చాలి' అనుకున్నాడు.

ఆరోజు అతను ఇంటికి వచ్చేసరికి అమూల్యలేదు. తల్లితో సినిమాకు వెళ్ళిందట.

పక్కింటివారు తాళం చెవులు ఇచ్చారు. తాళం తీసి, పడక కుర్చీలో కూర్చున్నాడు.

వేడి, వేడి కాఫి కావాలనిపించినా చేసుకోవాలంటే బద్ధకం వేసింది.

"మే అయి కమిన్ సర్."

తల యెత్తి చూచాడు. వాకిట్లో విన్సెంట్ రెడ్డి నిలబడ్డాడు.

"మీరా... రండి..." కంగారుగా ఆహ్వానించాడు.

"థాంక్యూ..." వచ్చి అక్కడున్న కుర్చీలో కూర్చున్నాడు.

తను అనుకున్నంతా అయింది. తనను అప్పు అడగటానికే వచ్చాడు. గోపీ ముఖం వెల, వెల బోయింది.

"మీరు కబురు లేకుండా ఇంటి దగ్గరుంటే ఏదయినా జబ్బు చేసిందో, ఏమయిందో కనుక్కుందాం అని వచ్చాను" అన్నాడు.

"హో...నో! మిస్టర్ రెడ్డీ అయామ్ సారీ.. వెరీ సారీ... లాస్ట్ ఇయర్ నాన్న ఒక జాబ్‌కు ప్రయత్నించారు. అది ఇప్పుడు వచ్చింది. వెళ్ళి జాయిన్ అయ్యాను."

"కంగ్రాచ్యులేషన్స్..."

"థాంక్స్! ప్రతీరోజూ, వద్దాం, వద్దాం అనుకుంటూనే అశ్రద్ధ చేస్తున్నాను. ఫోన్ చేద్దామని మరిచిపోయాను."

"మనసుంటే మార్గం ఉండకపోదు. మీరు మద్రాసు వెళ్ళాక పూర్తిగా మారిపోయారు."

"అదేం లేదు."

"జయను కలిశారా!"

"లేదు... మరి..."

విన్సెంట్ నవ్వాడు.

"ఎందుకు కలుసుకోలేదని అడగను. కాని మన జీవితానికి ఓ పద్ధతి, ఒక నియమముండాలి మిస్టర్ గోపీచంద్! షి ఈజ్ డివైన్! ప్రేమించటమే తెలుసు. అభిమానానికి హద్దులు లేవన్నంతగా ఆరాధిస్తుంది" అన్నాడు.

గోపీకి తెలుసు తన తప్పేమిటో, కాని ఇతరులు ఎత్తి చూపటం సహించలేక పోయాడు. అతని ముఖం ఎర్రగా, కందగడ్డలా అయింది. ఏదో చెప్పబోయాడు.

"సారీ గోపీచంద్! మిమ్మల్ని హర్ట్ చేయాలని కాదు. డిసిప్లిన్ ఈజ్ మోస్ట్ ఇంపార్టెంట్. నా ఉద్యోగరీత్యా గాని, నా వ్యక్తిగత పరిచయంతో గాని మీ ఇంటికి వచ్చే అవసరం, చనువు లేవు. అయినా వచ్చాను. జయప్రదాదేవి రికమండ్ చేసిన వ్యక్తి మీరు. అందుకు వచ్చాను" అన్నాడు.

అతను మృదువుగా మాట్లాడతున్నా ఫెడీ, ఫెడీమని, ఈడ్చి కొట్టినట్టు అయింది.

"సారీ మిస్టర్ రెడ్డి" అని తల వంచుకున్నాడు.

"హల్లో గోపీ! వచ్చేశావా! మాకు సినిమా వదలగానే ఆటో, రిక్షా ఏదీ దొరకలేదు" అమూల్య హడావుడిగా వచ్చింది. వెనుకే మమ్మీ వచ్చింది.

వారిని పరిచయం చెయ్యలేకపోయాడు.

"వస్తాను గోపీచంద్!" విన్సెంట్ లేచాడు.

"కాఫీ త్రాగి పోదురు...." అన్నాడు బొంగురు గొంతుతో.

"మరోసారి వస్తాను."

"త్వరలోనే ఫాదర్ దగ్గర తీసుకున్న డబ్బు ఇచ్చేస్తాను."

"ఫరవాలేదు" అతను వెళ్ళిపోయాడు. వెహికల్ స్టార్ట్ అయిన శబ్దం వినిపించింది.

"ఎవరు గోపీ! నలుపులో ఇంత అందం ఉంటుందని మొదటిసారి అర్థం అయింది" అన్నది అమూల్య.

"ఓ స్నేహితుడు."

"అబ్బ! మ్యాన్లీగా ఉన్నాడు కదూ..."

గోపీచంద్‌కు ఆ మాటలు అంతగా నచ్చలేదు.

"సినిమా ఎలా వుంది?"

"ఉత్త బోర్..." అన్నది తలపట్టుకుని.

"ప్రతీ సినిమా బోర్ అంటావ్ చూస్తావ్."

"చూడకముందే మంచి, చెడు ఎలా తెలుస్తాయి! మమ్మీ, కాఫీ..."

"అబ్బ తెస్తాను బేబీ! మరీ వంటలక్కను చేశావ్." అన్నది కోపంగా.

అతను వింటున్నాడు. చిరాకు వేసింది.

"తినే తిండిని విసుక్కున్నా, తిండి పెడుతూ విసుక్కున్నా నాకు నచ్చదు చెందూ! అమృతం ఎలాగు పెట్టలేము. ఆ పెట్టేది సంతోషంగా పెడితే అదే అమృతం..."

'జయప్రదాదేవీ!' అతని హృదయం ఉప్పొంగి పోయింది.

ఆమెకేం తక్కువ, ఎవరికన్నా ఏదయినా పెట్టేటప్పుడు ఆప్యాయత కురిపిస్తుంది. అమృతం పంచుతుంది.

"మమ్మీ! ఏమిటా మాటలు, గోపీ, మమ్మి మాటలు పట్టించుకోకు" అన్నది అతని ముఖంలో మారే రంగులు చూస్తూ.

గోపీ దృష్టి కిటికీలో పడిన ఉత్తరాలపై పడింది.

"ఎవరివి గోపీ!"

"ఒకటి అమ్మ వ్రాసింది. రెండవది నీకు, ఎవరో పార్థసారధి అట" అన్నాడు ఉత్తరం అటు, ఇటు తిప్పుతూ, ఆమెకిచ్చాడు.

"ఓ..." ఆమె ముఖం వెలిగిపోయింది. ఉత్తరం లాక్కున్నది.

అతను అలాగే కూర్చుండిపోయాడు.

వెళ్ళాలి. వెళ్ళి జయప్రదాదేవి ముందు వాలాలి. తన పొరపాటు అంగీకరించాలి. అవును, విన్సెంట్ అన్న ప్రతి మాట అతని హృదయాన్ని కలచివేసింది.

"కాఫీ..."

"థాంక్యూ" అన్నాడు పొడిగా.

"అదేంమాట బాబూ! ఏదో అన్నాను. ఏమనుకోకు" అన్నది మమ్మి.

"అబ్బే అనుకోవటానికేముంది" అన్నాడు ఓ చేతకాని నవ్వు నవ్వుతూ.

"ఈ ఇల్లు మరీ ఇరుకు బాబూ! పెద్దఇల్లు చూడు" అన్నదామె.

"ఇంతకంటే అద్దె నేను కట్టలేనండీ" అన్నాడు.

విన్సెంట్ మాటలు అతడినింకా కలచి వేస్తున్నాయి.

"యెప్పుడూ ఇంతే గోపీ! బీద పలుకులు తప్ప, మరేమి అనలేవు" మూతి ముడిచింది అమూల్య.

అతను జవాబు చెప్పలేకపోయాడు. 'ఆమెకు ప్రేమించటమే తెలుసు' అన్న మాటలు చెవులో గింగురుమన్నాయి. నిజమే ఆమెకు ప్రేమించడమే తెలుసు.

లేచి చెప్పులు వేసుకుని బయలుదేరాడు.

"గోపీ! యెక్కడికి? నేను వస్తాను. ఈ కొంపలో బోరుకొడుతుంది" అమూల్య వచ్చి, అతని భుజం మీద చెయ్యి ఆన్చింది.

"పనిమీద వెడుతున్నాను."

"అబ్బబ్బ! యెప్పుడూ అలా ఆముదం త్రాగినట్టు ముఖం పెట్టకపోతే నవ్వు బాబూ." అన్నది బుంగమూతిపెట్టి అతని క్రాపు చెరిపేస్తూ.

"చిన్న పిల్లలా చెయ్యకు అమూల్యా!" అన్నాడు మందలింపుగా జేబులోని దువ్వెన తీసి ఒకసారి దువ్వుకున్నాడు.

"ఛో... నేను ముసలమ్మనా!" అతని భుజం మీద పొడిచి లోపలికి వెళ్ళిపోయింది.

అతను చిన్నగా నవ్వుకున్నాడు. ఈరోజు తన భోజనం అక్కడే, వచ్చేవరకు ఏ అర్ధరాత్రి అవుతుందో. ఇన్నిరోజుల కబుర్లు చెప్పాలి. అమూల్య విషయం చెబితే ఏమంటుంది. హృదయపూర్వకంగా అభినందిస్తుంది.

"గోపీ! దేవుడు గుళ్ళల్లో, గోపురాలలో లేడు. సాటి మనిషిని గౌరవించి ప్రేమించగల్గటమే దైవత్వం. ఆర్తులను ఆదుకోవటమే దైవత్వం" అంటుంది. తన పనిని అభినందిస్తుంది.

తను హృదయం విప్పి చెప్పుకోవాలి. అమూల్య విషయం చెప్పుకుంటాడు. అమ్మాయి అందమయింది. ఆమె అంతరంగం అంత అందమైయింది కాదు, అని చెబితే ఏమంటుంది?

"చెందూ! అపరిపక్వభావాలు తప్ప అంతరంగం చెడ్డది కాదయ్యా. నీ ప్రేమను పంచి, నీవైపు మలచుకో" అంటుంది. అతను నవ్వుకున్నాడు.

"వెంకటమ్మా! చెందుకు పాయసం ఇష్టం. ఒక గంట ఉంటాడు, చెయ్యగలవా."

'జయప్రదాదేవీ నువ్విచ్చేది పాయసం కాదు. అమృతం.... అమృతం' అనుకున్నాడు.

'రాధామాధవ ప్రణయమ్...' ఇంకా మేడమ్ దగ్గర ఉన్నదో లేదో, ఆ పాట వినిపిస్తుందా! వినిపిస్తే మేడమ్ క్షమించినట్టే.

అతని కాళ్ళు బంగళా ముందు ఆగాయి. శ్వేత సుందరిలా అదే అందం, అదే ఠీవిగా నిల్చుంది సత్యమందిరం. జయప్రదాదేవిని చూస్తే కల్గినట్టే ఆ బంగళాను చూస్తే ఓ అనిర్వచనీయమైన భావం కల్గుతుంది.

"మీరా గోపీ బాబూ!" పనిపిల్ల గొంతు విని లోపలికి నడిచాడు.

"రండి కూర్చోండి" ఆహ్వానించింది. గొప్పవారి పనిమనుష్యుల్ని పలుకరిస్తే పాపం, ఫోజులు పెడతారు గీరగా మాట్లాడుతారు.

జయప్రదాదేవి పనిమనుషులు యెంత మర్యాదస్తులు.

"అమ్మగారు లేరా?" అన్నాడు. ఆ నిశ్శబ్దతను చూచి, అడిగాడు. ఆ ఇల్లు అంత నిశ్శబ్దంగా ఉండటం ఎరుగడు.

"లేరండి. అమ్మగారు బొంబాయి వెళ్ళారు. ఒంట్లో బాగా లేదండీ" అన్నది.

"అమ్మగారికి ఒంట్లో బాగాలేదా? ఏం జబ్బు!" కంగారుగా అడిగాడు.

"డాక్టర్లు జబ్బుల పేర్లు చెబుతారటండీ. అసలు ఇక్కడి డాక్టర్లకు ఆ రోగం అంతుపట్టలేదండీ. అందుకే రఘువీరయ్య తీసుకు వెళ్ళారు" అన్నది. ఆరిందాలా చేతులు తిప్పుతూ.

"రఘువీర్ వెళ్ళాడా!"

"మరి అమ్మగారు ఒక్కత్తి ఎలా వెళ్తుంది! వెంకటమ్మ, బుచ్చిరాజు వెళ్ళారు. పదిరోజులు పోయాక, రఘువీరయ్య వస్తారు. రాజుగారెళ్తారండి" అన్నది.

అంతవరకు అతని హృదయంలో కదలాడుతున్న మధుర భావాలు మాయం అయ్యాయి. తన పిచ్చిగాని జయప్రదాదేవి ఆరాధకులకేం తక్కువ! అవును. ఆమే యువకులకు వలపన్ని, తన చుట్టూ తిప్పుకుంటుంది. ఆర్ద్రత కలదయితే యువతులకు, స్త్రీలకు, వృద్ధులకు సహాయం చెయ్యదేం! అంతా నటన, అంతా మోసం!

చటుక్కున లేచాడు. జయప్రదాదేవితో రఘువీర్ వెళ్ళాడన్న సత్యాన్ని అతను భరించలేకపోయాడు.

"పాలు వేడి చేస్తున్నాను బాబూ! ఓవల్టీన్ కలుపనా, హార్లిక్సా!"

"మీ అమ్మగారి మంచి మాటలనే మత్తు మాత్రం కలపవద్దు" అన్నాడు కసిగా.

పురుషుడెప్పుడూ 'తన' అన్న దానికి ఇచ్చే ప్రాముఖ్యత దేనికీ ఇవ్వడు. ఆ అహం అతనిలో అణువణువునా ఆవరించుకుంది. తనకు అమూల్యను ప్రేమించి, ఆదరించే హక్కు ఉన్నట్టే అందరికీ ఉంటుందన్న జీవితసత్యం మరిచిపోయాడు.

అతను అశాంతిగా, ఆరాటంగా ఇంటికి తిరిగి వచ్చాడు.

"జబ్బులేదు, మట్టిగడ్డలు లేదు. పనివారికన్ను, ఇరుగు పొరుగుల కన్ను కప్పటానికి ఆడుతున్న నాటకం ఇది. ఎంత పనివారయినా ఉప్పూ, కారం తింటున్న మనుష్యులు. వాళ్ళ కోసం ఇదో వంక పెట్టి వుంటుంది.

అతను తను ఆమె దూరం కావటం ఒక వరంగా భావించాడు. విన్సెంట్ ఒక్క మాటనలేదేం? అతనికి తెలియదా! తెలిసి వుండదు. జయప్రదాదేవి పెద్ద కిలాడి.

ఒకరికి తెలియకుండా ఒకర్ని వాడుకుంటుంది. అంతే... అదే అయి ఉంటుంది.

అతను త్వరగా ఇంటికి వచ్చాడు. అమూల్య, స్లీవ్‌లెస్ గౌను వేసుకుంది. గంధం చెక్కల్లా ఆమె చేతులు అందంగా కనిపించాయి.

"'గోపీ! నేను సాలార్జంగ్ మ్యూజియమ్ చూడాలి." అన్నది.

"ఆదివారం వెళ్దాం" అన్నాడు.

అతను ఒకటి రెండుసార్లు పద్మావతి ఇంటికి వెళ్ళాడు. వాళ్ళు దక్షిణదేశ యాత్రలు చేస్తున్నారట. కోమల, పిల్లలు వున్నారట. కోమల మాటలు భరించే శక్తి తనకు లేదు. అందుకే ఆగకుండా వచ్చేశాడు.

త్వరగా వచ్చేయమని తల్లికి ఉత్తరం వ్రాశాడు. అడ్రసు వ్రాద్దామని మళ్ళీ చింపేశాడు. ఆవిడొస్తే మళ్ళీ ఇంటికి ఇబ్బందే. కాస్త ఆర్థికంగా నిలదొక్కుకుంటే, అప్పుడు ధైర్యంగా ఏ పని అయినా చెయ్యగలడు.

22

ఆ రోజు ఉదయం ఫ్లైటులోనే రఘువీర్‌తో తిరిగి వచ్చింది జయప్రదా దేవి. వెంకటమ్మ, బుచ్చిరాజు రైల్లో వస్తున్నారట. పనిపిల్ల ఇచ్చిన కాఫీ త్రాగారు ఇద్దరూ.

"రఘూ! ఇప్పుడయినా చెబుతావా నాకొచ్చిన జబ్బు ఏమిటో!" అన్నది జయప్రదాదేవి.

"చెప్పటానికేముంది దేవీ! మనోల్లాసం లేక కృంగిపోతున్నావ్. అదే పెద్ద జబ్బు. సంతోషంగా ఉండు. నువ్వు బుద్ధదేవుడు పుట్టిన భూమిపై పుట్టావ్. జైనుడు జన్మించిన స్థలం ఇది. అంతమాత్రం చేత కృంగి, కృశించిపోవాలా!" అతను కాస్త తీవ్రంగా అడిగాడు.

"సంతోషంగా ఉంటాను, చాలా!"

"నాకు వాగ్దానం చేస్తే సంతోషంగా ఉన్నట్టు అనుకుంటే అలాగే కాని" అన్నాడు సీరియస్‌గా.

"రఘూ!" నవ్వుతూ లేచి వెళ్ళి, అతని చేయి తన చేతిలోకి తీసుకుంది.

"నువ్వు అపోహపడుతున్నావు రఘూ! నాకేం సమస్యలున్నాయి చెప్పు. నేను సంతోషంగానే ఉన్నాను. ఈ కోర్టు కేసులంటావా, ఆస్తులుంటే ఆ మాత్రం అశాంతి తప్పదు" అన్నది.

"దేవీ! నన్ను మభ్యపెట్టగలవేమో గాని, నిన్ను నీవు మభ్య పెట్టుకోలేవు" అన్నాడు కినుకగా.

"రఘూ! నాకా శక్తి లేదు గాని ఉంటే హృదయం విప్పి చూపేదాన్ని. ఇక అసంతృప్తి, కోరికలు వుంటాయి. మనిషి ఉన్నంతసేపు, మనసు ఉన్న వారికి ఆ బాధ తప్పదు" అన్నది నవ్వుతూ.

"నీ నవ్వుతో నన్ను మోసపుచ్చలేవు."

"నిన్ను రెండు మొట్టికాయలు వెయ్యాలనిపిస్తుంది. వెళ్ళు, వెళ్ళి నీ పేషెంట్లను చూడు" అన్నది.

"ఇంత ఖరీదయిన పేషెంటు ఎక్కడ దొరుకుతుంది. మీ కోరిక, కాంక్ష తీరిందా!" నిప్పులు కురుస్తున్న కళ్ళతో నిల్చుంది రఘువీర్ భార్య కుముద.

"కుముదా!" రఘువీర్ అరిచాడు.

"అబ్బ! నా పేరు గుర్తుందే. ఏమమ్మా జయప్రదాదేవీ, నీ వలలో వేసుకోవటానికి మా వారు తప్ప ఎవరూ దొరకలేదా! ఇరవైనాల్గు గంటలు నీ ధ్యాసే, అతడినే వివాహం చేసుకోలేకపోయావా!' జయప్రదాదేవిని కొర, కొర చూచింది.

"అప్పటికే నా వివాహం అయింది కుముదా!" చల్లగా జవాబు చెప్పిందామె.

"ఛీ... ఛీ... సిగ్గులేని మనిషివి..." ఆమె ఇంకేదో అనబోయే లోపల రఘువీర్ ఆమె నోరు మూశాడు.

"రఘూ! వదిలెయ్యి, ఆమెకు నీపై యెంత అభిమానం, ఆరాధన లేకపోతే ఇంత దూరం వస్తుంది" అన్నది కాస్త తీక్షణంగా.

రఘు వదిలేశాడు.

"అయితే ఆమె యెలా చెబితే అలా నడుచుకుంటావన్నమాట."

"చూడు కుముదా!' జయప్రదాదేవి లేచి ఆమె భుజం మీద చెయ్యి వేసింది.

"మీ ఆయన నన్ను అభిమానించినా, ఆరాధించినా, ఎంగిలి కూటికి ఆశపడే అధమురాలిని కాను. నిజంగా నా మాట నమ్ము. నిన్ను నమ్మించటానికి ఏం చేయాలో చెప్పు" అన్నది.

కుముద జయప్రదాదేవి వంక చూచింది. ఆమె కళ్ళల్లో చురుకుదనం, నిజాయితీ, ఆ ప్రశాంతతలోని చల్లదనం ఆమెను మాట్లాడనియ్య లేదు.

"చెప్పు కుముదా!"

"మా వారితో మాట్లాడవద్దు..." అన్నది ముఖం తిప్పుకుని.

"అలాగే..." అని కుముద గడ్డం వేలితో పైకి యెత్తింది. చిరునవ్వుతో మెల్లగా చెప్పింది.

"ఏ మనిషిని వాగ్ధానాలతో, ప్రమాణాలతో లొంగదీయలేరు. నీ ప్రేమ నిజాయితీ అవసరం. అయినా నావైపు నుండి మాట నిలబెట్టుకుంటున్నాను" అన్నది.

"దేవీ..." అరిచాడు.

"రఘూ జీవితంలో చివరకు తోడుండే వ్యక్తి భార్య. ఆమె మాటకు విలువ ఇవ్వాలి. ఆమెను కష్టపెట్టి నువ్వు బాధపడకు."

"అది కాదు దేవీ, ఆవిడ అర్ధంలేని అనుమానానికి ఊపిరిపోస్తావా!"

"రఘూ! దేవిపై ఏ మాత్రం గౌరవం వున్నా మళ్లీ ఇటు రాకు. నా ముఖం చూడకు.." అని చర, చర మేడెక్కింది. ఆమె హృదయం కుమ్మరాములా ఉంది.

ఒక పురుషుడు - స్త్రీ, ఇద్దరు పురుషులున్నట్లు స్నేహంగా ఉండలేరా! ఇద్దరు స్త్రీలలా ఆప్యాయతలు పెంచుకోలేరా! కాని మన సమాజం ఆ స్థితికి ఎదిగిపోలేదు.

ఒక గంట గడిచింది. అలాగే దొర్లుతుంది.

"అమ్మా! భవానమ్మ వచ్చింది" పని పిల్ల వచ్చి చెప్పింది.

"రఘువీర్ వాళ్ళు వెళ్ళారా?"

"వెళ్ళిపోయారమ్మా... అమ్మా, అయ్య కళ్ళలో నీళ్ళు తిరిగాయి" అన్నది. పనివారి ముందలాంటి సంఘటన జరగటం ఎంత అవమానకరం!

"సర్లే... అమ్మను పైకి పంపించు..." అన్నది లేచి కూర్చుని. 'నీ నవ్వు పదిమందికి పంచు, నీ దుఃఖం నీలోనే ఉంచు' అన్నాడో కవి.

కళ్ళు తుడుచుకుని లైటుగా పౌడరు అద్దుకుని, హాల్లోకి వచ్చింది.

"యెలా ఉంది జయా?" భవాని పైకి వచ్చింది.

"నాకేం రోగమే చాలా బావుంది, రఘు ఏదో అనుమానపడ్డాడు. పిల్లలేరి?"

"మ్యాడ్.. మ్యాడ్ ... అంటూ సినిమా వచ్చిందట. పంపకపోతే నేను మ్యాడ్ అయ్యేలా ఉన్నానని పంపాను. జయా, నీకు చెప్పకుండా ఓ చిన్న సాహసం చేశానే."

ఇద్దరు కూర్చున్నారు.

"చెప్పు ఏమిటో!"

"స్వరవిరించి అని ఓ సాంస్కృతిక సంస్థ ఉంది. నా కవితలు, గేయాలు అచ్చు వేస్తామన్నారు, నాకు కొండెక్కినంత సంతోషం అయిందనుకో. కవితలకు గిరాకీ హెచ్చిందనుకున్నాను" అన్నది.

"నీ కవితలు అలాంటివి మరి" నవ్వింది జయ.

"సర్లే నువ్వు కాక నా కవితల్ని మెచ్చుకునేదెవరు? ఆ సంస్థ సెక్రటరీ ఆ పుస్తకం నీకు అంకితం ఇవ్వమన్నాడు" అన్నది.

"భవానీ! నా హృదయం నీకు, నీవు నాకు ఏనాడో అంకితం అయ్యాము. ఆ అభిమానం పబ్లిక్‌గా ప్రదర్శించుకోవాలటే పిచ్చిదానా!"

"నేనా మనిషితో అన్నానే, మా జయకుగాని, మాకు గాని అలాంటి అభిరుచులు లేవని. బావుంటుందని గోలచేస్తున్నాడు. నా గేయాలు ఆ రోజు ఔత్సాహిక గాయనీ గాయకులు పాడతారే" అన్నది.

జయప్రదాదేవి కది ఇష్టం లేకపోయినా, తన గీతాలు పాడతారు అన్నపుడు ఆమె కళ్ళలో వెలిగిన వెలుగు జయప్రదాదేవిని కలిచి వేసింది.

"వన్స్ ఇన్ ఎ వైల్ ఛేంజ్ కావాలి. అలాగే ఏర్పాటు చేసుకో" అన్నది.

"పద సినిమాకు వెళ్దాం" అన్నది భవాని.

జయ త్వరగా లేచి, తయారయింది. పనిపిల్ల పెట్టిన రొట్టెలు ఇద్దరూ తిన్నారు.

"డేవిడ్ పళ్ళూడి పోతాయే తల్లీ. అతను బయటభోజనం చేస్తాడు" అన్నది జయప్రదాదేవి.

"అమ్మా! రొట్టె బావుండ్లేదా!" ఆ పిల్ల కళ్ళలో నిరాశ కొట్టొచ్చినట్టు కనిపించింది.

"అబ్బే! నాకలాగే బావుంది. డేవిడ్ ముసలతను కదా" అన్నది.

ఇద్దరూ సినిమా చూశారు. భవాని వెళ్ళిపోయింది. మర్నాడు స్వరవిరించి సంస్థ సెక్రటరీతో వచ్చింది. జయప్రదాదేవి, బాంబే ఎక్స్‌ప్రెస్‌లో దిగిన బుచ్చిరాజుతో మాట్లాడుతుంది.

"రావే తల్లీ, ఈరోజు సెలవేనా!"

"సెలవు కాదే తల్లీ, వీరు నిన్ను పరిచయం చెయ్యమన్నారు. అందుకని తీసుకువచ్చాను' అన్నది.

"అదేమిటి కుమార్‌గారూ! మనము ఇదివరకు కలుసుకున్నాం" అన్నది.

"అలా కాదు, 'భవానీ గీతావళి' కార్యక్రమము రూపొందించాలి కదా. అది మీ సహకారంతో చేద్దామని..."

"అదేదో మీరు చూచుకోండి, వస్తానే జయా.... కుమార్‌గారూ ఒక్కమాట...." భవాని బయటికి నడిచింది.

"చెప్పండి..." వరండాలోకి వెళ్ళాడు.

"మా జయను చందా అడిగేరు."

"మీరు పిచ్చివారండీ. చందా అడుగుతానా! ఆవిడ స్టేటస్ నాకు గుర్తుంది. మీరు కాబట్టి ఇంత మంచి స్నేహితురాలిని, బంగారు బాతును వదులుకున్నారు. రైట్ ఆవిడను లైనులో పెట్టవలసిన బాధ్యత నాకు వదిలి వెయ్యండి..." అని హామీ ఇచ్చాడు. ఆవిడ వెళ్ళిపోయింది.

లోపలికి వచ్చి కూర్చున్నాడు. చక్కగా ఫైలు చేసిన పేపర్ కటింగ్స్, ఫోటో ఆల్బమ్స్, ఆహ్వాన పత్రాలు తీసి చూపించాడు.

"ఇది కృష్ణశాస్త్రిగారి సన్మానం అప్పుడు తీశాము. ఇది విశ్వనాధగారివి..." అంటూ పదిమంది కవుల ఫోటోలు చూపించాడు.

"చాలా మంచిపన్లు చేశారండీ" కీర్తిశేషులు కృష్ణశాస్త్రి అన్నా విశ్వనాధ వారన్నా గౌరవం ఆమెకు.

"ఇదిగో ఇవన్నీ యువకులకు చేసిన సన్మానం ఫోటోలు. ఇతను కవితలపై విమర్శ వ్రాస్తారు. ఈ మధ్యే ఇతని విమర్శల సంకలనం వేశాం" అన్నాడు కుమార్.

"అలాగా. ఇతని పేరు వినలేదు లెండి."

"మా ప్రోగ్రామ్ బ్యాలెన్స్ చేయటానికి అటు ప్రఖ్యాతిగాంచిన వారికి, ఇటు ప్రారంభించినవారికి సన్మానం చేస్తున్నాము. ఈ విమర్శకుడు వినోద్ ఇప్పుడే ప్రారంభించాడు. ఇక్కడో ఇంటరెస్టింగ్ విషయం జరిగింది" కుమార్ చిదంబరంగా నవ్వాడు.

"ఏమిటంటే, మా సంస్థ అనుబంధాలకు, దుఃఖానికి అతీతంగా ఎదిగిపోయిం దనటానికి నిదర్శనం వినోద్ విషయంలో జరిగింది. అతని సన్మానం రోజే అతని తండ్రి కునికేశాడు."

"పాపం! చాలా డిసప్పాయింట్ అయి వుంటాడు."

"అబ్బే! మేము అలాంటి వాటికి ప్రాముఖ్యం ఇవ్వం. మధ్యాహ్నం అతని తండ్రిని స్మశానానికి పంపి, సాయంత్రం సన్మానం చేశాం" అన్నాడు సగర్వంగా.

జయప్రదాదేవి కడుపులో తిప్పటం ఆపుచేసుకోలేక, ఆకళింపుచేసుకోలేక వాంతి చేసుకుంది.

"అమ్మాయిగారూ!' బుచ్చిరాజు కంగారు పడ్డాడు. వెంకటమ్మ అంతా శుభ్రం చేసింది.

"సారీ కుమార్‌గారూ.." తుండుతో ముఖం తుడుచుకుంది.

"అబ్బాయ్! అమ్మాయిగారి ఆరోగ్యం బావుండ్లా. మీరొచ్చిన పని ఏదో త్వరగా చెప్పండి" అన్నాడు బుచ్చిరాజు.

"ఇదంతా ఉపోద్ఘాతం లెండి" అన్నాడు కుమార్. ఒక వ్యక్తి తండ్రి మరణించిన నాడే మైమరపించి, మెడలో దండ వేసిన వ్యక్తికి జయప్రదాదేవి వాంతి ఓ లెక్కా!

"ఇదిగో ఈ సన్మానం కవితా సంకలనం అయితే పాతికవేలు, మరి ఈ కవి లెవెల్ అయితే ఇరవై వేలు..." ఇలా రేట్లు వివరించాడు.

"నా కెందుకు చెబుతున్నారు."

"ఏ లెవెల్ కావాలో నిర్ణయించుకోవలసింది మీరు." అన్నాడు.

"భవానిని అడక్కపోయారా!"

"చక్రం మీ చేతిలో వుంది. అందరూ మా ఇంటికే వస్తారండి. 'కుమార్ ఆర్గనైజరువు అంటే నీవే' అంటారు. కొందరు కొత్తబట్టలు పెడతారు. కుర్చీలు,

బల్లలు బహూమతులు ఇస్తారు. నా స్థాయి నుండి దిగి, మొదటిసారి మీ ఇంటికి వచ్చాను" అన్నాడు.

"నాకు మీరు పరిచయస్తులు. ఏం పెట్టాలో తెలియదు..."

"అమ్మమ్మ! నాకు కానుకలు యివ్వమని కాదు. భవానిగారి సన్మాన కార్యక్రమము విజయవంతం చెయ్యమని ప్రార్ధన. ఒక్కొక్క సన్మానం వెనుక, ఒకొక్క మంత్రో, బిజినెస్ మాగ్నెట్స్ ఉంటారు. ఈ సన్మానం కమిటీకి మీరు చైర్మన్ అండి" అన్నాడు.

"నేను ఖర్చుపెట్టి, సన్మానం చేయిస్తున్నానని భవానికి తెలుసా?"

"మిమ్మల్ని ఖర్చు పెట్టమని అనటం లేదండీ. మీరు కొందరి లిస్ట్ ఇవ్వండి. మీ పరిచయం ఉపయోగించి అడ్వర్‌టైజ్‌మెంట్లు తీసుకువస్తాము" అన్నాడు.

"నాకు, భవానికి అలాంటివి ఇష్టం ఉండదు' అన్నది. ఇంతలో కాఫీ వచ్చింది.

"మాకు ఇష్టమని కాదండి. పద్ధతి అది. మీరుగాని, భవానిగారు కాని జంకవల్సినదేం లేదండి. పై అందరి సన్మానాలు అలాగే చేశాము. మీరు నమ్మరుగాని కొందరు సన్మాన పత్రాలు వాళ్లే రాసిచ్చారు." భళ్ళున నవ్వాడు అతను జయప్రదాదేవి అమాయకత మీద.

"చూడు బాబూ! నీది కల్చరల్ ఆర్గనైజేషన్, అంటే సాంస్కృతిక సంస్థ. మీ సంస్థకు సభ్యులున్నారా?"

"ఉన్నారండి. సభ్యత్వరుసుము యాభై రూపాయలు"

"ఓహో సలహాదారులు కూడా ఉన్నారా?"

"అందరూ ఉన్నారు. సలహాదారులు, అధ్యక్షులు, కాన్‌స్టిట్యూషన్ ప్రకారం కావల్సిన వారంతా ఉన్నారు. అవన్నీ ఉత్సవ విగ్రహాలే, నేను వాళ్ళను ఆడించగలను" అన్నాడు.

"సమర్ధులే: మరి సాంస్కృతిక శాఖ, మరేదయినా గ్రాంట్లు ఇస్తుందా?"

"తప్పక ఇస్తుంది. ఎవడికోసం ఇస్తుంది. మాది లీడింగ్ సంస్థ" అన్నాడు.

"అలాంటప్పుడు ప్రభుత్వం డబ్బు, ప్రజారంజకం కోసం సాంస్కృతిక కార్యక్రమాలు నిర్వహించరాదటయ్యా! ఈ సన్మానాలు, వాటికి ప్రకటనలు, సొంత డబ్బాలు ఏమిటీ నాటకం" అన్నది కోపంగా లేచి.

"బావుందండి. సాంస్కృతిక కార్యక్రమాలు నిర్వహిస్తే మాకేం మిగులుతుంది."

"మీ స్వంతం కోసం ఒక సంస్థ పెట్టారా!"

"పరులకోసం, దేశం కోసం అనటానికి నేను బుద్ధుడిని, గాంధీని కాను. నాకు గిట్టుబాటు లేని పనులు చచ్చినా చెయ్యను. చూడండి, యెవరూ నాకు పుణ్యానికి డబ్బు ఇవ్వటం లేదు. వారికి పబ్లిసిటీ కావాలి, పేరు కావాలి. నాకు బాగు పడాలని ఉంది. వాళ్ళకు కావల్సింది వారికిచ్చి, మాకు కావల్సింది తీసుకుంటాము.

"ఇదోరకమైన వ్యాపారమన్న మాట."

"అంతే కదండి" అన్నాడు నిజాయితీగా.

"చూడండి మిస్టర్ కుమార్! మీ నిజాయితీని అభినందించినా, మీ పద్ధతి నాకు నచ్చలేదు. ఇలాంటి విషయాలు నాకు నచ్చవు, భవానికి నేను నచ్చ చెబుతాను" అన్నది అసహ్యాన్ని దిగమింగుతూ.

తమ సన్మాన పత్రం తాము రాసుకోవడమా!

తండ్రి చితి ఆరక పూర్వమే దండలు వేసుకుని సన్మానం, అంకితోత్సవమా!

తలచుకుంటేనే తల తిరిగిపోసాగింది.

"మీ కిష్టం లేకపోతే మానెయ్యండి గాని, ఒక్క విషయం. మీరు ఆర్థికంగ ఆదుకోగల్గి ఉండి కూడా మీ స్నేహితురాలికి లిఫ్ట్ ఇవ్వకపోతే లాభం ఏమిటి?" అన్నాడు.

"కుమార్ గారూ! వయసులో నీకంటే పెద్దదాన్ని. స్వయంగా ప్రతిభ లేనివారు పబ్లిసిటి వల్లే పైకి వస్తారనుకుంటే, ప్రభుత్వమే ఆ ఏర్పాటు చేసేది. మీ సంస్థలో సన్మానాలు పొందిన వారెవరన్నా పైకి వచ్చారా! కృష్ణశాస్త్రి, విశ్వనాథ యెప్పుడో పేరు తెచ్చుకున్నారు" అన్నది.

అతను చటుక్కున లేచాడు.

"వస్తానండి. భవానిగారు అనవసరంగా సమయం పాడుచేశారు."

అతను నమస్కరించి, తిరిగి అయినా చూడకుండా వెళ్ళిపోయాడు.

"నాకు మతిపోతుందమ్మాయిగారూ!"

జయప్రదాదేవి నవ్వింది – జాలిగా నవ్వింది.

"కుర్రకారు, తేలికగా డబ్బొచ్చే మార్గం ఉంటే యెందుకు వదులుకుంటారు. అసలు తమ స్టేటస్ మరిచి, సహకరించే పెద్దలననాలి – సన్మానాల కెగబడే వారిని అనాలి" అన్నది.

"అది కాదమ్మా! తండ్రి... కన్నతండ్రి, తన జన్మకు కారకుడయిన వాడు, తన జీవితానికి మూలం..."

"అవన్నీ మరిచిపోతేనే పైకి వస్తారు. నాకు అవసరం లేనంత డబ్బు ఉంది కాబట్టి, దాని విలువ, అవసరం తెలియవేమో! లాయర్‌గార్ని కలిశారా!" అన్నది.

"లేదమ్మా. ఒక్కసారి అమ్మాయిని పలుకరించి వెళ్తాను" అతను వెళ్ళిపోయాడు.

ఆమె పైకి వచ్చి గోపీచంద్ ఇచ్చిన కవితల పుస్తకం తీసింది.

ఇదేనా నా దేశం!
ఇదా భారతదేశం!
నోటుకొక్క ఓటు
పగలే బందిపోటు

పేజీ తిప్పింది. మరో ఆకలిగీతం, మరో పేజీ తిప్పింది.

ప్రేమా ప్రేమా అంటారు.
ప్రేమకు నిర్వచనం ఉందా!
అనురాగం అనురాగం అంటారు.
అనురాగానికి అర్థం ఉందా!
అభిమానం, అభిమానం అంటారు.
అభిమానానికి హద్దులున్నాయా!

కవిత భాషాపరంగా ఒక మోస్తరుగా ఉన్నా, భావపరంగా తననే సూటిగా ప్రశ్నించినట్టు అనిపించింది.

"చెందూ! ప్రేమకు నిర్వచనం నా హృదయం. అనురాగానికి అర్థం నా ఆరాధన. అభిమానానికి హద్దులు నా నిర్లిప్తత..." అనుకుంది. అలాగే వెనుకకు వాలిపోయింది.

23

గోపీ, మొదటి జీతం రాగానే ఒక కేజీ కలాకండ్ పేక్ చేయించుకుని అక్క ఇంటికి వెళ్ళాడు. సహాయానికి ఎందరో, సంతోషానికి తనవారే మిగులుతారు.

"ఏమిటోయ్ దద్దోజనం! చాలా రోజులకు కనిపించావు. మద్రాసు నీళ్ళు వంటబట్టాయి" అంటూ బావ ఎగా, దిగా చూచాడు.

గోపీచంద్‌కు అరికాలిమంట తలకెక్కింది. కాని బావగారాయె.

"అన్నయ్యా! అలా మాటలతో మనుషుల్ని చిత్రహింసలు పెడితే ఏమొస్తుంది. హల్లో బావా!"

గోపీచంద్ ఆశ్చర్యంగా చూచాడు. ఎబ్బెట్టుగా కనిపించే వక్షస్థలం అతనికి కోమలను గుర్తుపట్టేలా చేసింది.

అతను ఆశ్చర్యంగా, అపనమ్మకంగా చూచాడు.

"నువ్వు... నువ్వేనా! ఐ మీన్ కోమల..."

"అనుమానంగా ఉందా బావా!" కిల, కిల నవ్వింది కోమల.

"ఆ హాఫ్ ఇంగ్లీషు వ్వేర్! ఆ కట్టు, బొట్టు వండర్... ఆ మాట, గీట చేంజు.." అన్నాడు.

అందరు పక, పక నవ్వారు.

"బావున్నావుట్రా గోపీ?" పద్మ వచ్చి తమ్ముడి భుజం తట్టింది.

"నువ్వేమిటీ ఇప్పుడు యాత్రలకు బయలుదేరావ్?"

"అందరూ ఆఫీసువాళ్ళు పట్టుబట్టారు. అమ్మ ఉత్తరం వచ్చిందా. ఎంతయినా మొదటి నుండి కొడుకంటే ప్రేమ. నా దగ్గర ఇన్ని రోజులుండేదా!" అన్నది.

"నువ్వేం మారలేదక్కా..." అన్నాడు స్వీట్ చేతిలో పెట్టి.

"మార్చటానికి జయప్రదాదేవిలాంటి గురువు దొరకవద్దూ!" అన్నాడు శ్రీనివాసరావు.

"జయప్రదాదేవా!" ఒక్కసారి ఉలిక్కిపడ్డాడు గోపీచంద్.

"అప్పుడే మరిచిపోయావా బావా! నువ్వేగా పరిచయం చేసింది" అన్నది కోమల.

"అవును..." అన్నాడు. 'యువకులే దొరుకుతారు వల వేయటానికి, యువతులు, ముసలివాళ్లు దొరకరా!' అనుకున్న తన సంకుచితత్వానికి సిగ్గుపడ్డాడు.

"ఎలా ఉన్నారావిడ?"

"ఏమిటీ! నువ్వు వచ్చాక ఆవిడను చూడనే లేదా!" ఆశ్చర్యంగా అడిగింది కోమల. గోపీ జవాబు చెప్పలేకపోయాడు.

"ఆవిడ మాత్రం అస్తమానం నిన్ను తలుస్తుంది. నీ గొంతును పొగడుతుంది. నీది మ్యాన్‌లీ వాయిస్ అంటుంది..."

ఇక వినలేకపోయాడు. గబాల్న బయటికి వచ్చి, పని ఉందంటూ ఇంటికి వచ్చాడు.

"ఓ బావా! శుభవార్త మోసుకు వచ్చావు. కాఫీ త్రాగి వెళ్ళు." అంటున్న కోమల కంఠం వెంటాడినట్టే ఉంది. ఏదో అశాంతి, ఆవేదన, అతను ఇంటికి వచ్చేసరికి చిరునవ్వుతో మమ్మి యెదురు వచ్చింది.

"నువ్వు విషయాలను భలేగా దాచి పెడతావు అబ్బాయ్."

"ఏం చేశానండీ..." అన్నాడు కంగారుగా.

"నీ సంతకం కావాలన్నాడు రిజిస్టర్ పోస్ట్‌మ్యాన్. నేనే చేసి తీసుకున్నాను. ఇదిగో చెక్కు, అది కాంప్లిమెంటరీ కాపీ" అన్నది.

"చెక్కు..." కాంప్లిమెంటరీ కాపీలా!" ఓ వారపత్రిక తీసుకుని చూచాడు. అందులో తన కవిత అచ్చుయి వుంది. తన పేరుమీదుగా ఉంది. ఆశ్చర్యంగా చూచాడు.

"అతను మీ పాతింటి అడ్రసుంటే ఇక్కడికి తెచ్చాడు. ఓ రూపాయి టిప్పిచ్చాను. అయినా పత్రిక వాళ్ళకు బుద్ధిలేదు. ముప్పై రూపాయలు ఏ మూలకు!" అన్నది.

"నాకెలా పంపారో తెలియదుగాని కొత్తవారికి ఒక్క పైసా ఇవ్వరు" అన్నాడు.

"ఏమిటో, కవిత్వం వ్రాసి బాగుపడిన వాళ్ళెవరు! ఆ యద్దనపూడిలా... ఇంకా ఆడ రచయిత్రుల్లా వ్రాసి నాల్గు డబ్బులు సంపాదించరాదు." అన్నది అదేదో పిండి రుబ్బినట్టు.

"అలా రాయటం చేతనయితే నా కంటే ముందు చాలా మంది మగాళ్ళు పుట్టారు. వాళ్ళే రాసి సంపాదించేవాళ్ళు. అది చేతకాకే అవకాశం దొరకగానే తిడతారు..." అంటూ కవితను చదివాడు. అప్పుడు గుర్తుకు వచ్చింది. అది తను జయప్రదాదేవి దగ్గర వదిలి వచ్చానని. ఆమె పంపి ఉంటుందా! ఏమో.

అమూల్య తుఫానులా వచ్చి, అతని మెడకు చేతులు వేసింది.

"గోపీ... గోపీ, నాదో చిన్న రిక్వెస్ట్..." అన్నది గారాలు పోతూ.

"ఏమిటో చెప్పు" అన్నాడు. ఆమె అంత చనువుగా తన మెడకు చేతులు వేయటం సంబరంగా ఉన్నా, తల్లి ఉండగా చేయటం నచ్చలేదు. మెల్లగా ఆమె చేతులు తీసివేశాడు.

"మనమొకచోటికి వెళ్ళాలి."

"ఎక్కడికి?"

"నో మ్యాన్! అదంతా అడగవద్దు. నేను సముద్రంలో దూకమన్నా దూకాలి" అన్నది.

ఆమె తాలూకు స్పర్శ, ఆమె వేసుకున్న విదేశీ సెంటు తాలూకు మత్తు అతడిని ఉన్మత్తుడిని చేసింది.

"పద..." అన్నాడు విడిచిన చెప్పులు వేసుకుంటూ.

"బేబీ! గోపీకి కంగ్రాచ్యులేషన్స్ చెప్పవే. అతని కవితలు పడ్డాయి... అదేనే వారపత్రికలో అచ్చయింది." అన్నది సంబరంగా.

"నిజమా! కంగ్రాట్స్ గోపీ! పార్టీ ఎప్పుడిస్తావ్?" అన్నది.

"ఇదిగో ఈ చెక్కు క్యాష్ అయినప్పుడు" అన్నాడు.

ఇద్దరూ ఆటో యెక్కారు. అమూల్య అడ్రసు చెప్పింది. ఆటో వెళ్ళి అక్కడ ఆగింది.

ఈ మధ్య ప్రయివేటు సంస్థలు, ప్రభుత్వం కట్టి, అమ్ముతున్న ఆకాశహార్మ్యాలలో ఒకటి. ఆమె వెంట లిఫ్ట్‌లో పైకి వెళ్ళాడు. ఫ్లాట్ నంబర్ మూడువందల ముప్పై తలుపు తట్టారు.

తలుపు తీసిన కుమార్‌ను చూచి ఆశ్చర్యపోయాడు గోపీచంద్.

"సమస్కారం... సమస్కారం... గోపీచంద్ గారూ!"

"మీరేనా! అమూల్య ఒక చోటికంటే యెక్కడికో అనుకున్నాను. మీరు ఇక్కడికి యెప్పుడు వచ్చారు?"

"ఈ ఫ్లాట్ కొన్నాను."

ఇద్దరూ వెళ్ళి కూర్చున్నారు.

"ఈవిడ..." కుమార్ అనుమానంగా చూచాడు.

"స్నేహితురాలు..." అన్నాడు.

"అయిసీ, నిన్న మన జవహర్ తీసుకువచ్చాడు. అదే మీ గ్రూప్‌లో పాడేవాడు. ఈమె యెవరికో సన్మానం చేయాలంటుంది. దానికి మంత్రిగారిని పిలవాలట" అన్నాడు.

"నాకు యెప్పుడూ చెప్పలేదేం గోపీ! కుమార్ పరిచయం అని, హి ఈజ్ గ్రేట్‌మాన్, అతను ఎన్ని సన్మానాలు చేశాడో తెలుసా..."

అమాయకంగా అడిగింది అమూల్య.

"తెలుసు..." అన్నాడు డ్రాయింగ్‌రూమ్ వైభవం చూస్తూ.

"గోపీ! పార్థసారథిగారని చెప్పాను చూడు. అతనికి మినిష్టర్ గారితో పని ఉందట. అలా వెళ్ళి కలవటం ఇష్టం లేదు."

"మరి..." తను కలవాలా!

"గోపీచంద్ గారూ! అతడిని కలుసుకునే మార్గం నేను చెబుతాను. పార్థసారథిగారు బిజినెస్ టూర్‌లో జర్మన్, జపాన్ దేశాలు తిరిగి వచ్చారు. వారికి సన్మానం చేయిద్దాం. ముఖ్య అతిథిగా మనకు కావల్సిన మంత్రిగారిని పిలుద్దాం."

"మంత్రిగారు వస్తారా కుమార్ గారూ!"

"మంత్రిగారు ఎవరికోసం వస్తారూ, మనము ప్రజలం, కల్లుపాక ప్రారంభోత్సవం అన్నా రావాలి."

"అవునండీ, పార్ధసారధికి పని ఉంటే నాకెందుకు చెబుతున్నారు?" గోపీచంద్ అసహనంగా చూచాడు.

"అదే పూర్తిగా వినండి. గోపీచంద్ నైట్ అని మ్యూజిక్ పెడ్తాము. నీ పాటలు హైలెట్ అవుతాయి" అన్నాడు కుమార్.

"కుమార్‌గారూ! మా గోపీ గాయకుడే కాదు, కవి కూడాను..." కవిత పడిన ఉదంతం చెప్పింది.

"ఇంకేం? మీవి నాల్గు పాటలు ట్యూన్ చేయిస్తాను."

"నా కంతటి ఆశ లేదండి, మద్రాసులో సువాణివారు డబ్బిస్తాం కచ్చేరీలు చెయ్యమన్నా చెయ్యలేదు. ఈనాడు యెవరో పార్ధసారధి కోసం ఈ తతంగమంతా దేనికి?" అన్నాడు లేస్తూ.

"అబ్బ కూర్చో గోపీ! పార్ధసారధితో మనకు చాలా పనులున్నాయి. ఈ పని నాదనుకో..." బ్రతిమిలాడుతూ అడిగింది.

"అబ్బ! నన్నిరుకున పెడతావేం అమూల్యా! సరే నీ కోసం పాడతాను" అన్నాడు.

"థాంక్యూ గోపీ... థాంక్యూ."

"గోపీచంద్ గారూ! పాడటం మీరే కాదు, వీధిలో వెళ్ళే భిక్షగాడు పాడతాడు. మనిద్దరం కలిసి మంచి ప్రణాళిక వేద్దాం. మీకు సువాణిలో అప్పుందని విన్నాను. ఈ ప్లాట్ కొని నేను అప్పుల పాలయ్యాను. మనం బాగుపడాలి." అన్నాడు.

అప్పు సంగతి ఎత్తేసరికి తగ్గిపోయాడు గోపీ. ఆ సంగతి తలుచుకున్నపుడల్లా గుండె దడ దడలాడుతుంది. ఎన్నో రకాలుగా ప్రణాళిక వేశాడు. కాని వచ్చే జీతంతో తీర్చే మార్గం కనిపించలేదు.

"మీరు చేయవల్సిందల్లా కొన్ని కన్సర్న్‌స్‌కు వెళ్ళి అడ్వటైజ్ మెంటు పట్టకురండి" అన్నాడు.

"నాకెవడిస్తాడండీ."

"ఆ సంగతి తెలుసయ్యా. నీ దగ్గర జయప్రదాదేవి అన్న ఆయుధం ఉంది. నీవు ఆవిడ పంపిందని చెప్పవద్దు. వాళ్ళ దగ్గర కూర్చున్నపుడు, మీ ఇద్దరి పరిచయం చెప్పు చాలు" అన్నాడు.

"ఛ...ఛ... ఆవిడకు తెలియకుండా ఆమె పేరు ఉపయోగించుకోవటం అన్యాయం" అన్నాడు గోపీచంద్.

"అన్యాయం, అసంభవం అంటూ ఆలోచించినవాడు ఎవడూ బాగు పడలేదు. మా సంస్థ కెంత చరిత్ర ఉందో నీకు తెలియదు. మధ్యాహ్నము తండ్రి శవం తగలేసి, సాయంకాలం సన్మానం చేయించుకున్న సహృదయులున్నారు. జీవిత గమనం మారుతుంది. దాంతోపాటు మనమూ మారాలి" అన్నాడు.

గోపీచంద్ ఆలోచనలో పడ్డాడు.

"ఏమిటీ గోపీ! పార్థసారథిగారి సంగతి నువ్వెరుగవు. అతని పనులు అయితే మనకు వ్యాపారంలో వాటా ఇచ్చినా ఇవ్వగలడు. ప్లీజ్ గోపీ.. ప్లీజ్..." అమూల్య చిన్న పిల్లలా మారం మొదలుపెట్టింది.

"అసలు విషయం తెలియకుండా ఏమిటి అమూల్యా!"

"నేను చెప్పాను, చాలదేమిటి!"

అరగంట డిస్కషన్ తరువాత, పార్ధసారధిగారి అభినందన సభ ఏర్పాటయింది. ఆ సందర్భంలో ఎవర్ని పిలవాలి, ఏం చేయాలన్నది నిర్ణయ మయింది.

సాయంత్రం వరకు లెటర్ హెడ్, అడ్వటైజ్ మెంట్ తారీఫ్ వచ్చింది. మర్నాడు అందరికీ పంపించే ఏర్పాటు జరిగింది.

గోపీచంద్ పాటలు, కవితలు సంకలనం జరిగింది. ప్రెస్సులో ప్రింటింగ్‌కి ఇచ్చారు.

"ఏమండీ, నా దగ్గరయితే డబ్బులేదు..." నసిగాడు.

"నేనే కార్యక్రమము తలపెట్టినా, నా దగ్గర డబ్బులేకనే తలపెడతాను. డబ్బు నడిచి వస్తుందయ్యా" అన్నాడు.

మొదట రాజరాజు ఫ్యాక్టరీకి వెళ్ళాడు గోపీచంద్. పెద్ద ఆవరణలో అతని ఆఫీసు, చుట్టూ అశోక చెట్లతో ఆహ్లాదంగా వుంది.

"హల్లో గోపీచంద్! హవ్వార్యూ! నీ పాట మళ్ళీ వినాలని ఉంది. ఇదిగో స్వంత బిజినెస్ అంటే అరవుండ్ ద బ్లాక్ పని చెయ్యాలి" అన్నాడు.

"నమస్కారమండి. అందుకే వచ్చాను" అన్నాడు.

"అయితే పాడండి - గార్డెన్‌లో కూర్చుందామా!"

"ఇప్పుడు కాదండి. నెలాఖరున రవీంద్ర భారతిలో పాడతాను" అన్నాడు తారిఫ్ అందిస్తూ.

వెంటనే వెయ్యి రూపాయలకు చెక్కు రాసి, ఫుల్ పేజీ అడ్వటైజ్ మెంటు ఇచ్చాడు.

"ఇది జయ వెలిగించిన దీపం. ఆమెకు అభిమానులు అయినవారంతా నాకు అభిమానులే" అన్నాడు నవ్వుతూ.

"థాంక్స్..." అతని ముఖం మలినమయింది. జయప్రదాదేవిని చీట్ చేస్తున్నాడేమో!

చెక్కు ఇస్తూ ఇదేమాట కుమార్‌తో అన్నాడు.

"ఆమె నిన్ను ఛీట్ చెయ్యలేదా! నామకార్థం జీతమిచ్చి, నీ రికార్డుల మీద వేలకు, వేలు సంపాదించటం లేదూ!" అన్నాడు.

"అది సువాణి వారు..."

"ఆమె ద్వారా వాళ్ళు లాభం పొందుతున్నారు. ఆమె ద్వారానే నువ్వింకో రకంగా లాభం పొందు." హితవు చెప్పాడు.

గోపీచంద్‌కా క్షణాన అది చాలా మంచి మాటనిపించింది. కుమార్ సలహా ప్రకారం జయప్రదాదేవి పేరుతో పదివేల రూపాయల వరకు సంపాదించాడు. పార్ధసారథి కొంత చేశారు. స్వరవిరించిలో సన్మానాలు పొందిన వారు, కొంత చేశారు. పేపరుమీద వేసుకుంటే పద్దెనిమిది వేలు రాబడి కనిపించింది.

తన పుస్తకం ప్రింటింగ్ ఖర్చు, హాలు, దండలు, ఆహ్వాన పత్రాలు అన్నీ తీసివేసినా నిఖరంగా పదివేలు మిగులుతాయి. పది వేలలో రెండు వేలు సంస్థకు ఇస్తాడు.

యెనిమిది వేలుంటాయి. అప్పులు పోను సింపుల్‌గా వివాహము చేసుకోవటానికి సరిపోతాయి చాలు. అతను ఆ క్షణంలో మానవత్వం, మనిషినన్న సత్యం మరిచిపోయాడు.

కుమార్ వేయించిన ఆహ్వాన పత్రం యెంతో అందంగా, స్క్రీన్ ప్రింటింగ్‌తో, రిచ్‌గా వుంది.

ఒక మంత్రిగారు, ఒక కవి, ఒక ఉన్నత అధికారి, ఒక బిజినెస్ మ్యాగ్నెట్, ఒక సినిమాస్టార్ ప్రక్కన తన పేరు ఊహించలేకపోయాడు. పిల్లి మొగ్గలు వేశాడు. సమ్మర్‌సాల్ట్ కొట్టాడు. అతని శరీరం గాలిలో తేలిపోయింది.

"గోపీ.... నా పేరు.... నా పేరుంది చూచావా!" పరుగున వచ్చింది అమూల్య.

వందన సమర్పణ అమూల్య అని ఉంది. అది చూచి ఆమె గోపీని ముద్దు పెట్టుకుంది.

కొందరు పొట్టకోసం గారడీ చేస్తారు. మరికొందరు గారడీలతో గడించాలని చూస్తారు. కుమార్ గారడీలో దండలలో, అందమైన ఆహ్వాన పత్రాలను, స్వయంగా వ్రాసుకునే సన్మాన పత్రాలకు, ఫొటోలకు, ముఖస్తుతికి మంత్రులు, మేధావులు, సినిమా తారలు, రచయితలు, రచయిత్రులు లొంగిపోయారు. ఆఫ్టరాల్ గోపీచంద్ లాంటి అర్భకులెంత.

పుట్టినరోజులు సభాముఖంగా చేయటం గారడి.

తద్దినాలు సభాముఖంగా చేయటం నూతనత్వం.

సాంస్కృతిక సభా, సాహిత్య సభా అని ప్రేక్షకులు కొట్టుకు చస్తుంటే ఇది సాంఘిక సభ అంటూ కుమార్ చిదంబరంగా నవ్వుతాడు.

పార్ధసారధి వచ్చిన మూడు రోజులు అమూల్య హోటల్లోనే వుంది. అతను రెండు గదులు ఎక్స్‌ట్రా బుక్ చేశాడు.

అది గోపీకి నచ్చకపోయినా తన వయసు, పార్ధసారధి ముసలితనం అతన్ని కలవరపెట్టలేదు.

సన్మానం జరిగింది. గోపీచంద్ పాటలు పాడాడు. అతని పాటల పుస్తకం ఆవిష్కరింపబడింది. అమూల్య ముద్దుగా ధన్యవాదాలు చెప్పింది. ఆ రాత్రి మంత్రిగారు అమూల్య చేతిమీదుగా వచ్చిన డ్రింక్ తీసుకుని, పార్ధసారధి పని చేస్తానని వాగ్దానం చేశాడు. అవసరమైతే బ్లాక్‌మేల్‌కి పనికి వస్తాయని పార్ధసారధి, అమూల్యతో ఉండగా మంత్రిగారిని రెండు ఫొటోలు లాగాడు. అమూల్య

బలవంతం మీద వెళ్ళిన గోపీచంద్‌కు అక్కడ వాతావరణం అసహ్యం కలుగజేసింది.

అమూల్య ప్రవర్తన, తన ప్రవర్తన రెండు కృంగదీశాయి.

"మేడమ్‌ను పిలిచావా!" కోమల వేదిక మీదికి వచ్చి అడిగింది.

"నేను పిలువలేదు. కుమార్ ఆహ్వానాలు పంపేవారి లిస్ట్‌లో ఆమె పేరుంది" అన్నాడు పొడిగా.

"బావా! నేను ఎక్కువగా చదువుకోలేదు. కాని జయప్రదాదేవి సహచర్యం వల్ల జీవితాన్ని బాగా చదివాను. ఏ జన్మ శతృత్వం ఇది. నీ పాటలంటే ఆమెకెంత ఇష్టమో నీకు తెలియదా!" అన్నది. ఆమె అలా నిలదీస్తుంటే జవాబు చెప్పలేక పోయాడు.

అతని మనసే అతడిని నిలదీసింది.

గిల్టీగా బయటికి వచ్చాడు.

"నీ గొంతులో గండు కోయిలలు కూస్తాయి చందూ!" అన్నమాటలు గుర్తుకు వచ్చాయి.

అశాంతిగా ఆ రాత్రంతా అమూల్య కోసం ఎదురు చూస్తూ కూర్చున్నాడు. మమ్మి మాత్రం ఇదేం పట్టనట్టు నిదురబోయింది. 'ప్రియమైన జయప్రదాదేవికి' 'గౌరవనీయులయిన జయప్రదాదేవికి' అదీ నచ్చలేదు. 'సాహితీ బంధు జయప్రదాదేవికి' అంటూ రక, రకాలుగా ఊహించి, చివరకు సింపుల్‌గా 'శ్రీమతి జయప్రదాదేవికి' అంటూ ఒక కాపీమీద వ్రాసి ప్రక్కన పెట్టాడు.మర్నాడు వెళ్ళి ఇవ్వాలనుకున్నాడు.

రెండు గంటల ప్రాంతంలో జీపు వచ్చి ఆగింది.

గోపీచంద్ కంగారుగా బయటికి వచ్చాడు.

"మేమేరా నీ పాటలు వినాలని పట్టుబడితే సాయంత్రం బయలుదేరాం. దార్లో జీపు చెడిపోయిందిరా" అన్నాడు శ్రీధర్.

గోపీచంద్ గుండెల్లో రాయి పడింది. కుంభవృష్టి కురిసినా మెలుకువ రాదు, మమ్మీకి. ముఖానికి నవ్వు పులుముకుని ఆహ్వానించాడు. తల్లి చేతిలోని పెట్టె అందుకున్నాడు.

24

"స్నేహితురాలట... స్నేహితురాలు! మురిసి ముక్కలయి పోవటానికేనా! మళ్ళీ బుద్ధి, జ్ఞానం వుంటే దాని ముఖం చూడవు" అంటున్నాడు భవాని భర్త.

ఇంట్లో ఏం తోచక, భవానిని చూద్దామని వచ్చింది జయప్రద. భవాని ఇల్లు ముఖద్వారం మూడు అడుగుల చిన్న సందులోకి తీసి ఉంది. కారు వెళ్ళదు. సందు చివరే కారాపి నడుస్తూ వెళ్ళింది. డేవిడ్‌కు జ్వరం. అందుకే తను తెచ్చింది. అతని మాటలు విని గుమ్మంలో ఆగిపోయింది.

"మీకు జయ అంటే ఎందుకండీ అంత కోపం! దానికి తెలిసి ఉండదు" భవాని నచ్చచెప్పాలని చూచింది.

"ఆహా! ఎంత బావుంది సమర్ధింపు. రవీంద్రభారతిలో ఫంక్షన్ జరిగింది, సావనీర్ వేశారు. 'గోపీచంద్ గీతాలు' పుస్తకాలు వేశారు. అది ఆవిడకు తెలియదు.." అన్నాడు.

"గోపీచంద్ గారే చేసుకున్నారేమో!"

"భవానీ! స్నేహితురాలన్న అభిమానం ఉండవచ్చు గాని, అభిమానానికి హద్దులుండాలి. నీ పుస్తకం అచ్చువేస్తామంటే నాల్గు అడ్వటైజ్ మెంట్లు ఇప్పించలేనిది, ఓ కార్యక్రమము నిర్వహించలేనిది, అతనికెలా చేసిందట. 'భవానీ ఆ పద్ధతులు నాకు నచ్చవు' అంటూ మొహమెప్పు మాటలు ఎందుకు చెప్పింది."

"జయను మీరు ఎరుగరు. తనకు నిజంగా ఇష్టం వుండవు."

"ఓ... స్త్రీలకు సహాయం చెయ్యటం ఇష్టం ఉండదేమో! యువకులయితే సహాయం చేస్తారు" వంకరగా నవ్వాడు.

"ఏమిటి, ఏమిటి మీరంటుంది?"

"అందరంటుందే! ఆ గోపీచంద్‌గాడితో కులుకుతూ సహాయం చేస్తుంది..."

"నోరు ముయ్యండి... మీరు... మీరు...నా భర్త అయి బ్రతికిపోయారు..." ఆదిశక్తిలా అరిచింది భవాని.

"కొడతావా! నీకు కూడా ఎవడినయినా చూస్తాను అన్నదా?"

"చూడండి నన్ను రెచ్చగొట్టవద్దు... నేను మనిషిని కాను."

"భవానీ! నువ్విప్పుడు మనిషిలా మాట్లాడుతున్నావా?" మెల్లగా వచ్చిన జయప్రద భవాని చేయి పట్టుకుంది.

"జయా... నువ్వు... నువ్వా?" భవాని ఆవేశం ఆవేదనగా మారి, అశృరూపంలో బయటికి వచ్చింది.

"ఛ... ఏమయిందనే ఏడుపు" కన్నీరు ఒత్తింది. దగ్గరలో వున్న బల్లమీద నుండి నీళ్లు తీసి ఇచ్చింది.

"వారు అన్నదాంట్లో తప్పేం లేదు. స్నేహితురాలిని అన్న ధీమాతో వచ్చిన నిన్ను ఆదరించలేకపోయాను. కాని గోపీచంద్‌కు మాత్రం నేను ఎలాంటి సహాయం చెయ్యలేదు."

"ఆ సంగతి నాకు తెలుసు" అన్నది గిల్టీగా.

"చూడండి అన్నగారూ! మీ ఆలోచనా పరిధిలో అలా అన్నారు దానికి నాకేం బాధలేదు. భవానికి లేని మాటలంటే కోపం వస్తుంది. దాన్ని రెచ్చగొట్టవద్దు" అన్నది నిదానంగా.

అతని తల వంగిపోయింది. జయప్రదాదేవి వస్తుందని అతను ఊహించలేదు. అందుకే స్వేచ్ఛగా అన్ని మాటలన్నాడు.

"భవాని సంగతి నాకు బాగా తెలుసు. అది ఏదిష్టపడుతుందో తెలుసు. మీకు అంతగా సరదాగా ఉంటే ఏర్పాటు చేస్తాను" అన్నది అతనివంక తిరిగి.

"జయా..." భవాని లేచి జయ చెయ్యిపట్టి లాగింది. ఇద్దరూ బయటికి వచ్చారు.

"మైగాడ్! కారు నువ్వు డ్రైవ్ చేస్తున్నావా? చంపేశావ్ పో. ఇంత మంచిమాటలు విని కారు నడుపగలవా!" అన్నది.

జయప్రద నవ్వింది. మనోహరంగా, అసహాయతలో ఆవేదన మిళితం చేసింది.

"ఇంతకంటే మంచిమాటలు మొన్న రఘు భార్య అనిపోయిందే! నువ్వేం దిగులుపడకు. నేను బండబారిపోయాను." అన్నది.

"ఆ గోపీచంద్‌కి బుద్ధి ఉందా!"

"భవానీ ! గీతలో ఏం చెప్పాడు. మనము చేసే ఏ పనికి ప్రతిఫలం ఆశించకూడదు. అతని గురించి మరిచిపో. అతని అసహాయత ఏమిటో" అన్నది శాంతంగా.

కారు మాత్రం అశాంతిగా ఎక్కింది. ఏదో చెయ్యాలి? ఏం చెయ్యాలి? అందరూ అనే మాటలు నిజం చెయ్యాలి. ఈ అశాంతి, ఈ మనుషుల్ని మరిచిపోవాలి తనేం ఆశించింది. ఆత్మీయత, ఆప్యాయత అదే కరువయింది.

"భగవాన్! నువ్వంటూ ఉంటే, ఇంత పక్షపాతం ఎందుకు చూపుతున్నావ్? ఆవేదనగా కణతలు నొక్కుకుంది. మెల్లగా డ్రైవ్ చేస్తుంటే అక్కడొక బార్ కనిపించింది. 'మహాత్మాగాంధీ మధిరాహౌస్' అబ్బ ఎంత చక్కటి పేరు.

మద్యపానం నిషేధం అన్న గాంధిగారు బ్రతికి ఉంటే ఏం చేసేవారు, ఏడ్చేవారు. ఉత్తగా కాదు, బావురుమని ఏడ్చేవారు. ఆమె కారు బార్ ముందు పార్క్ చేసి బార్‌లోకి నడిచింది. ఆమెకు మొదటిసారి ఓ సత్యం తెలిసింది. త్రాగటానికి కూడా కంపెనీ కావాలని. ఏ బల్ల దగ్గర ఒంటరిగా లేరు. ఇద్దరూ, ముగ్గురు అయిదారుగురు కూర్చుని, నవ్వుతూ, త్రుళ్ళుతూ త్రాగుతున్నారు. స్త్రీలు మాత్రం ఒకరిద్దరు వున్నారు.

వెళ్ళి ఒకమూల కూర్చుంది.

"ఎస్ మేడమ్..." వెయిటర్ వచ్చి నిల్చున్నాడు.

అతను ఎందుకో జయప్రద వంక వింతగా, చిత్రంగా చూచాడు.

ఏం చెప్పాలో తెలియలేదు. ఏ డ్రింక్‌తో బాగా మత్తు ఎక్కుతుందో తెలియదు.

"ఎనీ డ్రింక్..." అన్నది అస్పష్టంగా.

అతను అయిదు నిముషాలు తరువాత లిమ్కా తెచ్చాడు. ఆమెకు రిలీఫ్‌గా అనిపించింది.

ఒక సిప్ తీసుకుంది.

"హల్లో..."

తల ఎత్తి చూచింది. రాజు ఆమెవంక ఆశ్చర్యంగా చూచాడు. అతని వెంట మరో ఇద్దరు మగవారున్నారు.

"మిస్టర్ మెహతా, రాయ్.. ఈవిడే నా ఫైనాన్సర్ జయప్రదాదేవి" పరిచయం చేశాడు.

"నమస్తే..." ఇద్దరు ఒకేసారి అన్నారు.

"జయా! మన సరుకుకు ఆర్డర్ ఇవ్వటానికి మెహతా బాంబే నుండి, రాయ్ కలకత్తా నుండి వచ్చారు. మా జయప్రదాదేవి పరిసరాలు పరిశీలించటం హాబీ' అని వారికి చెప్పి, కుర్చీలలో కూర్చున్నాడు.

"జయా! ఏమిటి బార్‌లో కూర్చుని కూల్‌డ్రింక్ తీసుకుంటున్నావు?" అంతవరకు ఇంగ్లీషులో మాట్లాడిన మనిషి, తెలుగులో అడిగాడు.

"హాట్ డ్రింక్ కోసం వచ్చాను. మొదట పరిసరాలకు అలవాటు పడదామని..." అన్నది నవ్వుతూ.

"పరిహాసానికి హద్దులున్నాయి" అన్నాడు.

"నేను నీతో పరిహాసం ఆడానా!"

"జయా! ప్లీజ్..." అంతమాట వినలేనట్టున్నాయి.

"ఏమిటి రాజూ! నీవు త్రాగితే లేని తప్పు, నేను త్రాగితే వచ్చిందా!" అన్నది.

"నీవు దేనికో హర్ట్ అయ్యావు."

చిన్నగా నవ్విందామె.

రాజు అయోమయంగా చూచాడు. అవతల తన గెస్టులున్నారు. అతను ఏమార్దరు చేయాలని ఆలోచిస్తుండగా మరో మూల టేబుల్ దగ్గర గల్లంతు అయింది.

"ఎవరు? ఏమయింది?" అందరూ కంగారుగా లేచారు.

"పాత కేసే ఓభిశక్తమ్మ..." పెదవి విరిచాడో వెయిటర్.

"లీవ్..మి...ప్లీజ్ లీవ్‌మి... ఈ మగవాళ్ళంతా మోసగాళ్ళు. వాళ్ళను నమ్మొద్దు..." అంటూ బెంగాలీలో, హిందీలో తిడుతుంది. జయప్రదాదేవి లేచి అటు వెళ్ళింది. పమిటదారి పమిటది, చిరుగులు పట్టిన జాకెట్టు, చూడటానికి అసహ్యంగా వున్నది. రేగిపోయిన జుట్టు. చీరనిండా పప్పు ఒలికింది.

"మేడమ్... మీరు బయటికి వెళ్తారా!" వెయిటర్ అడిగాడు.

"ఓ...కె...ఓ....కె... ఒక్క పెగ్గు...ఓన్‌లీ ఒన్ పెగ్ ఐ వాంట్..."

"లాగి పారెయ్యండి..." మేనేజర్ కాబోలు ఆర్డర్ ఇచ్చాడు.

"ఆగండి..." జయప్రదాదేవి లేచి వచ్చింది. అందరి కళ్ళు ఆమెపై పడ్డాయి.. ముదురాకుపచ్చపై ప్రింటున్న కాశ్మీరు చీరలో నుండి, విచ్చిన గులాబీలా వుంది.

"ఆమె అడిగింది ఇచ్చి, బిల్ నాకియ్యండి" అన్నది.

"జయా..." రాజరాజు ఏదో చెప్పబోయాడు.

"మీరు పదండి రాజూ" అన్నది, మాట మధ్యలోనే త్రుంచేస్తూ. ఆమెనే పరీక్షగా చూచింది.

"థాంక్యూ సిస్టర్, థాంక్యూ వెరీమచ్! కంట్రీ సరుకు వేసుకున్నాను... కిక్ ఇవ్వటం లేదు..." అన్నది యెటో చూస్తూ హిందీలో.

జయప్రద జాలిగా చూచింది.

"నాకిప్పించు. నువ్వు... మాత్రం తాగకు. ఈ బార్ సన్యాసులు సభ్యత లేనివాళ్ళు... నా ఆస్తి!... అందం అంతా దీనికే అంకితం చేశాను... ఆట ... బిలీవ్ మి..." అంటూ హితబోధ మొదలుపెట్టింది.

వెయిటర్ డ్రింక్ తెచ్చి ఆమె ముందు పెట్టాడు.

"మేడమ్, మరిచిపోయి అడ్రసు ఇవ్వకండి. మిమ్మల్ని బ్రతుకనియ్యదు" అన్నాడు అతను.

"మేడమ్.... వాడి మాటలు నమ్మకండి.... నా దగ్గర డబ్బుండగా.... నా చుట్టూ 'మేడమ్... మేడమ్' అంటూ తిరిగారు..." అంటూ త్రాగింది.

"నన్ను పొగిడారు. బెంగాల్‌ను పొగిడారు... డబ్బు అయిపోయింది. అంతా అయిపోయింది... అంతా అయిపోయింది" బావురుమని ఏడ్చింది.

"ప్లీజ్... ఏడవకండి..."

"నాకు ఏడ్వాలని లేదు... నవ్వాలని.... సంతోషంగా ఉండాలని... ఈ హోటల్ వాళ్ళకు నా ఆస్తి దోచిపెట్టాను. ఆస్తి అయిపోయిన తరువాత నా అందం దోచారు... ఒక్కరని కాదు.... అందరూ ఏ మాత్రం భేదం లేకుండా..." ఆమె అరుస్తూ ఉపన్యసిస్తుంది. జయప్రదాదేవి వెనక్కు వచ్చి కూర్చుంది.

"డ్రింక్ ఆర్డర్ చేయనా?"

"మూడ్ లేదు రాజూ..." అన్నది అన్యమనస్కంగా.

"పాపం! లవ్ మేరేజట. అతను రెండేళ్ళు కాగానే మరో అమ్మాయి వెంటపడ్డాడు. ఈవిడకు పిచ్చి పట్టిందట. అప్పుడప్పుడు బార్‌లో దర్శనం ఇస్తుంది" అన్నాడు.

"కస్టమర్స్‌ను ఒక్క పెగ్గు పొయ్యమని చంపుతుంది సార్..." అన్నాడు వెయిటర్.

చేదుమాత్ర మింగినట్టయింది. జయప్రద రాజుకు చెప్పనయినా లేదు వచ్చి కార్లో కూర్చుని స్టార్ట్ చేసింది. అప్పటికి బాగా రాత్రయింది. వీధిలో దీపాలు వెలిగించారు.

ఆమెకు ఏమీ ఆలోచించాలని లేదు. నిదురమాత్ర వేసుకుని పడుకుంది.

"అమ్మ! భోజనం..."

"నాకు ఆకలిలేదు వెంకటమ్మా! మీరు తినెయ్యండి" అన్నది కళ్ళమీద చెయ్యి వేసుకుని.

"నేను చెప్పలేదు. అమ్మ భవానమ్మ ఇంటికి వెళ్ళింది. అక్కడ ఆమె తిననిదే వదిలి పెట్టదని..." అంటుంది పనిపిల్ల.

"భవానమ్మ ఇంటికెళ్తున్నానని నీకు చెప్పిందా?"

"చెప్పకపోయినా మనకు బాగా తెలుసు. భవానమ్మ ఇంటికి వెళ్తేనే బిస్కట్లు, పండ్లు తీసుకుని వెళ్తారు అమ్మ."

అప్పుడు గుర్తుకు వచ్చింది. భవాని పిల్లల కోసం తీసుకు పోయినవి కార్లోనే ఉన్నాయని. తను ఇంట్లోకి వెళ్ళగానే పిల్లలు కారు తాళం చెవులపై దాడి జరిపి, అన్నీ తీసుకు వెళ్తారు. మరి పిల్లలు కనిపించలేదు. అన్నీ లోపల పెట్టించాలనుకుని, నిదురలోకి జారిపోయింది.

మర్నాడుదయం ఆలస్యంగా లేచి, గార్డెన్‌లో బోగన్ విల్లా చెట్టుక్రింద కూర్చుని కాఫీ త్రాగుతుంది. బోగన్ విల్లా గుడిసెలా ఉంటుంది. అక్కడ కూర్చోవటం అంటే ఆమెకెంతో ఇష్టం.

"గుడ్‌మార్నింగ్ మేడమ్..."

"గుడ్‌మార్నింగ్..."

ఎదురుగా ఓభిశక్త నిలబడి వుంది

"ఓ... మీరా..." అని కుర్చీ చూపింది. ఎవరున్నా, లేకున్నా జయప్రదాదేవి కూర్చుంటే చుట్టూ కుర్చీలు వేస్తారు. పాట్ నిండుగా కాఫీ ఉంటుంది.

ఆమె కూర్చుంటూ, తనే కాఫీ ఒంపుకుంది.

"సారీ మేడమ్! వితవుట్ యువర్ పర్మిషన్ కాఫీ తీసుకున్నాను. నిన్నటి పెగ్గు తరువాత ఏం తినలేదు. అదే కడుపులో మండుతుంది" అన్నది.

"వెయిట్..." పని పిల్లలను కేకవేసి బిస్కట్లు తెప్పించి ఇచ్చింది.

ఆమె కాఫీ త్రాగింది. ఒక ప్యాకెట్ బిస్కట్లు లాగించేసింది.

"నేనంటే అసహ్యం కలగటం లేదూ?"

"మిమ్మల్ని ఈ స్థితికి ఈడ్చిన వ్యక్తి అంటే అసహ్యం కల్గుతుంది."

"అయితే నా కథ, మీకు చెప్పారన్నమాట. అసలు కథ అయితే ఫరవాలేదు. హరికథలు చెప్తారు..." అంటు రొంటినుండి, ఓ సిగరెట్టు ముక్క తీసి కాల్చింది.

"ఈ అలవాటు కూడా ఉందా అని ఆశ్చర్య పోతున్నారా! మగాడికుండే అలవాట్లన్నీ చేసుకున్నాను. త్రాగుతాను, దొంగతనం చేస్తాను, వ్యభిచరిస్తాను, సిగరెట్లు కాలుస్తాను, మోసం చేస్తాను, అబద్ధాలు ఆడతాను.... బైద వే ఇప్పుడు మాత్రం నిజమే చెబుతున్నాను" అన్నది సిగరెట్టు పొగ పీల్చి గుప్పు, గుప్పున వదులుతూ.

"ఇవన్నీ మగాడిని సాధించాలనే అలవాటు చేసుకున్నారా!"

"అవును.... కాని ఆలస్యంగా అర్థం అయిందేమిటంటే నన్ను నేనే పతనం చేసుకున్నానని..." అన్నది యెటో చూస్తూ.

"మేడమ్. ఈ ప్రపంచం బహు చిత్రం అయింది. మన డబ్బు, మన అందం చూపి జనాన్ని కుక్కల్లా తిప్పుకోవాలి. వారికి పంచుదామనుకున్నారా! అంతే సంగతులు పలుచనయిపోతారు..." అన్నది నవ్వుతూ.

"టూకీగా మీ నోటంట మీ కథ చెప్పండి."

"ఓ...కె. ఇంత ఇంటరెస్ట్‌గా అడిగిన వారు మీరు ఒక్కరే. మా నాన్న సుబోధ్ చక్రవర్తి. రచయిత, సినిమాలకు వ్రాస్తారు. చిన్నప్పుడే అమ్మ పోయింది.

గారాబం ఎక్కువయింది. కావలసినంత డబ్బు. పైలా పచ్చీసుగా ఉన్న రోజులలో నాన్న ఆంధ్రవనితను వివాహం చేసుకున్నాడు. హైద్రాబాద్ వచ్చాం. నాన్న కొద్దిరోజులకే పోయారు. పిన్ని వుంది. మీలాగే జాలిపడి అప్పుడప్పుడు డబ్బిస్తుంది. ఆమెను బంధువులు తీసుకువెళ్ళారు. నా ఆస్తి, అందం చూచి, మగవాళ్లు వెంటబడ్డారు. అది నిజం అనుకున్నాను. అందులో శ్రీకాంత్ అందగాడు. నా అందం, నా ఆస్తి, అంటే ఆరాధన. నేను లేనిది జీవితం లేదన్నాడు. నేను నిజం అని నమ్మాను. అతనికోసం నా సర్వస్వం ధారపోశాను. అతని చెల్లెళ్ళ పెళ్ళి కోసం నా డబ్బు విచ్చలవిడిగా ఖర్చుపెట్టాను. నాదన్నది ఏం మిగుల్చుకోలేదు. అప్పుడు తనను ఇంకో అమ్మాయి ప్రేమించిందని, ఆమెను వివాహం చేసుకున్నాడు. రోషంతో బయటికి వచ్చాను. చేతిలో పైసాలేదు. వ్యభిచారం వృత్తి, త్రాగుడు హాబీగా స్వీకరించాను..." ఉన్నట్టుండి భోరున ఏడ్చింది ఓభిశక్త.

"ఛ....ఛ....ఊరుకోండి..."

"నాకు... ఆనాడు ఏం తెలియలేదు. ఒకొక్క మగవాడికి నా అందం అనే గేలం వేస్తూ మురిసిపోయాను. ఆ గాలం నా మెడకే పడింది. అన్నీ కోల్పోయాను. ఆరోగ్యం కోల్పోయాను. నన్ను చూస్తే అందరూ అసహ్యించు కుంటారు, ఏవగించుకుంటారు. మీరు... మీరు కరుణతో పలుకరించారు. నాలో కరుడుగట్టిన ప్రతీకారం కన్నీరయింది.... అంతే..." అన్నది భుజాలకు కళ్ళు తుడుచుకుని.

"ఓభిశక్తా! నా వల్ల మీకేదయినా సహాయం కావాలంటే తప్పక చేస్తాను" అన్నది జయప్రద ఆర్తిగా చూస్తూ.

"సహాయం! ఇలా చల్లగా పలుకరించి, సలహాలు ఇచ్చేవారుంటే ఏనాడో బాగుపడేదాన్నేమో... ఇప్పుడు ఎవ్వరూ, ఏం చేయలేరు" అన్నది విచారంగా.

"ప్రయత్నం చేద్దాం. మీరు మొదట స్నానం చేసి ఫలహారం చెయ్యండి" అన్నది. వెంకటమ్మను పిలిచి, స్నానానికి ఏర్పాటు చెయ్యమన్నది. తను లేచింది.

గంట తరువాత ఇద్దరూ డైనింగ్ టేబుల్ దగ్గర కలుసుకున్నారు.

"అమ్మా..." వెంకటమ్మ పిలిచింది.

"ఏమిటి?" కూర్చునేదల్లా వంటింటి వైపు నడిచింది.

"ఆ యమ్మ ఎవరోగాని వంటినిండా రోగమేనమ్మా... అయ్యో అర్థం కాలేదా! సుఖరోగం తల్లీ" అన్నది.

తల పంకించి బయటికి వచ్చింది.

"కమాన్ ఓభిశక్తగారూ!" హిందీలో పిలిచింది.

ఇద్దరూ కూర్చున్నారు. వెండి పళ్ళెంలో జయప్రదకు పెట్టింది దోసె. ఓభిశక్తకు గాజు పళ్ళెంలో పెట్టింది.

"అతిధులున్నప్పుడు, అందరికీ గాజు పళ్ళెంలో పెట్టాలి వెంకటమ్మా" అన్నది.

వెంకటమ్మ విననట్టే వెళ్ళిపోయింది. ఎన్ని రోజులనుండో భోజనం చేయనట్టు భోజనం ముగించింది.

జాలిగా చూచింది జయప్రదాదేవి.

ఇద్దరూ డ్రాయింగ్ రూమ్‌లో కూర్చున్నారు. స్నానం చేశాక మరింత రంగు తేలింది ఓభిశక్త.

"మీరు ఏదయినా నర్సింగ్ హోమ్‌లో చేరి మొదట ట్రీట్‌మెంటు తీసుకోండి" అన్నది జయప్రద.

"నాపై మీకెందుకింత దయ..." ఓభిశక్త కళ్ళల్లో నీరూరింది.

"మీరు నాకెంతో ఉపకారం చేశారు. అదేమిటో తరువాత చెబుతాను" అన్నది లేచి డేవిడ్‌ను కేక వేసి, వివరాలు చెప్పి, ఓభిశక్తను చేర్పించమన్నది.

వెంకటమ్మ నాల్గు చీరలు, రెండు లంగాలు ఓ ప్లాస్టిక్ సంచీలో తెచ్చి ఇచ్చింది.

ఓభిశక్త ఆశ్చర్యంగా చూచింది.

"ఓభిశక్త గారూ! ఈ జీవితమే ఓ పెద్ద జూదం! ఓటమి, గెలుపు రెండు ఉంటాయి. ఓటమి కూడా గెలుపులా స్వీకరించాలి. విష్ యు బెస్టాఫ్‌లక్..."

ఆమెను పంపించిన రెండు మూడు రోజులకు ఒక సాయంత్రం రవీంద్రుడు రచించిన సుభ చదువుతుంది.

"రఘువీర్ అయ్యగారి ఫోన్ అమ్మా..."

"లేనని చెప్పు" అన్నది. అయిదు సెకెండ్లలో మళ్ళీ వచ్చింది.

"అదేమిటో... పేరు.. ఓబి...శక్తి గురించి మాట్లాడాలంటమ్మా."

జయప్రదాదేవి లేచింది. ఆమె అలవాటుగా ఫోన్ అందుకుంది.

"హల్లో దేవి హియర్!"

"దేవి ఎవరో గాని డాక్టర్ రఘువీర్ హియర్! మేడమ్, మీరు చేర్పించిన పేషెంటు గురించే చెప్పాలి. ఆమె గారు తమరిచ్చిన చీరలు ఆయాలకిచ్చి, రెండు రూపాయలు అడుక్కుని చిత్తుగా త్రాగింది."

"డాక్టరుగారూ! ఎంత చూచినా పది రూపాయలు రావు. ఇక అమ్మడానికేం లేవుగా..."

"సారీ మేడమ్! మీకు బాధగా ఉంటుంది. మేల్ నర్స్‌తో అసభ్యంగా మాట్లాడి డబ్బుడిగిందట."

"ఐసీ! మీరీ ప్రయత్నం చెయ్యండి, తరువాత ఆలోచించుదాం" అని ఫోన్ పెట్టేసింది. అలాగే చాలాసేపు కూర్చుంది.

"జయా... నన్ను.. నన్ను.. క్షమించవే..." భవాని వచ్చి, ఆమె భుజంపై తలవాల్చింది. జయ హృదయం భారంగా ఉంది. ఒక్కమాట మాట్లాడలేక పోయింది. తరువాత ఓభిశక్త కథ చెప్పింది.

25

అమూల్య చాలా సంతోషంగా ఇంటికి వచ్చింది. ఈ బందిఖానా లాంటి జీవితం నుండి విముక్తి పొందాలని ఉంది. అది నెరవేరబోతుంది. చేతిలో ఉత్తరం పదే, పదే ముద్దు పెట్టుకుంది. రంగారావు పోలీస్ డిపార్ట్‌మెంటులో పని చేశాడు. అతనికి ఆ దర్పం ఇంకా పోలేదు. అతను ఉండగానే ముందు గదిలో తల్లి, కూతుళ్ళు విచ్చలవిడిగా తిరుగుతూ, పడుకోవటం ఏ మాత్రం నచ్చలేదు.

కాని కొడుకు కచ్చితంగా చెప్పాడాయె తన కాబోయే భార్యని. ఏమనలేక రంగారావు ఇంటికి దగ్గరలో వున్న ఆలయ ప్రాంగణంలో గడుపుతున్నాడు.

"కాఫీ ఉందా!" అమూల్య అడిగింది.

"ఉందమ్మా?" శారదమ్మ కాఫీ ఇచ్చింది ఆ పిల్ల అడిగే తీరుకు తను హర్ట్ అయినా బయటికి కనిపించనీయలేదు. కాఫీ ఇచ్చింది.

"అబ్బ! మమ్మీ, గోపీకి బుర్ర లేదు. ఇంకా ఇంటికి రాలేదు..."

"ఆదివారమే కదా."

"అదే...ఆ సావనీర్ లెక్కలు చూచుకుంటే, మనము ప్లైటులో వెళ్ళేది ట్రైనులో వెళ్ళేది తెలిపోతుంది" అన్నది.

ఇద్దరు అలా కూర్చుని ఉండగా నీరసంగా కాళ్ళీడ్చుకుంటూ వచ్చాడు గోపీచంద్.

"ఏమయింది గోపీ, యెంత మిగిలింది.

"కొండంత నిరాశ మిగిలింది. మూడు వందల పుస్తకాలు మిగిలాయి!"

"సరిగ్గా చెప్పరాదూ!"

"నిజమే చెబుతున్నాను అమూల్యా! అతను చూపిన లెక్కలు చూచి మతిపోయింది" అన్నాడు.

"వివరాలు అడిగి బుద్ధి చెప్పాల్సింది."

"ఇంకాసేపుంటే అతనే నాకు బుద్ధి చెప్పేవాడు" ఖర్చులు వ్రాసి తెచ్చిన కాగితం ఆమెకిచ్చాడు.

అది చూచి అమూల్యకు మతిపోయింది.

"రెండు వందలయాభై రూపాయల పూలదండలా!"

"మరి... మురిసిపోతూ, నువ్వూ వేశావుగా ఓ దండ." అన్నాడు.

"ట్రాన్స్‌పోర్ట్ ఛార్జీలు నాల్గు వందలా!"

"అవునట. వారి మెంబర్స్ ఎవ్వరూ బస్సులో, సైకిళ్ళమీద తిరుగరట." అన్నాడు.

అన్నీ అలాంటి లెక్కలే.

అమూల్య కోపంగా కాగితం నేలకేసి కొట్టింది.

"ఈ కాగితం తీసుకుని వచ్చేశావా?"

"మరేం చెయ్యను! అతనితో పోట్లాడనా!" అన్నాడు అసలే కుమార్ మాటలకు, నిర్లక్ష్యానికి విసిగిపోయిన గోపీచంద్, అమూల్య మాటలకు మండిపడ్డాడు.

"ఛ...ఛ...నిన్ను నమ్ముకోవటం నాదే బుద్ధితక్కువ, మేము వెళ్ళి పోతున్నాము గోపీ..." అన్నది అటు ముఖం పెట్టి.

"ఎక్కడికి?"

"మద్రాసు వెళ్ళిపోతాను. ఈ రెండు గదులలో ఊపిరి ఆడనట్టు ఉంటుంది. ఒక సినిమా చూడాలన్నా భయపడాలి, ఒక్క పైసా ఖర్చు పెట్టాలన్నా భయపడాలి. బోర్‌గా ఉంది" అన్నది.

"ఎన్నాళ్ళు తప్పించుకుంటావ్? జీవితాంతం భరించాల్సిందే."

"ఎందుకు భరించాలి! అంత అవసరం నాకేం లేదు." అన్నది.

"అసలు నీ ఉద్దేశం ఏమిటి?"

"ఏమిటి బాబూ! స్నేహితుడిలా కొన్ని రోజులు ఆదుకోగానే అమ్మాయిపై అన్ని అధికారాలున్నట్టు నిలదీస్తున్నావు. అమ్మాయికి మద్రాసులో మంచి సంబంధం కుదిరింది. మొన్నటి సావనీరు మీద ఏదయినా మిగిలితే పెళ్ళి ఖర్చుకు వస్తుందని ఆశించాను" అన్నది మమ్మీ.

గోపీచంద్ తల విదిలించాడు.

తను వింటుందేమిటి?

"వెళ్ళి టికెట్టు కొనుక్కుందాం పదవే బేబీ!" అన్నదావిడ.

"నువ్వెళ్ళి తీసుకురా మమ్మీ! నాకు బస్సుల్లో ఆటోలలో తిరగాలంటే పరమ బోరు." అన్నది.

"నా తల్లీ ఇంకెన్నో రోజులు అవస్థలేదే, ఇంపోర్టెడ్ కార్లలో తిరుగుదువు" ఆవిడ మెటికలు విరిచి కూతురి బుగ్గలు పుణికింది.

గోపీ బయట గదిలో, శారదమ్మ లోపలి గదిలో అయోమయంగా నిలబడ్డారు."

"మమ్మీ! ఫస్ట్‌క్లాసు టికెట్టు కొను మమ్మీ! పార్ధు ఇస్తాడు" అన్నది.

"అలాగే బేబీ" అన్నది.

గోపీచంద్‌కు అర్ధం అయి, అర్ధంకానట్టుంది.

"పార్ధసారధిని వివాహం చేసుకుంటావా?"

"మరి! నిన్ను చేసుకుంటాననుకున్నావా! పార్ధసారధికి ఎన్ని కార్లున్నాయో తెలుసా! పెద్ద, పెద్ద బంగళాలు"

"అతని వయసు ఏమిటో ఆలోచించావా!"

"వయసా!" భళ్ళున, గాజుగంపలో రాళ్ళు పడ్డట్టు నవ్విందామె.

"గోపీ! నీవు వయసులో ఉన్న కుర్రాడినని మురిసిపోతున్నావు. నీ అంత నీరసుడిని ఎక్కడ చూడలేదు. మాటల్లో సరసం లేదు, పార్ధును చూడు" అన్నది అమూల్య.

గోపీకి కోపం రాలేదు. నవ్వు వచ్చింది. 'పార్ధు.... పార్ధుట" అనుకున్నాడు హేళనగా.

అతనికి నోటివరకు వచ్చింది, తనను ఎందుకు వంచించావని? కాని అబద్ధాలు మాట్లాడేవారు, ఆశలతో బ్రతికేవారు వీటన్నిటిని లెక్కపెట్టరు. ఆ సంగతి తెలిసి అతను తన కోపం దిగమింగాడు.

"థాంక్స్ ఫర్ యువర్ కాంప్లిమెంటు" అన్నాడు.

"వేళాకోళమా!"

"కాదు. నిజంగా చెబుతున్నాను. మనిషిలో యెంత స్వార్ధం ఉందో అంచనా వేస్తున్నాను. శ్రవణ్, అతని తండ్రి అన్న మాటలు గుర్తుకు వచ్చాయి" అన్నాడు.

చేస్తున్న పని వదిలివేసి, రోషంగా వచ్చింది.

"ఏమన్నారు?"

"నీకు డబ్బు తప్ప ఆత్మీయత, అనురాగం తెలియవని" అన్నాడు, ఆమెనే చూస్తూ.

"నా బిడ్డను అంతమాటన్నాడా అందుకే పొద్దున్నే చచ్చాడు" మెటికలు విరిచింది మమ్మి.

"పుణ్యాత్ములు త్వరగా చస్తారన్న సామెత ఉంది" అన్నాడు.

"అయ్యో.... ఎంతమాటన్నావ్, రెండు మూడు నెలలు ఇంత ముద్ద పడేశానన్న అహంకారంతోనేనా ఈ మాటలంటుంది."

"ముద్ద పడేశాడు, తేరగా కాదు మమ్మీ, నువ్వు వంట చేశావు."

"అవును. నా మగడు బ్రతికిన రోజుల్లోకూడా ఈ వెధవ చాకిరీ చేయలేదు."

"ఎవరికోసం చేశారు? మీరిద్దరికి వండుకున్నారు. నాకూ అందులోదే ఇంత పెట్టారేమో" అన్నాడు కోపంగా.

"షటప్! మా అమ్మను అలా మాట్లాడటానికి సిగ్గు లేదూ! అసలు నువ్వు మనిషివేనా!మమ్మల్ని అందలమెక్కించినట్టు మాట్లాడుతావేం? అనాథ ఆశ్రమంలో వేసినట్టు ఇంత కూడు పడేశావేమో, దానికే ఇంతగా మాట్లాడుతావా!" అమూల్య ఆడపులిలా లేచింది.

"నాకున్నది పెట్టేను..."

"గోపీ, ఏమిటి నాయనా! అలగాజనంలా!" శారదమ్మ అన్నది.

"ఎవర్ని అంటున్నావు. మేము అలగా జనమా!" మమ్మి కోపంగా అడిగింది.

"మేము నిన్ను అనలేదు తల్లీ! నా కొడుకుని బెదిరిస్తున్నాను" అన్నది.

"మేము అంటున్నావు, మీరంటే యెందరేమిటి?" అమూల్య వెక్కిరించింది.

శారదమ్మ ఏమో మాట్లాడబోయింది. గోపీచంద్ ఆపాడు ఆమెను. తనే శాంతంగా అడిగాడు.

"ఒక్క ప్రశ్నకు జవాబు చెప్పు అమూల్యా!"

"ఏమిటా విలువయిన ప్రశ్న." అన్నది ఇటు తిరగకుండానే.

"నాపై ఎలాంటి అభిప్రాయం లేనిదే నాతో యెందుకు వచ్చావ్! నా ఇంట్లో యెందుకున్నావ్?"

"ఒక స్నేహితుడుగా, శ్రవణ్ శ్రేయోభిలాషిగా భావించాను."

"అలాంటప్పుడు నీ డబ్బు వచ్చిన తరువాత వెళ్ళి పోలేదేం?"

"ఓహో! మమ్మల్ని పోషించానని చెప్పటమా! నీకు ఉడకేసి పెట్టేవారు లేరని" అన్నది మమ్మి.

"ఛీ... ఆ మాట అనటానికి సిగ్గుండాలి. నేను మిమ్మల్ని పిలిచానా! నాకు వండిపెట్టమని అన్నానా!"

"షటప్! మా అమ్మను అనటానికి యెన్ని గుండెలు!"

"యు షటప్ నా ఇంట్లో ఉండి నన్నంటావా! నన్ను ఫూల్‌ను చేసి బాగుపడి పోవాలనా! యెక్కడో దెబ్బతింటావ్?"

"నీ ఇల్లు! స్వంత ఇల్లయితే ఇంకెంత గర్వపడేవాడివో నాయనా, యెంతవారికంత..." నిరసనగా అన్నది మమ్మి.

"ఛీ... మీతో మాట్లాడటం నాదే బుద్ధితక్కువ." అతను చర, చర బయటికి వెళ్ళిపోయాడు. వారిని గురించి మంచి అభిప్రాయం సడలింది కాని ఇంతకు దిగజారిపోతారనుకోలేదు.

శ్రవణ్ తండ్రి అతని కళ్ళముందు తిరిగాడు.

అతను నిట్టూర్చాడు. అందమైన రూపుకు యెంత స్వార్థం ఇచ్చాడు.

ఆమె అందాన్ని ఆరాధించాడు.

"ఆడదాన్ని యెక్కడ దొరికితే అక్కడ నొక్కెయ్యాలి బ్రదర్" అన్నాడు కన్నన్ రైల్లో. అప్పుడు పచ్చిగాను, బూతుగా వినిపించింది. ఇప్పుడది నిజం అయింది.

నీరసుడట.... నీరసుడు! ఒక్కసారి వెనక్కు వెళ్ళి నల్లిని నలిపినట్టు నలిపి నాశనం చెయ్యాలనిపించింది.

"రాజూ! భార్యలమీదేనా మీ ప్రతాపం! వారిని మీరు కొట్టినా మళ్ళీ కొట్టలేరు. స్త్రీ శారీరకంగా అబలే" అని నవ్వేది జయప్రదాదేవి. రాజు ఎప్పుడయినా తన గోడు చెబితే.

'జయప్రదాదేవి... నన్ను... నన్ను క్షమించండి' అనుకుని టప్, టప్ మని లెంపలు వాయించుకున్నాడు.

అతనికి ఆశాభంగం భరించరానిదిగా ఉన్నా, జీవితాంతం అమూల్యను తను భరించలేదు. ఏది జరిగినా మన మంచికే అనుకోవాలి. అతను పిచ్చిగా రోడ్లు పట్టుకు తిరిగాడు. మెల్లగా జయప్రదాదేవి ఇంటికి వెళ్ళాడు. అప్పటికి చీకటి పడింది. ఆ ప్రశాంత వాతావరణంలో జయప్రదాదేవి గదిలో నుండి ఎమ్.ఎస్. సుబ్బలక్ష్మి గొంతు శ్రావ్యంగా, సుమధురంగా వినిపిస్తుంది.

"జో అచ్చుతానంద జోజో ముకుందా!లాలి పరమానంద లాలి గోవిందా!"

ఏది పాడినా వినసొంపుగా పాడుతుంది. అతనికి ఆమె ఇంట్లోకి వెళ్ళే ధైర్యం చాలలేదు, మెల్లగా బయటికి వచ్చేస్తుంటే తోటమాలి చూచాడు.

"ఎవరూ! గోపీ బాబేనా!" సంబరంగా అడిగాడు.

"ఆఁ..." అన్నాడు గిల్టీగా.

"చాలా రోజులకొచ్చావేం బాబూ!" ఆప్యాయంగా పలుకరించి, చేతిలో ఉన్న దోర జామకాయ ఇచ్చాడు.

"నేను ఊళ్ళో లేను..." అన్నాడు.

ఆ ఇంట్లో పనివారు కూడా ఆప్యాయంగా ఆదరణగానే పలుకరిస్తారు. బోగన్‌విల్లా మొక్కలు, అశోక చెట్టు కూడా పలుకరిస్తున్నాయా అనిపిస్తుంది.

ప్రతీ పువ్వూ, ప్రతీ మొక్క స్వాగతం పలుకుతున్నట్టు ఉంటుంది. అక్కడ తనలాంటి స్వార్ధపరులకు స్థానం లేదు.

"మా పెద్ద మనవరాలు పెళ్లి చేసింది బాబూ అమ్మాయిగారు. రెండో అమ్మాయి పేర బేంకులో డబ్బులు వేసింది. నా తల్లిని పిల్లాపాపలతో చల్లగా ఉండాలని దీవించాలని ఉంటుంది. ఆ అదుష్టం లేదు" అతను కళ్లు వత్తుకున్నాడు.

"ఆ ముసలాడికున్న కృతజ్ఞత తనకు లేకపోయింది. చర, చర బయటికి వచ్చాడు. అమూల్య అనే మోహం, మాయ తన కళ్ళను కప్పేసింది.

తనెంత మోసపోయాడు. అతను ఎదురుగా కనిపించిన పార్కులో కూర్చున్నాడు. లోపల రేగిన అగ్నికి బయటి చల్లగాలి సోకి శాంత పరచలేక పోయింది.

26

"అమ్మా! ఏమిటిదంతా?"

ఇంటినిండా విరజిమ్మబడిన వస్తు సముదాయాన్ని చూచాడు.

"వాళ్ళు వెళ్ళిపోయారు."

"వెళ్తూ ఇలా విరజిమ్మి వెళ్ళారా!"

"అంతేనా నాయనా! ఆ కుమార్‌తో చేరి డబ్బంతా నీవు కొట్టేశావుట. అబ్బ, అమ్మాయి అందంగా ఉందిరా, నోరు విప్పితే కంపే కదా" అన్నదామె వస్తువులు సర్దుతూ.

ఎక్కడికి వెళ్ళి వుంటారు!

"మెరిసేదంతా మేలిమి కాదు.." గొణుక్కుని, తన కాళ్ళ దగ్గర పడిన వస్తువులు ఎత్తి పెట్టాడు. అతని సూట్‌కేస్ సర్దబోయాడు. తన సూట్ కేసుతో

ఆమెకేం పని! అప్పుడు గుర్తుకు వచ్చిది. ఆమె వస్తువులు కొన్ని మిగిలిపోతే మద్రాసు నుండి వస్తూ, వస్తూ తీసుకువచ్చాడు.

అతనికి సూటుకేసు అడుగున ఉన్న అందమైన అక్షరాలతో ఉన్న ఉత్తరాలు కనిపించాయి. అవి తీసుకుని కూర్చున్నాడు.

"గోపీ! వచ్చాక పద్మ దగ్గరకు వెళ్ళలేదురా. అదసలే నిష్ఠూరాలు వేస్తుంది" అన్నదామె.

"వెళ్ళిరా..." అన్నాడు, ఉత్తరం విప్పుతూ.

"డియర్ చెందూ!

ఏమిటి! మద్రాసువెళ్ళి మమ్మల్ని మరిచిపోయావా! ఒక్క విషయం చెందూ, నాపట్ల నీకు ఎలాంటి భావముందో కాని నీపట్ల నాకు ఆత్మీయత, అభిమానం ఉన్నాయి. ఆ అభిమానానికి నిర్వచనం చెప్పలేనేమో. ఒక్క ఉత్తరం వ్రాయి గోపీ, ఎందుకో తెలుసా ! నా శాంతికోసం.

ఇట్లు

జయప్రద

అది రెండవసారి ఆమె వ్రాసిన ఉత్తరం. అతను మాట్లాడక ఆదుర్దాగా మరో ఉత్తరం విప్పాడు.

ఏమిటి చెందూ!

ఏమిటీ మౌనం!

నేను వద్దనుకున్నా వెంటపడి వ్రాస్తున్నాననుకుంటున్నావా! నాకు తెలుసు, నీకు పని ఎక్కువ అయి ఉంటుంది. ఎంత పని ఉన్నా నిత్యకృత్యాలు మరిచి పోతామా! అలాగే ఉత్తరాలు వ్రాయటం అలవరుచుకోవాలి. అక్కడంతా కొబ్బెరమయం. నీకు భోజనం సౌకర్యంగా దొరుకుతుందా? వివరాలతో ఉత్తరం వ్రాస్తే నా కాలంలో అయిదు నిమిషాలు సద్వినియోగం అయ్యాయని తలుస్తాను. నీ గొంతులో గండుకోయిలలు కూయాలని, నీ కలంలో అమృత ధారలు ఆవిష్కరించాలని కోరుతూ...

మేడమ్

'మేడమ్... మేడమ్... మీరు రచయిత కాకపోయినా నా హృదయంలోని భావాలు చెప్పగల్గినారు. నేను చెప్పలేకపోయాను.ప్రతి నిముషం, ప్రతి పనిలో మీరు గుర్తుకు వచ్చారంటే నమ్మలేరు...' అని అతని హృదయం ఆక్రోశించింది.

తన హృదయం భగ, భగ మండుతున్న కొలిమిలా ఉంది. అమూల్య ఒక్కొక్క మాట ఆ కొలిమిని మండించినట్టు ఉంది.

అది చల్లారాలంటే ఒక్కటి, ఒక్క పిలుపు చాలు.

'చెందూ!' అంటే అమృతధారలు కురిసిపోవూ!

అప్రయత్నంగా అతని కళ్ళలో నీరూరింది.

మరో ఉత్తరం విప్పాడు.

చెందూ!

ఇది పదో ఉత్తరం. ఎందుకు జవాబు వ్రాయవు? నీకు కోపం రావటానికి కారణం. అవకాశం లేదు. నాకొక్కటే అనిపిస్తుంది. పరిచయం పెంచుకుంటే ప్రమాదానికి దారి తీస్తుందని భయపడుతున్నావు. లేదా నీపై ప్రత్యేకఅభిమానం ఏమిటి అని నా అభిమానానికి చట్రం వెతుకుతూ అయినా ఉండాలి. ప్రేమ బహుముఖాలుగా పయనిస్తుంది చెందూ! ఒక గంభీరమైన వ్యక్తిని చూస్తే చేతులెత్తి నమస్కరించాలనిపిస్తుంది. ఒక వృద్ధుడిని చూస్తే ఆర్తితో గుండె నీరయి, అతనికి చేయూతనిస్తాం. పసిపాపలను చూస్తే హృదయానికి హత్తుకుని ముద్దు చేయాలనిపిస్తుంది. మనకంటే చిన్నవారిని చూస్తే ఆత్మీయతతో అక్కున చేర్చుకోవాలనిపిస్తుంది. అలాగే రోగిష్టులను చూస్తే జాలితో సేవ చేయాలనిపిస్తుంది. ఒక్కొక్క వ్యక్తి పట్ల, ఒకొక్క రకమైన అనుభూతి ఉంటుంది. నా చుట్టూ తిరిగే యువకులు నన్ను అభిమానిస్తారు, ఆరాధిస్తారు. అందరి ఆరాధనకు స్పందన కలుగదు అది గుర్తించాలి. చెందూ! నేను పని లేనిదాన్ని, నీ సమయం చాలా తీసుకున్నాను. కవితలు వ్రాయటం ఆపకు, పాటలు ప్రాక్టీసుచెయ్యి.

నా ఒంటరితనంలో, మీ ఉత్తరాలు తోడని జవాబు వ్రాయమన్నాను. మీకు వీలు లేకపోతే వ్రాయవద్దు. నీవు క్షేమంగా ఉంటే చాలు.

ఇట్లు

జయ

అప్రయత్నంగా అతని కళ్లు చమర్చాయి. తను యెంత మూర్ఖుడు. యెందుకు ఈ ఉత్తరాలు చదవలేదూ యెంత నిర్లక్ష్యం చేశాడు! తను ఆమె ముందు నిలబడే అర్హత లేనివాడు. అయినా తనకున్న ఒకే ఒక వరం, అవకాశం,

కళ ఏదయినా ఆమెకి చేరువుగా తీసుకు వెళ్ళింది. ఆమె యెంత అశాంతిగా వ్రాసిందో ఆ సంబోధన చూస్తే అర్థం అవుతుంది. ఒకసారి మీరు అని ఒకసారి నీవు అంటూ వ్రాసింది.

మరో ఉత్తరం విప్పాడు.

ప్రియమైన చందూ!

నీవు ఉత్తరాలు యెందుకు వ్రాయటం లేదో ఊహించగలను. నా అంతస్తు అడ్డు వస్తుంది. అందుకే ఇంకా ముందుకు పోరాదని జాగ్రత్త పడుతున్నావు. అదేం అడ్డుకాదు చెందూ! అలాగే నా చుట్టూ తిరిగే వారందరితో స్నేహాలు చేస్తున్నాను. అలాగే నీతో అనుకుంటావు, అవునుకదూ! అలాంటి సంకోచాలు పెట్టుకోవద్దు.

ఒకరోజు పడిపోతుంటే చేయూతనిచ్చావు. నాకిప్పుడు అలాంటి చేయూత కావాలి. ఈ ఆస్తి, నా పాలిట శాపం అయింది. అటు నాన్నవైపు బంధువులు, ఇటు అత్తయ్య ఆప్తులు నాపై దావా వేశారు. వాళ్ళకంతా వదిలిపోదాం అనిపిస్తుంది కాని, బెదిరించి ఆస్తి హస్తగతం చేసుకునేవారికి అవకాశం ఇవ్వను. నాకంటూ సంతానం ఉంటే యెవరి పేచీ ఉండదట. నా అంతస్తుకు తగినవారు, నా ఆస్తి ఆశించిన వారు వస్తారు. నాకు కావల్సింది అదికాదు. నేను అభిమానించే వ్యక్తి.

ఏమిటి ఈవిడ ఇలా వ్రాసిందని అనుకుంటున్నావా చెందూ! ప్రేమ గుడ్డిదంటారు. గుడ్డిగా మాత్రం ఈ నిర్ణయం తీసుకోలేదు. నీకు అనుమానాలుంటే స్పష్టంగా వ్రాయి. అయిష్టం అయినా ఫరవాలేదు. స్నేహితులుగా మిగిలిపోదాం.

ఇట్లు,

జయ

ఉత్తరం పూర్తి అయ్యేసరికి అతని కళ్ళు అశృపూరితాలయ్యాయి.

"మేడమ్... మేడమ్... నాకు... అంత పెద్ద వరం ప్రసాదించారా?"

అతను ఆ క్షణంలో వెళ్ళి జయప్రదాదేవి ముందు వాలిపోదాం అనుకున్నాడు.

సువాసనలు వెదజల్లే సుగంధ ప్రసూనాన్ని వదిలి కాగితం పూవుకై పరుగెత్తిన మూర్ఖుడు తాను.

దానిపై ఉన్న మరో ఉత్తరం విప్పాడు.

చెందూ!

అందరికి తన విషయాలు చర్చించే ధైర్యం ఉండదు. నీ మౌనము అంగీకారం అనుకోవటం లేదు. నీ అభిప్రాయం స్పష్టంగా చెప్పలేక మౌనం వహించావు, నాకు తెలుసు. ఒక మంచి స్నేహితుడుగా, గాయకుడుగా మిగిలి పోవాలని నా కోరిక..

జయప్రదాదేవి.

గోపీచంద్ ఒక్కసారి అరిచాడు. తనెంత మూర్ఖుడు.. తనెంత అన్యాయంగా ఆలోచించాడు.

తన గురించే కాదు, తన స్నేహితుల కోసం ఆమె కష్టపడింది. శ్రవణ్ పోయినప్పుడు డబ్బు అడగగానే ఇప్పించింది. నిజంగా ఆమె ఎంత ఉన్నతురాలు. తన గురించి అమూల్య గురించి ఆమెకు అనుమానమే రాలేదు.

"దేవీ... జయప్రదాదేవి ... మీకెలా నచ్చచెప్పను. మీ హృదయం నాకు స్పష్టం కాలేదని..." అతని కళ్ళవెంట నీరు కారింది. లేచి బట్టలు వేసుకుని బయలుదేరాడు.

సత్యమందిరం ఆ నిశ్శబ్ద వాతావరణంలో గంభీరంగా, నిశ్శబ్దంగా, శాంతి నిలయంలా ఉన్నది. ఎక్కడా లైట్లు కనిపించలేదు. హాల్లో, జయప్రదాదేవి గదిలో మాత్రం అద్దాల కిటికీల నుండి మసక వెలుతురు కనిపించింది. సాధారణంగా అంత త్వరగా జయప్రదాదేవి నిదురపోదు. అలా నిదుర పోయిందంటే ఆమె ఆరోగ్యం బాగా లేదేమో!

మెల్లగా వెనుతిరిగాడు.

అమూల్య వెళ్ళిపోయిందంటే నమ్మకం కలుగటం లేదు. అలాగే తను జయప్రదాదేవితో ప్రవర్తించిన తీరు మరిచిపోలేక పోతున్నాడు. అతని మనసే అతనికి శిక్ష వేస్తుంది.

ఇంటికి వచ్చేశాడు.

"వీడికి ఎప్పుడు బాధ్యత తెలుస్తుందో! ఇంటికి తాళం వెయ్యకుండా వెళ్ళిపోయాడు" తల్లి ఆవేదనగా అంటుంది.

"ఆ పిల్ల అలా చేయటంతో వీడికి మతిపోయి ఉంటుంది."

"మతి పోవటమా! నన్ను అడిగితే పీడా పోయిందంటాను" అన్నదామె.

నిజమే! గయ్యాళితో గడపవచ్చు, మౌనముతో, బుర్రలేని వారితో మసలుకోవచ్చు కాస్త తెలివితో.

కాని... కాని... అత్యాశపరులతో, అవకాశవాదులతో గడపటం అసంభవం. జీవితం సుఖంగా సాగటానికి అందం ఒక్కటే కాదు - అంతరంగం కూడా ముఖ్యమే అన్న సంగతి ఇప్పుడు తెలిసింది. అతను గాఢంగా నిట్టూర్చాడు. వచ్చి మంచంపై వాలిపోయాడు.

27

జయప్రదాదేవి తనను తాను మరిచిపోవటానికి చాలా పనులు కల్పించు కున్నది. ఆమె ఆధ్వర్యంలో 'శిశు నివాస్', 'బాలవికాస్', 'వయోజన కేంద్రాలు', 'యువతరంగిణి' అనే సాంస్కృతిక సంస్థ 'స్త్రీ వికాస్' అనే వృత్తి విద్యా సంస్థ 'సతీష్ మెమోరియల్ సంగీత కళాశాల' నడుస్తున్నాయి. అక్కడ ఒక గంట, ఇక్కడ ఒక గంట గడుపుతుందామె. ఆమె ప్రతీరోజూ వస్తుందని కాబోలు అందరూ, భయభక్తులతో, శ్రద్ధాసక్తులతో పనులు చేస్తారు.

కొంతమంది కళాకారులకు ఆలంబన లభ్యమయింది.

కొంతమంది నిరుద్యోగులకు పని దొరికింది.

జయప్రదాదేవికేం మిగిలింది.

"అబ్బ! ఈవిడకేం పొయ్యేకాలం! ఉన్న డబ్బు చాలదా! మళ్ళీ ఈ వ్యాపకాలన్నీ దేనికో" అనుకుంటారు.

అది విని వేదాంతిలా నవ్వుకుంటుందామె. తన జీవితం అసలు రంగు ఎవరికీ తెలియదు.

స్వంతానికి మిగిలిన నిరాశలో జనానికి ఆశాజ్యోతి ఆమె. ఆమె ఆ రోజు శిశునివాస్ వార్షికోత్సవం జరిపింది. చాలా క్లుప్తంగా, నిరాడంబరంగా. అందరితో కలిసి టీ తీసుకున్నది. వారు ఆమె సేవా నిరతిని కొనియాడారు.

అన్నింటిని చిరునవ్వుతో స్వీకరించింది. అందరు వెళ్ళిపోగానే ఇంటికి బయలుదేరింది. కారు పార్క్ చేసి, ఆగిపోయింది. వెంకటమ్మ గొంతు కర్ణకఠోరంగా వినిపిస్తుంది.

"పోమ్మా....పో. మీ అవసరాలకు అమ్మాయిగారు గుర్తుకు వచ్చారా! ఇంత పిల్లప్పటి నుండి ఎరుగుదును నా తల్లిని. ఒకరికి బాధ కల్గితే సహించదు. అలాంటి దాని గుండెల్లో రాయివేశావు."

"కాదమ్మా.... ఆమె పాదాలపై పడి క్షమించమని వేడుకుంటాను. ఆమె రాకపోతే అతను బ్రతుకరు..." ఏడ్పుగొంతు.

ఎవరిది? కుముద గొంతులా వినిపించింది.

జయప్రదాదేవి లోపలికి వచ్చింది. కుముదే వెనక్కు తిరిగి చూచి, జయను కౌగిలించుకున్నది.

"నన్ను... నన్ను క్షమించండి. ఆయన చావు బ్రతుకుల్లో మిమ్మల్ని చూడాలని... కోరుకుంటున్నారు..." అన్నది.

ఆమె భుజాలు పట్టి దూరం జరిపింది.

"ఏమిటి కుముదా! రఘుకు ఏమయింది?"

"పాపిష్టిదాన్ని.... అంతా నావల్లే అయింది... నా వల్లే అయింది..." ఆమె చెప్పలేకపోయింది.

"వెళ్దాం పద..." బయలుదేరింది.

"నన్ను.... నన్ను క్షమించరా!" ఏడ్చేసింది కుముద.

ఆమెను ఓదార్చలేకపోయింది జయప్రదాదేవి.

"ఆయన బ్రతికి ఉండగా ఆయన అన్నదానికి వ్యతిరేకంగా అన్ని పనులు చేశాను... చివరికయినా... ఆయన కోరిక..."

"కుముదా! నోరుముయ్యి. నీకు బుద్ధి ఉందా అసలు! నువ్వు... నువ్వు రఘు చావు కోరుకుంటున్నావా!"

జయప్రదాదేవిని ఆ రూపులో ఏనాడు చూడలేదు. హడలిపోయింది కుముద.

"అసలు ఏమయింది?" మళ్ళీ జయప్రదాదేవే అడిగింది.

"నన్ను... క్షమించండి... మీ వెంకటమ్మకు ఫోన్ చేసి, మీ ఆరోగ్యం ఎలా ఉందని అడుగుతున్నారు. మందులు జాగ్రత్తగా వాడాలని చెప్పారు. అది నాకు గుండెల్లో మంట రేపింది. అప్పుడే ఒకావిడ నర్సునంటూ వచ్చింది..." వెక్కింది కుముద.

"ఆవిడను అనుమానించావా?"

"లేదు... ఆవిడ మీ చలువ వల్ల మనిషినయ్యానని పొగిడింది. అది సహించలేక ఆయనను సూటి, పోటీ మాటలు అన్నాను... కోపంగా స్కూటర్ తీసుకుని వెళ్ళి, లారీకి గుద్దేశారు..."

"మైగాడ్..."

"నేనే... తరిమాను. హాస్పిటల్‌కి తెచ్చిన దగ్గరనుండి అన్నీ అపశబ్దం మాటలు...'దేవీ... దేవీ... నన్ను క్షమించు. నా ఆరాధనతో నీకు కళంకం అంటగట్టా'నని బాధపడుతున్నారు...." అన్నది.

ఇద్దరూ నర్సింగ్ హోమ్ చేరుకున్నారు. ప్రమాదంగా ఉన్నప్పుడు రోగులనుంచే గదిలోకి దారితీశారు. తెల్లని దుస్తులతో శ్వేతసుందరిలా దర్శనమిచ్చిందో స్త్రీ.

"గుడ్ మార్నింగ్ మేడమ్..."

"గుడ్ మార్నింగ్ ఓభిశక్తా!... అయామ్ గ్లాడ్ టు సీ యూ... రఘు కెలా ఉంది."

"వెళ్లి చూడండి..." స్ప్రింగ్ డోర్ తీసి పట్టుకుంది.

లోపలికి అడుగు పెట్టిన జయప్రదాదేవి హృదయం కలచినట్టు అయింది.

ఒంటినిండా కట్లతో పడి ఉన్నాడు. ఓ ప్రక్కన బ్లడ్ ఎక్కిస్తున్నారు. రఘు అసిస్టెంట్సు అంతా అక్కడే ఉన్నారు.

అందరు జయప్రదాదేవికి నమస్కరించారు.

"మీరు వెళ్ళండి... నేను చూచుకుంటాను..." అందరిని పంపించింది. ఆర్తిగా, ఆవేదనగా, అతని తల నిమిరింది.

"రఘూ!..." పిలిచింది మెల్లగా.

"దేవీ...దేవీ..."

"రఘూ... దేవిని చూడవూ!"

అతను అపనమ్మకంగా కళ్ళు విప్పాడు. అతని కళ్ళు ఆశ్చర్యంతో విచ్చుకున్నాయి.

"నో...నో...వెళ్ళిపో..." అతని అరుపులకు బయట నిలబడిన కుముద, ఓభిశక్త, మరో మేల్ నర్స్ పరుగెత్తుకుని వచ్చారు.

"ఏం లేదు.... మీరేం కంగారు పడకండి" రఘు చేయిని అదిమి పట్టింది. రక్తం జారిపోకుండా.

"వెళ్ళిపో దేవీ... నిన్ను అవమానిస్తే చూడలేను..." అన్నాడు అస్పష్టంగా.

"ఎవరూ అవమానించరు రఘూ! నువ్వు ఆవేశపడకు" అన్నది.

"అయామ్ సారీ... వెరి, వెరి సారీ..." అంటూ, నోట్లో గుడ్డ కుక్కుకుని భర్త దగ్గర కూర్చుంది కుముద.

రఘువీర్ ఏదో గొణుక్కుని కళ్ళు మూసుకున్నాడు. మధ్య, మధ్య కళ్ళు విప్పి జయప్రదాదేవిని, భార్యను మార్చి, మార్చి చూచాడు.

. మధ్యాహ్నం నుండి సాయంత్రం వరకు అలాగే వున్నారు.

రెండుసార్లు ఓభిశక్త టీ తెచ్చి యిచ్చింది.

సాయంత్రం డాక్టర్లు వచ్చి ప్రమాదం తప్పిందని చెప్పాక, అందరూ తేలికగా నిట్టూర్చారు. రఘు మరురోజు వరకు బాగా కోలుకున్నాడు.

జయప్రదాదేవి తేలికగా నిట్టూర్చింది. ఆ మధ్యాహ్నము కుముదతో భోజనానికి కూర్చుంది.

"కుముదా! అనుమానాలతో అవమానించే బదులు అవతలి వ్యక్తిలోని బలహీనత ఏమిటో అర్థం చేసుకోవాలమ్మా" అన్నది.

"మీరు నన్నే అంటారా! మీ భర్త ప్రేమ మీదికాదంటే మీకు బాధగా ఉండదా!"

"బాధగా ఉంటుంది. నీ బాధేకాక అవతలి వారిని ఎందుకు బాధపెట్టాలి! నేనయితే ఆరు నెలల్లో భర్తను నా దారికి వచ్చేలా చేసుకుంటాను" అన్నది.

కుముద అన్నం కెలుకసాగింది.

"కుముదా! ఒక్క విషయం ఎప్పుడూ గుర్తుంచుకో. సగటుమనిషి జీవితం కంటే అన్ని విధాలా మెరుగ్గా ఉంది మీది. అలాంటప్పుడు ఆశయాలను చంపుకుని బ్రతకటం సాధ్యం కాదు" అన్నది.

"అమెరికా వెళ్ళాలంటే ఆశయాలను చంపుకున్నట్టా!"

"ఒకొక్కరి అభీష్టము."

"అదే మనిషి వెనుకబడిన ఆఫ్రికా వెళ్ళారు కదా!"

"వెనుకబడిన దేశంకోసం సేవ చేయాలన్న తపన కావచ్చుగా. మరో విషయం కుముదా! నువ్వు ఆజ్ఞాపించి పనులు చేయించుకోలేవు. సౌజన్యంతో 'నీది' అన్నది కొంత త్యాగం చేస్తే, ఎదుటి మనిషి నీవాడవుతాడు" అన్నది.

కుముద ఆమె మాటలు అంగీకరించటానికి ధైర్యం కూడదీసుకుంటుంది.

"అనుమానం పెనుభూతం కుముదా! డబ్బుతో అన్నీ కొనలేవు. ఆ విషయం గుర్తుంచుకో" అన్నది ఆప్యాయంగా భుజం తట్టి.

కుముద తలాడించింది. జయప్రదాదేవి హాస్పత్రికి వచ్చేసరికి రఘువీర్‌ను స్పెషల్ రూమ్‌కు షిఫ్ట్ చేశారు. అతను గాఢంగా నిదురబోతున్నాడు. నుదుట బట్టిన స్వేదబిందువులు అద్దుతుంది. జయప్రదను చూచి ముందు గదిలోకి వచ్చింది.

"థాంక్యూ ఓభిశక్తా!"

"నో మేడమ్! మీరు థాంక్స్ చెప్పి చిన్నబుచ్చవద్దు. మీరు, డాక్టరుగారు నన్ను బ్రతికించారు... కాదు పునర్జన్మ ప్రసాదించారు" అన్నది చేతులు జోడిస్తూ.

"పొరపాటు పడుతున్నావు ఓభిశక్తా! నీవే నాకు పునర్జన్మ ప్రసాదించావు" అన్నది.

"నేనా! మీకా!"

"అవును. ఆ రోజు త్రాగి, కనిపించిన పురుషుడితో జీవితం పంచుకుని, నాలోని కోర్కెలకు విందు చేద్దామని వచ్చాను. అప్పుడే నువ్వు నా కంటపడ్డావు" అన్నది పెద్ద ప్రమాదం తప్పిపోయినట్టు.

"మేడమ్! అదంతా మీ సహృదయత! నన్నెంతో మంది చూచారు. వారంతా బాగుపడ్డారా?" అన్నది.

"వాళ్ళంతా నాలా చెడిపోదామని రాలేదేమో!"

"ఏమో! మీ మాటంటే డాక్టర్‌గార్కి వేదం. నేను చేసిన అల్లరికి మరొకరయితే తన్ని తగలేసేవారు. డాక్టరు గారు నాకు చికిత్స చేస్తూ, తీరిక లేకుండా ఉండాలని ఈ పని అప్పగించారు." అన్నది.

"పోనీలే ఓభిశక్తా! ఎందరికో సహాయం చేస్తాం. నీలా గుర్తుంచుకుని, బాగుపడతారా!" అన్నది. ఇద్దరూ రఘువీర్ మంచితనం గురించి చాలాసేపు చర్చించుకున్నారు.

"మేడమ్! మీకు ఫోన్ వచ్చింది" మేల్ నర్స్ చెప్పింది.

'ఎవరు చేశారబ్బా!' ఆశ్చర్యపోయింది జయ.

లేచి ఆమె ఫోన్‌లో మాట్లాడి వచ్చింది.

"ఇంపార్టెంట్ మెసేజా!"

"నో! నాకో విచిత్రమైన అమ్మాయి తటస్థపడింది. ఆ అమ్మాయి ఊరు వెళ్ళిపోతుందట" అన్నది వచ్చి కారుతీసి.

ఓభిశక్త అక్కడున్న ముద్దమందారం త్రెంపుకుని వచ్చి, జయప్రద కారు ముందు పెట్టింది భక్తిగా, శ్రద్ధగా.

"ఓభిశక్తా!నేను కోరేవి నాకు పూజలు చెయ్యమని కాదు. మనిషిలా బ్రతికితే నాకు తృప్తి" అన్నది. ఆమె అన్న మాటలు కారు కీచురొదలో కలిసిపోయాయి.

జయప్రదాదేవి ఇంటికి వచ్చేసరికి హాల్లో ముడుచుకుని కూర్చుంది కోమలి.

"ఎస్ కోమా! ఏమిటి?" అన్నది.

"ఏం లేదండి... ఏం లేదు. మా ఊరు వెళ్ళిపోతూ, మిమ్మల్ని చూడాలని పించింది..." అన్నది కళ్ళనిండుగా నీరూరింది.

"ఛ... పిచ్చిపిల్లలా ఏడుస్తారా!" ఆమె కళ్ళు ఒత్తింది.

"ఇక్కడుండి ఎవర్ని ఉద్ధరించాలి..."

"ఎవరిమీద ఈ కోపం!"

"ఎవరిమీదా! నామీద నాకే కోపం! అందంగా పుట్టించని ఆ భగవంతుడి మీద కోపం. పుట్టగానే రుబ్బుడు పొత్రంలా ఉన్న ఈ పిల్లను పెంచి పెద్ద చేయటం ఎందుకని గొంతునొక్కి వేయని అమ్మమీద కసిగా ఉంది మేడమ్..." అన్నది.

చల్లగా నవ్వింది జయప్రద.

"కోమలా! చిత్రంగా మాట్లాడుతున్నావు..."

"ఇంకా చెప్పాలంటే మీ మీద కూడా కోపంగా ఉంది. ఆ అయోమయంలో బ్రతుకనిస్తే మీ సొమ్మేం పోయింది? నన్ను... నన్నెందుకు మనిషిగా తీర్చి దిద్దారు!" అన్నది, రెండు చేతులలో ముఖం దాచుకుంటూ.

"కోమలా! డాక్టర్ రఘువీర్ ప్రాణాపాయ స్థితిలో ఉన్నాడు. ఈ పూటే ప్రమాదం తప్పిందన్నారు. అందుకే నేను ఏం జరిగిందో ఊహించలేకుండా ఉన్నాను. చెప్పు కోమా."

"ఆ సంగతి ఫోన్లో చెబితే వచ్చి చూచేదాన్నిగా. మీరు... నాకు..." ఆగిపోయింది కోమలి.

"ఏమిటమ్మా సంకోచం?"

"మిమ్మల్ని... మిమ్మల్ని అక్కా అంటాను" అన్నది చటుక్కున జయప్రద భుజంమీద తల వాల్చింది.

"ఓస్! ఇంతేకదా." అన్నది, ఆమె తల ఆప్యాయంగా నిమురుతూ. కొన్ని అనుబంధాలకు అర్థం చెప్పటం కుదరదేమో.

"అది కాదక్కా! మనవాళ్ళు 'పెళ్ళి', 'భర్త' అంటూ ఏవేవో ఆశలు కల్పిస్తారు. ఆ యువతీ, యువకులు పెద్దవారయితే, వారిష్టా, అయిష్టాలు ఎలా మారుతాయో తెలియదు. మీకు తెలుసో, లేదో మా గోపీబావ అమూల్య అనే ఒక వితంతువును పెళ్ళి చేసుకుంటున్నాడు" అన్నది.

"అమూల్యా..." జయప్రదాదేవి జ్ఞాపకాలను చీల్చుకుని, ఒకనాడు గోపీచంద్ ఆదుర్దాగా డబ్బుకోసం ఫోన్ చేసినపుడు 'అమూల్య' అన్న పేరు విన్నది.

"...శ్రవణ్ యాక్సిడెంటులో పోయాడు, అతని భార్య అమూల్యకు ఇంకా స్పృహ రాలేదు జయప్రదగారూ..."

"ఆ అమూల్యే అక్కా! ఆవిడగారికి ఒళ్ళంతా పొగరే. మరి వీళ్ళింట్లో ఎలా ఉంటుందో. నేను మా ఊరు వెళ్ళిపోతున్నాను."

"నువ్వు కేవలం మీ బావ కోసమే వచ్చావా?"

"రావటం అందుకే వచ్చాను..." చెప్పలేకపోయింది.

తనెంత చనువిచ్చినా గోపీచంద్ తనతో ఎందుకు నిజం చెప్పలేక పోయాడు.

"ఆశాభంగం అనుభవించటం కష్టమే. కాని అతని కోసం నీ చదువు వదులుకోవటం దేనికి?" అన్నది జయ.

"నిజమే కాని అమ్మ, నాన్న ఆరోగ్యం బావుండలేదు. వదిన పంచదార లేకనే పాయసం చేస్తుంది తన తీపి మాటలతో. నేనయినా వెళ్తాను" అన్నది.

"ఎన్నో అనుకుంటాము, ఆశిస్తాము. అందరికీ అన్నీ లభ్యమవుతాయని నేను అనుకోను. అప్పుడే మనము ధైర్యంగా ఉండాలి కోమా!"

"ఉంటానక్కా! మీ పరిచయం నా జీవితంలో అద్భుతమైన మలుపు. అది గుర్తుంచుకుంటాను" అన్నది.

వెంకటమ్మ ఇచ్చిన కాఫీ త్రాగారు.

"అక్కా! మనిద్దరం ఫోటో తీసుకుందాము. నా ప్రక్కన మీరుంటే మీ అందం ఇనుమడిస్తుంది" అన్నది.

"ఛ... అలాంటి మాటలంటే నేను ఫోటో తీసుకోను." అన్నది బుంగమూతి పెట్టి.

"అక్కయ్య కూడా అలుగుతారే" నవ్వింది కోమల. ఇద్దరూ తయారయి వెళ్లి ఒక స్టూడియోలో ఫొటో తీయించుకుని వచ్చారు. జయప్రదాదేవి ఒక చక్కని నిర్మల్ పెయింటింగ్ కొని బహూకరించింది.

"అక్కయ్యా! ఉత్తరాలు వ్రాస్తే జవాబు ఇవ్వాలి."

"వ్రాసి చూడు" అన్నది జయప్రద. కోమల వెళ్ళిపోయింది. జయప్రదాదేవికి గోపీ విషయమే అర్థం కాలేదు. అంతుపట్టలేదు. అందరికి తను చెప్పినంత స్పష్టంగా మనసు విప్పి చెప్పే మనోధైర్యము ఉండదేమో. దానికి తను బాధపడకూడదు.

మనుష్యులలో రక, రకాలు. వారిని తప్పుపట్టటం అన్యాయం. కొందరు ప్రేమించి, అభిమానించి, నిజాయితీగా పరిచయాలు పెంచుకుంటారు.

మరికొందరు అవసరాలకు పరిచయాలు పెంచుకుంటారు. వారు వేశ్యలకు ఏవిధంగా తీసిపోరు. ఒక నిట్టూర్పు విడిచి లేచింది.

అందరికి అన్ని చెప్పే తనేం చేస్తుంది! తన ఆరోగ్యాన్ని నిర్లక్ష్యం చేస్తుంది. వెళ్ళి లేడీ డాక్టరుకు ఫోన్ చేసింది.

"నమస్తే... అలా రాలేనుగాని ఓ టైమివ్వండి... ఓ.కె. తొమ్మిదింటికి వస్తాను.. భోజనమా! ... అలాగే... ఏం లేదు... కొన్ని నెలల క్రితం మంథిలీ ఇర్రెగ్యులర్.... ఆ తరువాత డిస్చార్జి తగ్గలేదు. ఇప్పుడు లైట్ డిస్చార్జితో పాటు బ్లడ్ క్లాట్స్ కనిపిస్తున్నాయి... అలాగే.... థాంక్యూ... అంతా మీ అభిమానం... మిమ్మల్ని చూస్తే జలసీగా ఉంది. డాక్టర్లు బిజీగా ఉంటారని ఊహిస్తే బియస్సీ అయ్యాక మెడిసిన్ చదివేదాన్ని. అప్పుడింత కాంపిటిషన్ లేదు కదా..." అన్నది నవ్వుతూ. ఇద్దరూ అయిదు నిమిషాలు లోకాభిరామాయణం మాట్లాడుకున్నారు.

"థాంక్యూ.... థాంక్యూ... మీ సమయం పాడు చెయ్యటం నాకిష్టంలేదు" అని ఫోన్ పెట్టేసింది.

ఒక్కర్తి కూర్చుంటే ఏం తోచలేదు. వెళ్ళి రికార్డ్ ప్లేయర్ ఆన్ చేసింది.

28

క్యాంప్ నుండి వస్తూనే స్నానం చేసాడు గోపీచంద్. అతనికి ఒక్కసారి జయప్రదాదేవిని చూడాలని ఉంది. ఆ రోజు వెళ్ళి చూడాలనుకుంటే, కంపనీవారు మద్రాసు వెళ్ళమన్నారు. అన్నిటికన్నా ముఖ్యం అభిమానంగల మగాడికి ఆర్జన ముఖ్యం. అందుకే వెళ్ళిపోయాడు.

స్నానం చేసి బట్టలు వేసుకుంటుండగానే, శారదమ్మ వచ్చింది.

"భోజనం చేసి పోరాదు..." అన్నది.

భోజనం చేసి ఇద్దరూ కాసేపు కబుర్లలో పడ్డారు.

"కోమల ఊరు వెళ్ళిపోయిందిరా! మన పద్మ మరీను. ఆ పిల్లకు అన్ని ఉండగా ఏదో చేస్తున్నట్టు ప్రచారం మొదలు పెట్టింది."

"అది అక్క తప్పుకాదు..." మీది అనబోయి, తన ప్రవర్తనకు తల్లి తండ్రులను తప్పు పట్టాలి మరి.

అతను గబ గబా సత్యమందిరం వైపు వెళ్ళాడు. అతనికి గేట్లోనే మాలి యెదురు అయ్యాడు.

"బాగున్నారా బాబూ! అమ్మగార్కి ఒంట్లో బాగుండ్లా...." అన్నాడు. ఆ మాట అంటుంటేనే అతని కళ్ళు నీటితో నిండాయి.

"ఏమయింది?" ఆదుర్దాగా అడిగాడు.

"ఏం జబ్బో బాబూ! మా కనొస్తాది. అందరూ అమ్మ దగ్గర్నే ఆసుపత్రిలో ఉన్నారు" అన్నాడు.

గోపీచంద్ కాళ్ళ క్రింద భూమి కదిలినట్టు అయింది. అతను వివరాలు అడిగి హాస్పత్రికి వెళ్ళాడు. స్పెషల్ వార్డ్‌లో ఉన్నది జయప్రదాదేవి.

జనం బయట చాలామంది ఉన్నారు. యెవర్ని లోపలికి పంపటం లేదు. అతను యెంత ప్రయత్నించినా పోలేకపోయాడు. అతను ఒక్కసారి ఆమెను చూడాలనుకున్నాడు. చుట్టూ తిరిగి ఆస్పత్రి వెనుక భాగం వైపు వెళ్ళి, కిటికీ నుండి తొంగి చూచాడు.

విశాలమైన మంచంపై కళావిహీనమైన ముఖంతో కూర్చుంది జయప్రదాదేవి. ఆమె యెదురుగా కూర్చున్న సాహిర్, రాజు కనిపించారు. ముగ్గురు కార్డ్స్ ఆడుతున్నారు.

"మీరు కార్డ్స్ ఆడతారా మేడమ్..." ఓ రోజు ఆమె కార్డ్స్ ఆడటం చూచి అడిగాడు.

"అప్పుడప్పుడు ఆడతాను చెందూ! మనసు బాగా లేనప్పుడు సంగీతం వింటాను. అదీ విసుగనిపిస్తే డిటెక్టివ్ నవలలు చదువుతాను. యెవరన్నా తోడు దొరికితే కార్డ్స్ ఆడతాను..." అన్నది.

తన బాధ మరిచిపోవటానికి ఆడుతుందన్నమాట.

"షో రాజూ" అన్నది జయప్రదాదేవి చిరునవ్వుతో.

"ఫుల్ కవుంట్...." అన్నాడు రాజు.

"నువ్వు అవుట్... మన ఒప్పందం ప్రకారం నువ్వు వెళ్ళి పోవాలి." అన్నది.

"జయా!"

"అవును రాజు, యెవరి కోసం ఏ పని ఆగకూడదు."

"మీరు కోరినట్టే వెళ్ళిపోతాను" రాజు లేచాడు.

"నేను ఆడను భయి. గెలుపు ఆమెగారిదే. నన్ను 'చెల్' అంటుంది." కార్డ్స్ గిరాటేసి లేచాడు సాహిర్.

"సాహిర్ ! నీకు మతిపోతుంది! మీ వ్యాపారం ఒదులుకుని ఇక్కడ కూర్చోమని నేను కోరుకోవటం లేదు."

"నువ్వేం కోరుకుంటావో మాకు తెలుసు. నిన్ను ఈ నాల్గు గోడల మధ్య ఒంటరిగా వదిలి వెళ్లి అక్కడ పనిచెయ్యగలమా జయా!" రాజు అడిగాడు.

జయప్రదాదేవి నిట్టూర్చింది.

"రాజూ! నా మాటలు అర్థం చేసుకుంటారనుకుంటే అపార్థం చేసుకుంటున్నారు. మన స్నేహం, అభిమానం, ఏది అతిగా ఉండకూడదు..." అన్నది.

"ఆ మాట మీకి అనటం మాకి వినటం బాగాలేదు. మీది అభిమానమ్‌కు అద్దు ఉన్నదాంట... చెప్పు..." సాహిర్ అడిగాడు.

"సాహిర్! నేను స్వతంత్రురాలిని. నా వారంటూ లేరు. అందుకే మీరంతా నావారే అనుకుంటాను. మీకు ధర్మబద్ధంగా జీవితం పంచుకున్న భార్యలున్నారు. ఈనాడు రఘు దూరం అయ్యాడంటే కారణం ఏమిటని యెప్పుడయినా ఆలోచించారా!" అన్నది ఆవేదనగా.

ఇద్దరు మెల్లగా లేచారు.

"సారీ జయా..."

వాళ్ళుండగానే తను వెళ్ళాలి... తనను వెళ్ళనిస్తారు. గబ గబ ముందుకు వచ్చాడు గోపీచంద్. డాక్టర్ రఘువీర్‌ను కొందరు బ్రతిమాలుతున్నారు.

"నాకు తెలుసు, మీరంతా బంధువులనీ, కాని ఆమె మనసు ప్రశాంతంగా ఉండాలి, వెళ్ళండి" అన్నాడు.

"నేను కోర్టులో కేసు పెట్టినమాట నిజమేనండి. ఆవిడపై కక్షతో మాత్రం గాదు. మాపెదనాన్న సంపాదించింది అనామకులెవరో తింటున్నారని..." అన్నాడు ఒకతను.

"ఇప్పుడు విషం పెట్టవని ఏం నమ్మకం! ప్లీజ్, మీరంతా వెళ్ళిపొండి" అందరిని పంపించివేశాడు రఘువీర్.

అతనికి గదిలోనుండి వచ్చే రాజు, సాహిర్ కనిపించారు.

"మీరు అప్పుడే వచ్చేశారేం?"

"మేం రాలేదు. జయకిష్టం లేదు..."

"రాజుగారూ!" ఆదుర్దాగా గోపీ వచ్చాడు.

"ఓహో! గోపీచంద్‌గారా! ఏం కావాలండీ! అడ్వర్‌టైజ్ మెంటా, చందా, ప్రోగ్రామా!" అన్నాడు వెటకారంగా.

"నేను... నేను క్షమించరాని అపరాధం చేశాను. నన్ను. నన్ను మీరు క్షమించండి. ఒక్కసారి జయప్రదాదేవి గారిని చూడాలి" అన్నాడు.

రఘువీర్ ఒక్కసారి క్రిందికి పైకి చూచాడు. బలవంతంగా కోపం అణచుకున్నట్టు తెలుస్తుంది. నోరు విప్పకనే చేయిచాపి పొమ్మని సైగ చేశాడు.

గోపీచంద్, యెంతో తేలికగా గదిలో అడుగుపెట్టాడు. జయప్రదాదేవి కళ్లు మూసుకుని టేప్‌రికార్డర్‌లో వచ్చే సంగీతానికి అనుగుణంగా తాళం వేస్తుంది.

"రాధా మాధవ ప్రణయము.." సన్నగా వినిపిస్తుంది. గోపీచంద్ హృదయం ఒక్కసారి లయ తప్పింది. ఆ ప్రేమ మూర్తిని అందుకునే అర్హత తనకేది! ఈ చెవిన విని ఆ చెవిన వదిలి వేస్తారు.

'వీడో అపర ఘంటసాల ఫోజు..." అనుకుంటారు.

టేప్ తెగినట్టుంది. రికార్డర్ ఆగిపోయింది. ఆమె చేత్తో కళ్ళు విప్పకనే తడుముకుంది.

గోపీచంద్‌కు కళ్ళమ్మట నీరూరింది. గద్గదమైన గొంతుకతో ఆఖరు చరణాలు అందుకున్నాడు. "రాధా మాధవ ప్రణయము, అమరము, సుమధురము.." పాడలేక పోయాడు. అతని గొంతుకు ఏదో అడ్డం పడినట్టు అయింది.

"చెందూ! ... నువ్వు...నువ్వు... నువ్వేనా?" జయప్రదాదేవి కంఠములో వీణలు మ్రోగాయి.

"మేడమ్... మేడమ్... నేను... నేనే..." అన్నాడు ఆమె ముందుకు చాపిన చేతిలో తల దాచుకుందామనుకున్నాడు. కాని, అసంకల్పిత ప్రతీకార చర్యలా ఆమె పాదాలపై తల వాల్చేశాడు. కన్నీటితో ఆమె పాదాలు కడిగాడు.

"చెందూ... ఏమిటిది? ఛీ..లే..." అన్నది, కాళ్లు లాక్కుంటూ.

"ఊహు నేను.. నేను లేవను మేడమ్...ప్లీజ్...ఏమనుకోకండి. ఇన్నాళ్లు పడిన బాధ, ఆవేదన అన్నీ మరిచిపోతున్నాను" అన్నాడు బొంగురుగా.

"చెందూ! కదిలితే ఆయాసం యెక్కువ అవుతుంది. ప్లీజ్..." అతను మెల్లగా లేచి వచ్చాడు.

ఆమె చేత్తో చూపినచోట మంచంపై కూర్చున్నాడు.

"కంగ్రాచ్యులేషన్స్ చెందూ! అమూల్యను తీసుకు రాలేకపోయావా!" అన్నది ప్రసన్నంగా.

ఆశించి, ఆశాభంగం పొందినవారి మాటలా లేదు. ఆమె ఆశాభంగాలకు అతీతంగా ఎదిగిన అమృతవాహిని.

"చెందూ! నేను అన్యధా భావిస్తాననుకుంటున్నావా! మనము యెన్నో అనుకుంటాము. అన్నీ జరుగుతాయా!" అన్నది చిన్నగా నవ్వుతూ.

"మేడమ్... మేడమ్..." అన్నీ ఒదులుకొని వచ్చానని చెప్పబోయాడు కాని నోటమాట రాలేదు.

తను అంతస్తు అడ్డు ఊహించి, తన ఆలోచనలకు, ఆరాధనకు పరిధి గీసుకున్నానని చెప్పబోయాడు. మాటలు బయటికి రామని మొరాయించాయి.

అతనికి ఆ నిముషంలో కన్నీరు తప్ప మరేది బయటికి రానట్టు అనిపించింది.

"మే అయి కమిన్ జయా..."

"ఓ... వినూ! రా...రా..." అన్నది సర్దుకుని, ఒక ప్రక్కకు తిరిగి.

"హౌవ్వార్‌యూ? ఈ దేవదాసుగారు ఇక్కడున్నారా!" అన్నాడు స్టూలు లాక్కుని కూర్చుంటూ. విన్సెంట్ ముఖం వాడి ఉన్నది.

"దేవదాసు యెవరు వినూ!"

"నీ చెందు! నేను నిన్న మద్రాసులో ఈయనగారి పార్వతి వివాహం రిసెప్షన్ పార్టీ అటెండ్ అయి వస్తున్నాను" అన్నాడు.

గోపీచంద్ రాయిలా కూర్చుండిపోయాడు.

"ఏమిటి వినూ!" జయప్రద మెల్లగా లేచికూర్చుంది.

"అతని స్వంత విషయాలు మనకెందుకు! రేపు బొంబాయి నుండి డాక్టరు వస్తున్నాడు" అన్నాడు.

"ఏ డాక్టరు వచ్చినా ఒక్కటే రిపోర్టు కదా వినూ."

"ఒక్కటే రిపోర్టు అని నీకేం తెలుసు జయా! నీ దగ్గర నర్స్ లేదా!"

"నేనే పంపించివేశాను. ఓ గంట తరువాత వస్తుంది. వినూ, యమధర్మరాజు నర్స్‌కు భయపడతాడంటావా!" అన్నది నవ్వుతూ. విన్సెంట్ కోపంగా చూచాడు.

"చెందూ! అమూల్య ఏదీ?"

"అతను భగ్న ప్రేమికుడంటే వినవేం? గోపీచంద్‌కు వయసు ఉందికాని డబ్బు లేదు. డబ్బును ప్రేమించిన అమూల్య పార్థసారధి అనే బ్రోకర్‌ను వివాహం చేసుకుంది" అన్నాడు విన్సెంట్.

"రియల్లీ!"

"అతడినే అడుగు, ఆ అమ్మాయి యెవరో తెలియదుగాని, పార్థసారధి బాగా తెలుసు. సినిమా తారను చేస్తాను అని ఓ పెళ్ళి చేసుకున్నాడు. ఆ అమ్మాయి తారయి తగలేసింది. మరో అమ్మాయిని చేరదీసి, టి.వి. తారను చేశాడు. మరి ఆ అమ్మాయి నేం చేస్తాడో! నేనంటే స్త్రీలను విమర్శిస్తున్నాను అంటావుగాని, వయసు మళ్ళిన వాడితో పెళ్ళేమిటి చెప్పు... నో...నో... ఐ కాంట్ ఇమాజిన్..." అన్నాడు.

జయప్రదాదేవి ముఖంలో రంగులు మారాయి. గోపీచంద్ తల వంచుకున్నాడు.

"సారీ చెందూ! ఏది జరిగినా మన మంచికే అనుకోవాలి. ఆవేశంలో మీరిద్దరూ వివాహం చేసుకున్నా, అది యెంతవరకు నిలిచేదో ఊహించలేను" అన్నది యెటో చూస్తూ.

"నాకు... నాకేం బాధలేదు మేడమ్."

"ఆ అమ్మాయిది పొరపాటని అనను గోపీ! ఆ పరిపక్వమయిన భావాలు. సమాజంలోని వ్యక్తులు డబ్బుకు ఇచ్చిన ప్రాధాన్యత దేనికి ఇవ్వటం లేదు. ఆ డబ్బు చుట్టు తిరుగుతుంది ప్రపంచం" అన్నది చిన్నగా నవ్వి.

"అందరూ అంటే అంగీకరించను జయా!"

"సార్వజనికం అనటంలేదు, జరుగుతున్న విషయం చెబుతున్నాను. చెందూ! మనసు మన చేతిలో ఉండదన్న సంగతి తెలిసినా, ఒక్క సలహో

ఇస్తున్నాను. నీవు ప్రేమించిన వారి సహచర్యం కన్నా, నిన్ను ప్రేమించిన వారి సహచర్యం అయితే సుఖపడిపోతావు" అన్నది.

అతను తలయెత్తి ఆమెవంక చూడలేకపోయాడు.

"వినూ! మద్రాసునుండి నాకు చెందూ పాడిన రికార్డ్స్ తెప్పించవా!" అన్నది.

"అలాగే! ఆ రికార్డ్స్ విడుదల సందర్భంలో ఫంక్షన్ పెడదామా!" అన్నాడు.

"చందూ నడుగు..." అన్నదామె.

"అతనికెందుకు అభ్యంతరం ఉంటుంది! మొన్న పాటలకో ఫంక్షన్ పెట్టుకున్నాడు..." అన్నాడు.

"మిస్టర్ విన్సెంట్ ప్లీజ్..." ఏ పరిస్థితులలో పార్థసారథికోసం కుమార్, అమూల్య బలవంతంపైన చేశాడో చెప్పాడు.

"ఐసీ!" విన్సెంట్ గడ్డం రాసుకున్నాడు.

"వినూ! నీకేం పనిలేదా?"

"పనెందుకు లేదు? నువ్వు ఒంటరిగా ఉంటావని."

జయప్రదాదేవి నవ్వింది, ముగ్ధమనోహరంగా. ఆ నవ్వుకు అతను చలించిపోయాడు.

"కొద్ది రోజులలో మరణించే స్నేహితురాలి కోసం ఆ మాత్రం చేయాలను కోవటం మానవత్వమే గాని మానవాళికి ఉపయోగపడే పనులు విస్మరించరాదు" అన్నది.

"జయా!" అరిచాడు.

"అవును వినూ! నువ్వు అరిచి, రఘు దాచిపెట్టినంత మాత్రాన నాకొచ్చిన భయంకరమైన వ్యాధి తగ్గుతుందా!"

"భయంకరమైన వ్యాధా!" అప్రయత్నంగా ఆర్తనాదం చేశాడు గోపీచంద్.

"ఆవిడ ఏవేవో ఊహించుకుంటుంది" విన్సెంట్ లేచి వచ్చి, జయప్రదా దేవి తలవైపు నిలబడ్డాడు.

"సర్వలోక రక్షకా! సర్వపాపహరణా! పరలోక ప్రభువూ ఈ అబలను కాపాడు తండ్రీ! ఆమె నీ బిడ్డే ప్రభూ" అన్నాడు.

ఆమె కళ్ళింత చేసుకుని చూచింది. యెంతటి మేధావులు అయినా, మతం దగ్గర బలహీనులవుతారేమో!

"ప్రొద్దుట, పగలు, సాయంత్రం, సర్వవేళలా నీపేరు జపించేవారం. మాకు పాపాల నుండి విముక్తి కల్గించు.... ఆమెన్...ఆమెన్..." అని భుజాలు ముట్టుకుని క్రాస్ పట్టుకుని కళ్ళు విప్పాడు.

"జయా! నువ్వు చిరంజీవివి. ఒకప్పుడు భయంకరమైన వ్యాధులుండేవి. శాస్త్రవిజ్ఞానము అభివృద్ధి చెందింది. అన్ని రోగాలు నయం అవుతాయి" అన్నాడు ప్రశాంతంగా.

మరోసారి స్నిగ్ధహాసం చేసింది జయప్రద.

"నాకేం దిగులు వినూ! మీలాంటి స్నేహితులుండగా నాకేం భయం లేదు..." అన్నది వచ్చే కన్నీటిని అదిమిపెట్టింది. విన్సెంట్ మంచం చివర్న కూర్చుని కళ్ళు ఒత్తాడు.

అప్పుడే నర్స్ లోపలికి వచ్చింది.

"గుడ్‌మార్నింగ్ మేడమ్..."

"గుడ్‌మార్నింగ్ రోజీ...." అన్నది ఒక్క క్షణం ముఖంపై కనిపించిన బాధావీచికను నవ్వుతో కప్పేస్తూ.

"మరి నేను వెళ్ళొస్తాను జయా! సాయంత్రం అమ్మ - నా బెట్టర్ హాఫ్ వస్తారు" అని లేచి బయటికి వచ్చాడు.

ఆ పరిస్థితిలో అక్కడ ఉండలేకపోయాడు గోపీచంద్. బయటికి వచ్చాడు. వెళ్తున్నానని చెప్పలేకపోయాడు ఒక్కసారి...ఒక్కసారి తన హృదయం ఆమె ముందు పరచాలని ఉంది. ధైర్యం చాలలేదు. యెందరో వస్తున్నారు, వెళ్తున్నారు. వారిని చూస్తూ, హాస్పత్రిలో చెట్టుక్రింద కూర్చున్నాడు.

29

ఆరోజే చికిత్స కోసం జయప్రదాదేవి అమెరికా వెళ్తుంది. సత్యవతమ్మ వచ్చింది. ఆమె అన్నింటికి అతీతంగా, తెల్లని జుట్టుతో అంతకంటే స్వచ్ఛమైన మనసుతో సర్వసంగ పరిత్యాగినిలా ఉంది. నమస్కరించిన కోడలిని అక్కున చేర్చుకుంది.

"అత్తయ్యా! నాకు వ్యాధి నయమై వస్తానన్న నమ్మకం లేదు. ఈ ఆస్తి, డబ్బు..."

"జయా! నీకంటే వయసులో పెద్దదాన్ని ఏ నిమిషంలో ఏమి జరుగుతుందో తెలియదు. ఆనాడే అన్ని బంధాలు త్రెంచుకున్నాను. అది నీ డబ్బు నీ ఇష్టం వచ్చినట్టు ఖర్చుపెట్టే అధికారం, హక్కు నీకే ఉన్నాయి" అన్నది. ఆమె ఉన్న కాలంలో మాట్లాడిన పెద్ద డైలాగు అదొక్కటేనేమో.

వెంకటమ్మ ఏడుస్తుంటే చిరునవ్వుతో ఓదార్చింది.

"వెంకటీ! చావు పుట్టుకలు మనచేతిలో లేవు" అన్నది.

"అందరం అంత నిశ్చింతగా ఉండలేము తల్లీ..." అన్నాడు బుచ్చిరాజు.

"అది సాధించిన వాడే మనిషి బుచ్చిరాజుగారూ!" అన్నదామె. మళ్ళీ ఒక్కమాట మాట్లాడలేదు. ఆమె బంధువర్గం, స్నేహబృందం వచ్చి, ఆమె ఆస్తిని కోడలు యెలా దుర్వినియోగం చేస్తుందో చెప్పారు. ఆమె అన్నింటికి చిరునవ్వు నవ్వింది. ఆఖరుగా ఒకే ఒకమాట చెప్పింది.

"మీరంతా నా శ్రేయోభిలాషులనుకుంటే సంతోషంగా వుంది. పదేళ్ళనాడే అన్నీ వదులుకున్నాను. జయ ఇష్టప్రకారం చేసే హక్కు ఆమెకున్నది" అన్నది.

రెండవమాట కెవరికీ ఆమె అవకాశం ఇవ్వలేదు. అందరూ పళ్ళు కొరుకుతూ వెళ్ళిపోయారు. ఆ సాయంత్రమే ఆమె వెళ్ళిపోయింది.

ఆ సర్వసంగ పరిత్యాగిని చూస్తుంటే జయప్రదాదేవికి దుఃఖం రాలేదు. తనూ స్థిత ప్రజ్ఞురాలయినట్టు, చిరునవ్వుతో సాగనంపి వచ్చింది.

తనకు కావల్సిన వారినందరిని పిలిచింది. అందరి హృదయాలు భారంగా ఉన్నాయి.

"తమ ఆస్తిపాస్తులు మిగిలితే ఎవరికిస్తారు?"

జనరల్‌గా అడిగింది. ఎవరూ జవాబు చెప్పలేదు.

"మాట్లాడండి. నాకు మళ్ళీ మాట్లాడే అవకాశం వస్తుందో రాదో!" అన్నది, అదే గంభీరహాసంతో.

"కన్నపిల్లలకు, సంతానానికి చెందుతుంది" బుచ్చిరాజు జవాబు ఇచ్చాడు.

"మీరు నన్నెలా భావించారో, నాకు తెలియదు. నేను మాత్రం మిమ్మల్నంతా నావారుగా, ఆత్మీయులుగా భావించాను. నా బంధువులే అనుకున్నాను" అన్నది.

"ఇప్పుడు ఆ విషయాలు ఎందుకు జయా!" రాజు వారించాడు.

"రాజూ! ప్లీజ్... నా వాళ్ళందరిని చూస్తానో లేదో. అందరికి నా ఆస్తి బాధ్యత అప్పగిస్తున్నాను, నా సంతానం అనుకుని, నా అప్తులు అనుకుని."

"నువ్వు అప్పగింతలు పెడితే మేము వెళ్ళిపోతాం." రఘువీర్ లేచాడు. అతని చేయి పట్టి ఆపింది.

"నా మీద ఏ మాత్రం గౌరవమున్నా, నేను చెప్పింది వినాలిగాని, ఎదురు ప్రశ్నలు వెయ్యవద్దు. రఘువీర్ ప్రాక్టికల్‌గా ఆలోచించటం నేర్చుకో. మొన్నీమధ్యే ఓ సినిమాతార చనిపోయింది. మీరంతా చదువలేదా? లక్షలు ఖర్చుపెట్టి, భర్త అహోరాత్రులు దగ్గరే ఉన్నాడు. అయినా ఆమెకు ప్రాణం పొయ్యలేక పోయాడు" అన్నది.

"ఏం చెప్పాల్నో చెప్పు.... ప్లీజ్ బోలో" ముఖం ప్రక్కకు తిప్పుకుని అడిగాడు సాహిర్.

"రఘూ! నా పేరనున్న ఫిక్స్‌డ్ డిపాజిట్ ఇంటరెస్ట్ జీవితాంతం నీ సత్య క్లినిక్‌కు చెందుతుంది. ఫీజులు ఇచ్చుకోలేని, మందులు తెచ్చుకోలేని వారికి అందజేస్తావని ఆశ..." అన్నది.

"అందరూ నీ అంత నిజాయితీపరులు కారు దేవి." అన్నాడు.

"నా స్నేహితులకు సగటు మనుషులకుండే మానవత్వం ఉంటుందని నాకు తెలుసు" అన్నది మందహాసం చేస్తూ.

"నీకంత నమ్మకం ఉంటే నేనేం చెప్పలేను" అన్నాడు.

"అదే మంచిది. చూడు రాజరాజు, మా ఉప్పు కాగితం ఫ్యాక్టరీ నీకు అప్పగిస్తున్నాను. నాకు లాభాలు వద్దు. మేనేజ్ చేసినందుకు నువ్వేదయినా తీసుకుని, నిరుద్యోగులకు ఉపాధి కల్పించు అదే నేను కోరేది" అన్నది అతనివంక చూస్తూ.

రాజరాజు మౌనంగా, అంగీకారంగా తలాడించాడు.

"గుడ్ అలా ఉండాలి. 'సత్యవతీ, షాపింగ్ కాంప్లెక్స్' అంతా సాహిర్ నీకు అప్పగిస్తున్నాను. దానిపై, నీ కమీషన్ పోను ఏమొచ్చినా శిశుమందిర్‌కి,

అనాథ ఆశ్రమానికి ఇవ్వు. అలాగే ఏటా ఒక మెడికల్ స్టూడెంట్‌ను ఆర్థికంగా ఆదుకోవాలి. విధి విచిత్రాలు గమ్మత్తుగా ఉంటాయి. లక్షలు డొనేషన్లు కడతామన్న వారికి సీటు దొరకదు. సీటు దొరికినవారికి రెండోపూట తిండి ఉండదు. అలాంటి వారికి సహాయం అందజేయి...."

"మీ హుకుమ్ అమల్ పరుస్తాను." అన్నాడు భారమైన గొంతుకతో. భవాని మెల్లగా అన్నది.

"జయే నేను, నేనే జయగా మెసిలాము. నాకు తెలుసు 'సత్యవిద్య' స్కూలు నాకు అప్పగిస్తుందని. నేను అది బాధ్యతగా కాక నా అదృష్టంగా భావించి, తీసుకుంటున్నాను. జయకు... జయకు ప్రాణం పోయలేక పోయినా ఆమె ఆశయాలకు... ఆమె ఆశయాలకు జీవం పోస్తాను..." అంటూ బావురుమని రెండు చేతులలో ముఖం దాచుకున్నది.

"ఏమిటే!.... ఓ పిచ్చీ..." జయప్రదాదేవి లేచి స్నేహితురాలి కళ్లు ఒత్తింది.

"పిచ్చేనే.... పిచ్చి! నిన్ను గుడ్డిగా ప్రేమించాను, ఆరాధించాను... మగాడివయితే నా ఆరాధనకు ఎన్ని రంగులు పూసేవారో. నీకు విశ్వాసం లేదు... నన్ను దగాచేసి పోతున్నావు..." అంటూ బయటికి పరుగెత్తుకుపోయింది.

"భవానీ... ఓ భవానీ..." పిలిచింది జయప్రదాదేవి. భవాని ఆగలేదు. ఆమె గాఢంగా నిట్టూర్చింది.

"చందూ! మ్యూజిక్ స్కూల్ నీకు అప్పగిస్తున్నాను. బంధువులు, స్నేహితులు అనక అందరి బంధువువై ఆదుకోవాలి. నీకు తెలుసు కదా, సంగీతం అంటే నాకెంత ప్రాణమో..." అన్నది.

"తెలుసు" అనగలిగేడు. అతని హృదయం, మేధ రెండు ఖాళీ మైదానంలా ఉన్నాయి. తను కొంతవరకు స్వార్థంగా ఆలోచించాడు. అంత మాత్రాన, విధి ఇంత పెద్దశిక్ష వేయాలా!

భవాని స్త్రీ కాబట్టి స్వేచ్ఛగా ఏడ్వగలిగింది. తను.... తను? అలాగే ఆమెను చూస్తూ కూర్చున్నాడు.

పొలాల పంపకం జరిగింది. కౌలుకు చేసే రైతులు నమ్మలేకపోయారు. తాము కౌలు చేసే పొలంలో కొంత తమకు వస్తుందని.

"ప్రభుత్వంకన్న అమ్మగారే నయం. మా ఆయుష్షు పోసుకుని చల్లగా బ్రతుకు తల్లీ..." అన్నారు.

బుచ్చిరాజుగారు వారి మాటలకు ముఖం తిప్పుకున్నాడు. పనివారికి ఎవరికి చేయవలసిన ఏర్పాటు వారికి చేసింది.

"బుచ్చిరాజుగారూ! విన్సెంట్, ఆయన కుటుంబం నాతో వస్తున్నారు. నేను తిరిగి రాకపోతే 'ఈ సత్యమందిరం' విన్సెంట్‌కు అప్పగించు. అతను ఒక గ్రంథాలయము పెట్టాలనుకుంటున్నాడు."

"అమ్మా..." వెంకటమ్మ ఆర్తనాదం చేసింది.

"వద్దమ్మా... మీరు బ్రతికిరావాలి. యెవరికోసం అని అడక్కమ్మా. మా కోసం... ఆర్తుల కోసం..." వచ్చి కాళ్ళపై పడిపోయింది.

"ఛ...ఛ... ఇదేమిటి వెంకటమ్మా! తల్లి ప్రేమను చూపిన మాతృమూర్తివి కాళ్లు పట్టుకుంటావా! నా ఆయుష్షు తగ్గిపోదూ!" అన్నది అదే చిరునవ్వుతో, అదే గాంభీర్యంతో.

చటుక్కున లేచి, ఆమె తలపై చేయివేసి నిమిరింది.

"భలేదానివే, వెళ్ళి అందరికి కాఫీ పట్రా..." అన్నది. వెంకటమ్మ వెళ్ళిపోయింది. మాలి, మాలి పిల్లలకు తోట అప్పగించింది. బంధువుల పిల్లలకు చదువు ఏర్పాటు చేయించింది.

అందరు కాఫీలు త్రాగారు. రఘువీర్ లేచాడు. 'ఆవిడ ప్యాకింగ్ మొదలుపెట్టాలేమో, పదండి' అన్నాడు. అందరూ లేచారు.

కుముద మెల్లగా ఆమె దగ్గరకు వచ్చింది.

"అక్కయ్యా! మీరు అన్నీ పంచిపెట్టిపోతున్నారు. బాగయివచ్చి ఎక్కడుంటారు?" అన్నది.

"మీ ఆయన ఆస్పత్రిలో నర్సుగా ఉంటాను..." అని నవ్వింది. లేచి, కుముద భుజాలు ఆప్యాయంగా తట్టింది.

"మీరింతమంది ఉన్నారు. పట్టెడన్నం కరువా కుముదా! జాగ్రత్త." అన్నది రఘువీర్ వంక చూపుతూ.

"పుట్టెడు బలగం ఉన్నా పట్టెడన్నం పెట్టరక్కా. నేను లేనూ..." అన్నది కోమలి.

"నిజం కోమలా! ఈసారి ఫ్లేన్ దిగుతూనే మీ ఊరు వస్తాను" అన్నది. అందరిని సాగనంపి, పైకి వచ్చింది జయప్రదాదేవి. ఆమె బట్టలు సర్దుకుందాము అనుకుంది. అన్నీ సర్ది ఉన్నాయి. భవాని, కోమలి కలిసి చేశారు అనుకుంది.

టేప్ రికార్డర్ ఆన్ చేసింది. తెగిపోయిన టేప్ సంగతి గుర్తుకు వచ్చి, అదటు గిరాటు వేసి, వచ్చి పడకకుర్చీలో అలసటగా కూర్చుంది.

అప్రయత్నంగా ఆమె చెవులకు 'రాధామాధవ ప్రణయమ్' అన్న పాట వినిపించింది. ఆమె కళ్ళమీద నుండి చేతులు తీసింది. టేప్‌రికార్డర్ దగ్గర గోపీచంద్ నిలబడి ఉన్నాడు.

"నువ్వా చెందూ! ఏమిటిలా వచ్చావు?"

జవాబుగా నాల్గు క్యాసెట్స్ ఆమె వడిలో వేశాడు. నోరు విప్పితే నోటితో పాటు కళ్ళు విచ్చుకుంటాయని తెలుసు.

"ఓ పాటలు! చాలా థాంక్స్ చందూ!"

"మేడమ్!" నిలువలేనట్టు వచ్చి ఆమె పాదాల దగ్గర కూర్చుని, ఆమె పాదాలు రెండూ ముద్దు పెట్టుకున్నాడు.

"చెందూ! ... ఏమిటిది? లే..." మెల్లగా లేపి. అతని నుదురు చుంబించింది.

అప్పటికి ప్రకృతి కాంత, సంధ్యాదేవిని సాగనంపి నల్లని మేలిముసుగు ధరించి, చంద్రునికోసం వేచి చూస్తుంది.

"చెందూ! సంగీతం ఆపకు. మంచి గాయకుడవని పేరు తెచ్చుకో."

"నేను... నేనున... మేడమ్... పాడను... ఆ కేసెట్టులో పాడినవే ఆఖరు పాటలు... నేను పాడను... నో...నో.... మీరు లేని ఈ లోకంలో నా పాటకు విలువలేదు.... పల్లవి, ప్రాణం లేవు. నేను పాడను.." పిచ్చి వాడిలా అరుస్తూ క్రిందికి వచ్చి, వీధిలోకి పరుగెత్తాడు.

అతని మధురస్వప్నం తొణికిపోయింది... స్వప్న సౌధం కూలిపోయింది. తనే కారణం అని నమ్ముతున్నాడు.